அடைக்கலப் பாம்புகள்

எம்.ரிஷான் ஷெரீஃப்

வம்சி

அடைக்கலப் பாம்புகள்	:	சிறுகதைகள்
ஆசிரியர்	:	எம்.ரிஷான் ஷெரீஃப்
	:	© ஆசிரியருக்கு
முதற்பதிப்பு	:	டிசம்பர் 2016
வெளியீடு	:	வம்சி புக்ஸ்
		19, டி.எம்.சாரோன்,
		திருவண்ணாமலை - 606 601
		9445870995, 04175-235806
அச்சாக்கம்	:	மணி ஆப்செட், சென்னை - 600 077
விலை	:	₹ 200/-
ISBN	:	978-93-84598-38-9

Adaikala Paambugal	:	Short Stories
Author	:	Rishan Sherif
	:	© Author
First Edition	:	Dec - 2016
Published by	:	Vamsi books
		19.D.M.Saron,
		Tiruvannamalai - 606 601
		9445870995, 04175 - 235806
Printed by	:	Mani Offset, Chennai - 600 077
	:	₹ 200/-
ISBN	:	978-93-84598-38-9

www.vamsibooks.com - e-mail: vamsibooks@yahoo.com

உள்ளே...

1. அம்மாவின்மோதிரம் 7

2. ஒருதினக்குறிப்பு 19

3. சேகுவேராவின்சேற்றுதேவதை 26

4. நிழற்படங்கள் 32

5. தெருச்சருகுகள் 40

6. ஒற்றைச்சுவடு 50

7. பேரழகியும், அறபுநாட்டுப்பாதணியும் 57

8. பிராயச்சித்தம் 63

9. பூமராங் 72

10. அடைக்கலப்பாம்புகள் 81

11. பின்னற்தூக்கு 93

12. தண்டனை 97

13. கசிவு 105

14. பட்சி 114

15. காக்கைகள்துரத்திக்கொத்தும்தலைக்குரியவன் 121

16. போதிமரம் 128

17. கிணற்றிலிருந்துமீண்டவள் 134

18. விட்டில்பூச்சிகள் 144

19. தூண்டில் 151

20. இரை 163

21. அப்பாச்சி 173

22. வேலையற்றவனின்பகல் 191

23. திண்ணை 199

24. தாய்மை 206

25. நீ, நான், நேசம் 217

பதிப்புரை

என் நியாபகம் சரியாக இருந்தால் ஆறேழு வருடங்களிருக்கும். வம்சிக்காக எழுத்தாளர் மாதவராஜ் வலைத்தளத்தில் எழுதிக் கொண்டிருக்கும் எழுத்தாளர்களுக்கென்று ஒரு சிறுகதைப் போட்டி நடத்தினார். அதற்கு நல்ல வரவேற்பு கிடைத்ததுடன் நானூற்றைம்பதிற்கும் மேலான கதைகள் வந்தன. ஐந்து படைப்பாளிகள் கொண்ட குழு முப்பது கதைகளைத் தேர்ந்தெடுத்து அவை எழுத்தாளர்கள் பிரபஞ்சன், நாஞ்சில்நாடன், தமிழ்நதி என இறுதிச் சுற்றுக்கு அனுப்பி வைக்கப்பட்டன. அதில் முதல் பரிசு பெற்று எங்கள் எல்லோரையும் கவர்ந்த எழுத்து ரிஷான் ஷெரீஃபின் 'காக்கைகள் துரத்திக் கொத்தும் தலைக்குரியவன்' கதை.

வித்தியாசமான களனும், கதை சொல்லும் பாணியும் அவருக்கு இருக்கிறது. அவருடைய மொத்தச் சிறுகதைகளையும் தொகுப்பாய்க் கொண்டுவரும் இத்தருணம் நெகிழ்வானது. இலங்கை மண்ணிலிருந்து வரும் ஒவ்வொரு எழுத்தும் என்னை மகளாக ஏற்றுக் கொண்ட இயக்குனர் பாலுமகேந்திராவின் நியாபகங்களை ஒளிக்கற்றைகளாய் என்னுள் விரித்துக்கொண்டேயிருக்கிறது. ஒரு படைப்பு இன்னொரு படைப்பையும் படைப்பாளியையும் நியாபகப்படுத்திக் கொண்டேயிருப்பதுதானே இயற்கையின் நியதி. அதை சாத்தியமாக்கியிருக்கிறது இத்தொகுப்பு. நன்றி ரிஷான்.

எளிமையான அன்போடு,
ஷைலஜா

அம்மாவின் மோதிரம்

அந்த மோதிரத்துக்கு கெட்ட செய்திகளை மட்டும் ஈர்த்துக் கொண்டுவரும் சக்தி இருக்கிறதோ என்று அவன் ஐயப்பட்டது அன்று உறுதியாகிவிட்டது. அந்த மோதிரத்தை விரலில் மாட்டிய நாளிலிருந்து தினம் ஏதேனுமொரு கெட்ட தகவல் வந்துகொண்டே இருந்தது. அணிந்த முதல்நாள் வந்த தகவல் மிகவும் மோசமானது. அவன் தங்கிப் படித்து வந்த வீட்டு அத்தை கிணற்றில் விழுந்து தவறிப்போயிருந்தாள். அன்றிலிருந்து தினம் வரும் ஏதேனுமொரு தகவலாவது அவனைக் கவலைக்குள்ளாக்கிக் கொண்டே இருந்தது. முதலில் அவன் அந்த மோதிரத்தை இது குறித்துச் சந்தேகப்படவில்லை. அதுவும் சாதுவான பிராணியொன்றின் உறக்கத்தைப் போல அவனது மோதிரவிரலில் மௌனமாக அழகு காட்டிக் கொண்டிருந்தது.

அவனுக்கு ஆபரணங்கள் மேல் எவ்விதமான ஈர்ப்புமில்லை. அவனது தாய், பரம்பரைப் பொக்கிஷமாக வந்த அந்த மோதிரத்தைப் பாதுகாத்து வைத்திருந்து அவனுக்கு இருபத்து மூன்றாம் வயது பிறந்தபொழுதில் சரியாக நள்ளிரவு 12 மணிக்கு தூங்கிக் கொண்டிருந்தவனை எழுப்பி அதனை அவனது வலதுகை மோதிரவிரலில் அணிவித்து, பின் அவனுக்கு முதலாவதாகப் பிறக்கும் குழந்தைக்கு சரியாக இருபத்து மூன்று வயது பிறக்கும்போது அதனை அணிவித்து விடவேண்டுமென்றும் அதுவரையில் எக்காரணத்தைக் கொண்டும் அதனைக் கழற்றக் கூடாதென்றும் ஆணையிட்டு, நெற்றியில் முத்தமிட்டாள். அவனுக்கு

தூக்கக் கலக்கத்தில் எதுவும் புரியவில்லை. அடுத்தநாள் காலையிலும் அம்மா அதனையே சொன்னாள். காரணம் கேட்டதற்குப் பதில் சொல்ல அவளுக்குத் தெரியவில்லை. அவளது அப்பா அப்படிச் சொல்லித்தான் அதனை அவளது இருபத்து மூன்றாவது வயதில் அவளுக்கு அணிவித்ததாகச் சொன்னாள். அவனும் அம்மோதிரத்தை இதற்கு முன்னால் அவளது விரல்களில் பார்த்திருக்கிறான். அவளுக்கென இருந்த ஒரே மோதிரமும் அவன் வசமானதில் கைவிரல்கள் மூளியாகிப் போனது அவளுக்கு.

அது சற்று அகலமானதும் பாரமானதுமான வெள்ளி மோதிரம். நடுவில் ஒரே அளவான சற்றுப் பெரிய இரு கறுப்பு வைரங்களும் ஓரங்களில் எட்டு சிறு சிறு வெள்ளை வைரங்களும் பதிக்கப்பட்டிருந்த அழகிய மோதிரம். வெளிச்சம் படும் போதெல்லாம் பளீரென மின்னுமதன் பட்டையான இருபுறங்களிலும் கூட சின்னச் சின்னதாக அலங்காரங்கள் செதுக்கப்பட்டிருந்தன. அதிலிருக்கும் கற்களை விற்றிருந்தால் கூட ஒரு நல்ல வீட்டை விலைக்கு வாங்குமளவிற்குப் பணம் கிடைத்திருக்கக் கூடும். இப்பொழுது வரையில் வாடகை வீட்டிலேயே வசித்து வரும் அம்மாவுக்கும் இந்த எண்ணம் தோன்றியிருக்கும். ஆனால் என்ன கஷ்டம் வந்தபோதிலும் அவள் அதனை விற்கவோ, அடகுவைக்கவோ ஒருபோதும் துணியவில்லை. அவனது இருபத்து மூன்று வயது வரும்வரையில் விரல்களிலிருந்து அவள் அதனைக் கழற்றக்கூட இல்லை.

அம்மா அவனுக்குச் சரியான பொழுதில் இம் மோதிரத்தை அணிவித்துவிட்டுப் போகவென்றே மூன்று மணித்தியாலம் பஸ்ஸிலும் அரை மணித்தியாலம் நடையுமாகப் பிரயாணம் செய்து அத்தை வீட்டுக்கு வந்திருந்தாள். அவள் வந்த நோக்கம் கிஞ்சித்தேனும் அத்தைக்குத் தெரியாது. அத்தை எப்பொழுதும் அப்படித்தான். அம்மாவைப் போல எதையும் கேள்விகள் கேட்டு, தூண்டித் துருவி ஆராய்பவளில்லை. பார்க்கத்தான் கரடுமுரடாகத் தென்பட்டாளே ஒழிய மிகவும் அப்பாவியாக இருந்தாள். எதையும் விசாரித்து அறிந்துகொள்ளும் ஆவல் கூட அவளுக்கு இருக்கவில்லை. அம்மாவும் தானாக தான் வந்த

விவரத்தைச் சொல்லவில்லை. மறைத்தாள் என்று இல்லை. மதினி கேட்கவில்லை. அதனால் சொல்லவில்லை என்று இருந்தாள். அன்றைய தினம் அம்மா உறங்கவில்லை. வழமையாக ஒன்பது மணியடிக்கும்போதே உறங்கிவிடும் அத்தைக்கு அருகிலேயே பாய்விரித்து அம்மாவும் படுத்திருந்தாளெனினும் சிறிதும் கண்மூடவில்லை. நடந்துவந்த அசதியை, மகனுக்கு மோதிரம் அணிவித்துவிட்டு உறங்கலாமென்று எங்கோ தூரத்துக்கு அனுப்பியிருந்தாள். கூரையின் கண்ணாடி ஓட்டுக்குள்ளால் நிலா வெளிச்சம் அறைக்குள் ஒரு பெரிய நட்சத்திர மீனைப்போலப் படுத்திருந்தது. பின்சுவரில் ஊசலாடும் பழங்காலக் கடிகாரத்தில் நகரும் முட்களை அவ்வப்போது வேலியோர ஓணானைப் போலத் தலையைத் திருப்பிப் பார்த்தவாறிருந்தாள்.

அத்தைக்கு அவர்களை விட்டால் வேறு யாருமில்லை. அவளது கணவன் குடித்துக் குடித்து கல்லீரல் கெட்டு செத்துப்போயிருந்தான். அதன் பிறகு அவனது பென்ஷன் பணம் அவள் சீவிக்கப் போதுமானதாக இருந்தது. பிள்ளைகளேதுமற்றவள் கணவனின் இறப்புக்குப் பிறகு அவளது அண்ணனுடன் அதாவது அவனின் அப்பாவுடன் அவர்களது ஊருக்குப் போய்விடுவாளென்றே ஊரில் எல்லோரும் பேசிக் கொண்டிருந்தனர். ஆனால் அவள் அவனது அம்மா, அப்பா எவ்வளவோ அழைத்தும் கூட வர மறுத்துவிட்டாள். அவளைத் தனியே விட்டுப்போக அவர்களுக்கும் இஷ்டமில்லை. கொஞ்சநாளைக்கு அவன் அங்கே தங்கியிருக்கட்டுமெனச் சொல்லி அவனை மட்டும் விட்டுப் போனார்கள். பள்ளிப்படிப்பு முடித்திருந்தவன் அந்த ஊரிலேயே தங்கி, பிறகு அந்த ஊருக்கு அருகாமையிலிருந்த ஒரு கல்லூரியில் சேர்ந்துவிட்டான். அப்பா அவ்வப்போது அவர்களது வயலில் விளைந்த நெல்லும் பயறும் ஊருக்குப் போகும் அவனிடம் அத்தைக்கென கொடுத்தனுப்புவார். அத்தையும் வீட்டில் சும்மா இல்லை. அருமையாக பனை ஓலையால் பாயும், கூடையும் பின்னுவாள். அதில் உழைத்த பணத்தில் ஒரு முறை அவனுக்கு புது ஆடை கூட வாங்கிக் கொடுத்திருக்கிறாள்.

மோதிரம் அணிந்த நாளின் பகலில் அவன் ஏதோ பரீட்சை எழுதிக்கொண்டிருந்தபோது தான் அந்த முதல் செய்தி வந்தது. அவன் எழுதிக் கொண்டிருந்த தாளின் பாதிவரை முடித்திருந்தான். செய்திகொண்டு வந்த காவலாளி மேற்பார்வையாளரை வாசல்வரை அழைத்து மூன்று விரல்களை வாய் முன்வைத்து முன்னோக்கி லேசாக மடிந்து மிகவும் பவ்யமாகவும் இரகசியமாகவும் விடயத்தை அவரிடம் சொன்னான். மேற்பார்வையாளர் எழுதிக் கொண்டிருந்தவனை ஒருமுறை பார்த்தார். பரீட்சை முடிய இன்னும் முக்கால் மணி நேரம் இருப்பதை அவதானித்து காவலாளியை திருப்பி அனுப்பிவைத்து அமைதியாக இருந்தார். பரீட்சைத் தாளை அவன் ஒப்படைத்து வெளியேற முற்பட்டபோதுதான் அவர் அவனிடம் விடயத்தைச் சொன்னார். ஏதும் புரியாமல் முதலில் மௌனமாயிருந்து கேட்டவன் பின் கலவரப்பட்டு வீட்டுக்கு ஓடினான். அவனை பஸ்ஸுக்குக் காத்திருக்க வைக்காமல் நல்லவேளை பக்கத்துவீட்டுச் சின்னசாமியின் சைக்கிள் வந்திருந்தது.

சின்னசாமிக்கு எப்பொழுதுமே சைக்கிளில் ஒரு ஆளை அருகிலமர்த்தி ஒழுங்காக மிதிக்கவராது. பாதையின் எல்லாத் திக்கிலும் சக்கரங்கள் அலைபாயும். எனவே கவலையை மனதுக்குள் புதைத்தபடி அவனே சின்னசாமியை அருகிலமர்த்தி அவசரமாகச் சைக்கிள் மிதித்து அத்தை வீடு போய்ச் சேர்ந்தான். வீடு போய்ச் சேரும்வரை மோதிரமும் வெள்ளிநிற சைக்கிளின் ஹேண்டில் பாரும் ஊர் பூராவும் பரவியிருந்த மதியவெயில் பட்டு மின்னிக்கொண்டே இருந்தது.

அத்தையைக் குளிப்பாட்டி கூடத்தில் கிடத்தியிருந்தார்கள். நெற்றியில் போடப்பட்டிருந்த வெள்ளைத் துணிக் கட்டில் கருஞ்சிவப்பில் இரத்தம் உறைந்திருந்தாக ஞாபகம். அம்மாவும் இன்னும் ஊரின் சில வயதான பெண்களும் அருகிலிருந்து ஒப்பாரி வைத்து அழுதுகொண்டிருந்தனர். அம்மா இவனைக் கண்டதும் வெறிபிடித்தவள் போல அவிழ்ந்துகிடந்த கூந்தலோடு ஓடிவந்து அவனைக் கட்டிக்கொண்டு அழுதாள். சவமும் எரித்து எல்லாம் முடிந்தபிறகுதான் அவனுக்கு மரணத்தின் காரணம் புரிந்தது.

காலையில் அவ்வூரில் தெரிந்தவர்கள் சிலரோடு பேசிவரவென அம்மா வெளியே புறப்பட்ட போது அத்தை தன் வீட்டுக் கிணற்றுக்குள் தவறி விழுந்திருந்த பூனைக்குட்டியொன்றுக்கு கயிறு நீட்டியும், வாளி போட்டும் அதனைக் காப்பாற்ற முயற்சித்துக் கொண்டிருந்திருக்கிறாள். அம்மா எல்லோரையும் சந்தித்துவிட்டு வீட்டுக்கு வந்து தேடிப்பார்த்தபோது அத்தை கிணற்று நீரில் பிணமாக மிதந்திருக்கிறாள். பழங்காலக் கிணற்றின் உட்புற கருங்கல் சுவரில் தலை மோதி இரத்தம் கிணற்று நீரை நிறம் மாற்றியிருந்திருக்கிறது. வழுக்கி விழுந்திருப்பாளென்பது எல்லோரதும் ஊகம். பிணத்தை எடுத்தபின்னர் ஊரார் சிலர் அக்கிணற்றுக்குள் தென்னை மட்டைகளையும் கற்களையும் குப்பைகளையும் போட்டு பாவனைக்குதவா வண்ணம் ஆக்கிவிட்டிருந்தனர். ஊரின் சிறுவர்கள் அவ்வூரின் கிணற்றடிகளில் கூடி விளையாடும் வாய்ப்பு பெரியவர்களால் தடுக்கப்பட்டது. அத்தை ஆவியாக உருமாறி கிணற்றடிகளில் அலையக்கூடுமெனவும் சிறுவர்களை கிணற்றுக்குள் இழுத்துக்கொள்வாள் எனவும் அவர்களிடம் கதைகள் சொல்லப்பட்டன. எவ்வளவோ தேடியும் முதலில் விழுந்த பூனைக்குட்டியைத்தான் இறுதிவரை காணக் கிடைக்கவேயில்லை.

அத்தையும் போனபின்னால் வீட்டைப் பூட்டிச் சாவியை எடுத்துக்கொண்டு அப்பா, அம்மாவோடு அவனும் சொந்த ஊருக்கே வந்துவிட்டான். அத்தை வீட்டிலிருந்து வந்த முதல் நாள் மதியவேளை, திண்ணையிலிருந்த கயிற்றுக்கட்டிலில் அவன் தூங்கிக் கொண்டிருந்த போதுதான் அப்பா பஸ்ஸிலிருந்து தவறிவிழுந்து கால் எலும்பை உடைத்துக் கொண்டு ஆஸ்பத்திரியில் அனுமதிக்கப்பட்டிருப்பதாகச் செய்திவந்தது. அப்பாவும் அம்மாவும் பக்கத்து ஊர் வரைக்கும் ஏதோ வேலையொன்றுக்கெனப் போயிருந்தார்கள். அவன் அடுத்த பஸ்ஸில் ஆஸ்பத்திரிக்கு ஓடினான். பார்க்காத வைத்தியரில்லை. பண்ணாத வைத்தியமில்லை. கொஞ்ச நஞ்சமாகச் சேர்த்திருந்த பணத்தையும் கரைத்துக் குடித்த காலின் வலி குறைந்ததே தவிர காயமடைந்த கால் முழுவதுமாகக் குணமடையவில்லை. இறுதியாக ஓர் நாள் தாங்கி

நடக்கவென்று இரு கட்டைகளைக் கையில் கொடுத்து வீட்டுக்கு அனுப்பிவிட்டது ஆஸ்பத்திரி. வீட்டில் ஒரு நேரம் கூடத் தங்காமல் ஓடியாடி அலைந்தவர் தன்னை பஸ்ஸிலிருந்து தள்ளிவிட்டது அம்மாதான் என்று தினந்தோறும் புலம்பியவாறே ஒரு நத்தையைப் போல வீட்டுக்குள்ளேயே முடங்கிப்போனார். விவசாயத்தையும் குடும்பத்தையும் பார்த்துக் கவனிக்கும் பெரும் பொறுப்பு அவன் தலையில் விழுந்தது.

பிறகோர் நாள் அவர்களது வயற்காடு எரிந்துகொண்டிருப்பதாகச் செய்தி வந்தபோது அவன் சந்திக்கடையில் கருப்பட்டி கடித்தபடி செஞ்சாயத் தேனீர் பருகிக்கொண்டிருந்தான். அன்று அம்மாவும் வயலைப் பார்த்து வருவதாகப் போயிருந்ததை அவன் அறிவான். கண்ணாடிக் குவளையை மேசையில் வைத்ததும் வைக்காததுமாக அவன் வயலை நோக்கி ஓடத் தொடங்கினான். ஓரத்தில் வைக்கப்பட்டது சாணி மெழுகிய தரையில் விழுந்து உடையாமல் உருண்டது. பாதி வைத்திருந்த பானத்தைத் தரை தாகத்தோடு உறிஞ்சிக்கொள்ளத் தொடங்கியது. இருட்டு வருவதற்குள் எல்லாக் கதிர்களையும் தின்றுமுடித்துவிட வேண்டுமென்ற பேராசையோடு தீ நாக்குகள் உக்கிரமாகவும் ஒருவித வன்மத்தோடும் வயல் முழுவதையும் விழுங்கிக் கொண்டிருந்ததை அவன் கண்டான். அம்மாவுக்கு ஏதுமாகியிருக்கவில்லை. நிழலுக்காக நடப்பட்டிருந்த பூவரச மரத்தடியில் முனகலுடன் வாடிக்கிடந்தவளுக்கு அருகிலிருந்த இருவர் காற்றடித்துக் கொண்டிருந்தனர். இவனைக் கண்டதும் அத்தையின் மரணவீட்டில் நிகழந்ததைப் போலவே நெஞ்சிலடித்துக்கொண்டு அம்மா சத்தமிட்டு அழத்தொடங்கினாள். வயல்வேலைக்கென வந்திருந்த எல்லோரும் போல தீயை அணைப்பதிலேயே மும்முரமாக இருந்தனர். பெரும் உஷ்ணம் கிளப்பி எரியும் நெருப்புக்கு உதவியாகக் காற்றும் அது இழுத்த இழுப்புக்கெல்லாம் சென்று கொண்டிருந்தது.

வயற்காடு எரிந்ததில் பெரும் நஷ்டமும் கடனும் அவர்களைச் சூழ்ந்தது. பலத்த யோசனையோடு சில நாட்களை வீட்டில் கழித்தவனிடம் நகரத்துக்கு வேலை தேடிப் போவது நன்றாக இருக்குமென அம்மா

சொன்னாள். உழைக்கும் பணத்தை வீண்செலவு செய்யாமல் அவளுக்கு அனுப்பிவைக்கும் படியும், சீட்டுப்பிடித்துச் சேமித்து அவள் எப்படியாவது கடன்களையெல்லாம் அடைத்துவிடுவதாகவும் அவனுக்கு இரவு உணவிட்டபோது அவள் சொன்னாள். அவளது முடிவு அவனுக்கு எவ்வித வருத்தத்தையும் தரவில்லை. எப்படியாவது கடன் தொல்லைகளிலிருந்து மீண்டு, அவனது மாமா பெண் கோமதியை மணமுடிக்கும் ஆசை அவன் மனதுக்குள் ஒளிந்திருந்தது. அப்பாதான் முதன்முறையாக அவன் பார்க்க ஒரு குழந்தையைப் போல அழுதார். அம்மாவிடம் தன்னைத் தனியே விட்டுப்போகாதே என்பதுபோல மன்றாட்டமான பார்வையை அவனது விழிகளில் ஓட விட்டார். இறுதியாக அவன் நகரத்துக்கெனப் புறப்பட்ட நாளில் தலைதடவி, அவனது நெற்றியில் முத்தமிட்டு ஆசிர்வதித்து அனுப்பி வைத்தார். அம்மா வீட்டுப் படலை வரை கூட வந்தாள். அத்தை வீடு அங்கே அனாதையாகக் கிடக்கிறதெனவும் அதனை அவன் பெயருக்கு எப்படி மாற்றுவதெனவும் நகரத்தில் யாராவது தெரிந்த வக்கீல்களிடம் கேட்டுத் தெரிந்து வரும்படி அவளையும் அவனையும் தவிர்த்து வேறு யாருக்கும் கேட்காவண்ணம் மெதுவான குரலில் சொன்னாள். அவர்களிருவரையும் அங்கு மேய்ந்து கொண்டிருந்த கோழிகளையும் தவிர வேறு யாரும் அங்கு இருக்கவில்லை. எல்லாவற்றையும் பார்த்துக்கொண்டிருந்த வெக்கை நிறைந்த மதியப்பொழுது வெயில் அவனது மோதிரத்தை வழமை போலவே மின்னச் செய்தபடி ஊர் முழுதும் திரிந்தது.

நகரத்துக்குப் போய் அவனுடன் கல்லூரியில் ஒன்றாகப் படித்த நண்பனிடம் சொல்லி எப்படியோ வேலை வாங்கிவிட்டான். அவனது அறையிலேயே தங்கிக்கொண்டான். அதன்பிறகும் மோதிரத்தை உற்றுக் கவனிக்கவோ, அதன் அழகினை ரசிக்கவோ அவனுக்கு நேரமே கொடுக்காதபடி ஏதேனும் தீய நிகழ்வுகள் நடந்துகொண்டே இருந்தன. ஒருநாள் வீட்டில் அவன் ஆசையாக வளர்த்த புறாக்களெல்லாம் கூண்டைவிட்டுப் பறந்துபோய்விட்டதாகத் தகவல் வந்தது. தொடர்ச்சியாக தினம் தினம் ஊரிலிருந்து இதுபோல ஏதேனுமொரு தீய

செய்தி அவனுக்கு எட்டியபடி இருந்தபோதுதான் அவனது நண்பன் விரல்களில் மின்னிய புது மோதிரம் குறித்து வினவினான். அப்பொழுதுதான் அவனும் அதுபற்றிச் சிந்திக்கத் தலைப்பட்டான். ஒருவேளை எல்லா நிகழ்வுகளுக்கும் தான் அணிந்திருக்கும் மோதிரம்தான் காரணமாக இருக்கக் கூடுமோ என எண்ணத் தொடங்கினான். நடந்த நிகழ்வுகளைக் கோர்வையாக மனதிலே ஓட்டிப்பார்த்தான். ஊருக்குப் போய் ஒருநாள் அம்மாவிடம் இது குறித்து விசாரிக்கவேண்டுமென எண்ணி அப்படியே உறங்கிப்போனான். அன்று இரவுவேலைக்கெனப் போன நண்பன் விபத்தில் இறந்தசெய்தி விடியமுன்னர் வந்து சேர்ந்தது.

பிணத்தை எடுத்துக்கொண்டு நண்பனின் ஊருக்குப்போய் அருகிலிருந்து எல்லாக் காரியங்களும் செய்து முடித்தான். நகரத்துக்கு தனது அறைக்குத் தனியாக வந்தபொழுது கொடியில் காய்ந்துகொண்டிருந்த நண்பனின் சட்டை கண்டு வெடித்தழுதான். சத்தமிட்டு அழுதான். அத்தையின் மரண வீட்டிலும் வயற்காடு பற்றியெரிகையிலும் சத்தமிட்டழுத அம்மாவைப் போலவே கண்ணீரும், திறந்திருந்த வாய்வழியே எச்சிலும் வடிய வடிய கதறிக்கதறி அழுதான். அழுகையெல்லாம் ஓய்ந்தபோது அறையினைப் பெரும் மௌனம் சூழ்ந்ததை உணர்ந்தான். வாழ்க்கை குறித்து முதன்முதலாக அச்சப்பட்டான். அடுத்தநாள் விடிகாலையிலேயே அம்மாவைத் தொலைபேசியில் அழைத்து விபரம் சொல்லி தான் ஊருக்கே வந்துவிடுவதாக மீண்டும் அழுதான். கடனில் பாதி அடைக்கப்பட்டிருப்பதாகவும் இன்னும் சில மாதங்கள் பொறுத்து ஊருக்கு வரும்படியும் அம்மா சொன்னாள். அப்பா திரும்பவும் இருமுறை வழுக்கிவிழுந்ததாகவும் கால் வீங்கி நடமாடவே முடியாமல் படுத்தே இருப்பதாகவும், தினந்தோறும் காலுக்கு எண்ணெய் தடவிவருவதாகவும் சொன்னாள். மறக்காமல் அன்றும் அத்தையின் வீடு பற்றி நினைவூட்டினாள். அவனுக்கு உடனே அப்பாவைப் பார்க்கவேண்டும் போலவும் கோமதியோடு ஏதேனும் பேசவேண்டும் போலவும் இருந்தது.

கோமதிக்கும் அவன் மேல் காதலிருந்ததை அவன் அறிவான். இரு

14 அடைக்கலப் பாம்புகள்

தங்கைகளோடும் அவள் தண்ணீர் எடுத்து வரும் வேளையில் இவன் தேனீர்க் கடையருகில் நின்றிருப்பான். அவள் ஓரக்கண்ணால் பார்த்து, பின்னலிலிருந்து தானாக உதிரும் ஒரு பூவைப் போல ஒரு புன்சிரிப்பை உதிர்த்துவிட்டுப் போவாள். சில அடித்தூரம் சென்று திரும்பிப்பார்த்து மீண்டும் ஒரு சிரிப்பைத் தருவாள். நேர்மோதும் பார்வைகளிலும் சிந்திய புன்னகைகளிலும் சொந்தக்காரர்களென்ற உறவையும் மீறி காதலின் தவிப்பு மிகைத்திருந்ததை இருவரும் அறிந்திருந்தனர். அவளுக்கு அவளது அப்பாவைப் போலவே சிரித்த முகம். எப்பொழுதும் சிரிப்பினை ஒரு உண்டியலைப்போல வாய்க்குள் அடக்கிவைத்திருப்பாள். அவன் அத்தை வீட்டிலிருந்து நிரந்தரமாக வீட்டுக்கு வந்தபோது துக்கம் விசாரிக்க வந்திருந்த அவளது அப்பா, அம்மா, தங்கைகளோடு அவளையும் கண்டான். அடையாளமே கண்டுகொள்ள முடியாத அளவுக்கு அழகாக வளர்ந்திருந்தாள். அவன் அவளுடன் சிறுவயதுகளில் ஒன்றாக விளையாடியதைத் தவிர பெரியவளானதும் எதுவும் பேசியதில்லை. அவன் அவளைப் பெண்கேட்டுப் போனால் மறுக்காமல் மாலை மாற்றிக் கூட அனுப்பிவைக்கும் அளவுக்கு மரியாதையும் அன்பும் நிறைந்த அவனது மாமா குடும்பம் வசதிகளேதுமற்றது.

அவனது அறைநண்பர்களாக புதிதாக இருவர் வந்து சேர்ந்தனர். ஒரு சின்ன அறைக்குள் மூவராக அறையைப் பகிர்ந்துகொள்ள வேண்டியிருந்தது. அதிலொருவன் சற்று வயதானவன். ஓயாமல் வெற்றிலை மென்று ஒரு சொம்பு வைத்து அதில் துப்பிக்கொண்டே இருந்தான். துப்புகையில் தெறிக்கும் சிறு சிவப்புத் துளிகள் சுவரெல்லாம் நவீன ஓவியங்களை வரைந்திருந்தன. அவன் பேசும்போது மேலுதடும் கீழுதடும் வெற்றிலைச் சாற்றினை வழியவிடாமலிருக்கப் பல கோணங்களில் வளைந்தன. மற்றவன் கண்களின் கருமணிகளைப் பெரிதாகக் காட்டும் கண்ணாடி அணிந்திருந்தான். நகரும் ஒவ்வொரு கணமும் ஏதேனும் செய்துகொண்டே இருந்தான். அறையின் மூலையில் நன்றாக இருந்த ரேடியோவைக் கழற்றி மீண்டும் பூட்டி உடைத்து வைத்தான். தினமும் தவறாது டயறி எழுதினான். மாநகரக்

குப்பைகளிலிருந்து ஏதேனும் உடைந்த பொருட்களை, பொம்மைகளை எடுத்துவந்து பொருத்த முயற்சித்தான். பத்திரிகைகள் வாங்கி அதில் ஒரு வரி கூட விடாமல் படித்து குறுக்கெழுத்து, சுடோகு நிரப்பினான். சிலவேளை தூங்கினான். தினமும் மறக்காமல் அவ் வயதானவனோடு சண்டை பிடித்தான். அவ் இருவரும் ஒருவரையொருவர் குற்றங்கள் கண்டு சத்தமாகச் சண்டை பிடித்துக்கொண்டார்கள். எல்லாம் ஓய்ந்தபின்னர் இருவரும் திரும்ப ஒற்றுமைப்பட்டு ஒன்றாகவே சாப்பிடவும் போனார்கள். இன்னும் சில மாதங்கள்தானே இவ்வறையில் இருக்கப்போகிறோமென அவன் மட்டும் இதையெல்லாம் அமைதியாக ஒதுங்கிப் பார்த்திருப்பான். இவ்வளவு நாளும் தீய செய்திகளாகக் கொண்டுவந்த மோதிரம் இப்பொழுது தனது நிம்மதிக்கே சாபமென ஒரு கண்ணாடிக்காரனையும் வயதானவனையும் அழைத்துவந்திருப்பதாக அவனுக்குத் தோன்றியது.

அன்றையநாள் அவனுக்கு வந்த செய்தி அவனை முழுவதுமாக உடைத்துப் போட்டுவிட்டது. யாரிடமோ அவனது தொலைபேசி எண்ணைக் கேட்டு வாங்கி என்றுமே அவனுடன் பேசியிராத கோமதி அன்று அவனைத் தொலைபேசியில் அழைத்து அழுதழுது விடயம் சொன்னாள். அவளுக்கு சில தினங்களுக்கு முன்னர் அவசரமாகத் திருமணம் ஆகிவிட்டதாம். அவசர அவசரமாக மாப்பிள்ளை பார்த்து மணமுடித்து வைத்தது அவனது அம்மாதானாம். இறுதியாக அவன் எங்கிருந்தாலும் நன்றாக இருக்கவேண்டுமெனச் சொல்லிவிட்டு அழைப்பைத் துண்டித்து விட்டாள். கேட்டுக்கொண்டு நின்றிருந்தவனுக்குத் தரை பிளந்து, அப்பிளவு வழியே முடிவேதுமற்ற ஆழக்குழியொன்றுக்குள் தான் விழுவதைப் போல உடல் பதறியது. அவனால் நம்பமுடியவில்லை. செய்தி கொண்டுவந்தவள் அவனது நம்பிக்கைக்குரியவள்.

அவனது ஊரிலிருந்து வந்து அங்கு ஹோட்டலொன்றில் வேலை செய்துவரும் குட்டியிடமும் இதுபற்றிக் கேட்டுப்பார்த்தான். குட்டி பொய் சொல்லமாட்டான். அதுவும் அவனதும் கோமதியினதும் காதலைக் குறித்து ஏதும் தெரியாதவன் மிகச் சாதாரணமாக, ஊரில் வெக்கை

அதிகமெனச் சொல்வதைப் போலத்தான் இது குறித்தும் அவனிடம் சொன்னான். இவனுக்குள் இடி விழுந்ததைப் போல இருந்தது. இவனது காதலைப் பற்றி அம்மாவுக்கு நன்றாகத் தெரியும். கோமதியைப் பற்றி அவ்வப்போது அம்மாவிடம்தான் ஏதேனும் அவளுக்கு விளங்காவண்ணம் விசாரித்துக்கொள்வான். நம்பிக்கைத் துரோகம் செய்தது தனது அம்மாதானா என்பதனை அவனால் ஏற்றுக்கொள்ளவும் முடியவில்லை. நாளைக் காலை தொலைபேசியிலழைத்து விசாரிக்கவேண்டுமெனத் தீர்மானித்துக்கொண்டான்.

அவனுக்கு அழுகை அழுகையாக வந்தது. சத்தமிட்டுப் பெரிதாக அழவேண்டும் போல இருந்தது. காதல் உடைந்து போன துயரம். மலைமலையாகச் சேர்த்து வைத்திருந்த நம்பிக்கைகள் மண்மேடெனச் சரிந்த அவலம். இருவருமாக எதிர்பார்த்திருந்த எதிர்கால வாழ்க்கையினை பெரிதாக வந்து அடித்துப்போன காட்டாற்றுப் பெருவெள்ளம். உழைக்கவும் கடனடைக்கவுமென அவனை ஊரிலிருந்து அகற்றிவிட்டு எல்லாமும் நடாத்திய அம்மாவின் துரோகம். எல்லாம் விழிநீரோடு சிந்தியும் கரைந்தும் போக வேண்டும். அவனுக்கு அழ வேண்டும். அதற்கு அந்த அறை சாத்தியப்படவில்லை.

அந் நள்ளிரவில் எழுந்து கடற்கரைப்பக்கமாக நடக்கத் தொடங்கினான். கோமதியுடனான காதல் நினைவுகள் ஒரு பெரும் சுமையினைப் போல அழுத்த கால்கள் தள்ளாடத் தள்ளாட அலைகளருகில் வந்து நின்றான். கால் நனைத்த அலைகளோடு, அவற்றின் பெரும் ஓசையோடு, யாருமற்ற அவ் வெளியில் ஓவென்று கதறியழுதான். அத்தைக்காக, அப்பாவுக்காக, நண்பனுக்காக அழுத பல விழிகளைக் கண்டிருக்கிறான். அதுபோல தனது சோகங்களெல்லாம் இரு விழித் துவாரங்கள் வழியேயும் இறங்கிப் போய்விடாதாவென்ற ஏக்கத்தோடு அவன் அழுதான். திறந்திருந்த வாயிலிருந்து எச்சில் ஒழுகியது. நாவில் உப்புச்சுவை வந்து மோதி ஒட்டிக்கொண்டது. அக் கடலையே விழுங்கிவிடும் அளவுக்கு பெரிதாக தாகமெடுத்தது. அப்படியே உட்கார்ந்தான். நழுவிவந்த அலைகள் அவனது இடைவரை நனைத்துச் சென்றன. கைக்கு அகப்பட்ட மணலை

வாரியெடுத்து கடலைச் சபித்து எறிந்தான். அதுவரை அக்கடல் கண்டிருக்கும் அத்தனை கோமதிகளையும் அழைப்பதைப் போல கோமதீ... எனப் பெரிதாகச் சத்தமிட்டழுதான். மணலோடு விரலில் இடறிய மோதிரம் நீர்பட்டு நிலவொளியில் மின்னி அவனது பார்வையில் குவிந்தது. எல்லாம் உன்னால்தான் என்பதுபோல ஏதோ ஒரு வெறி உந்தித்தள்ள விரலில் இறுகியிருந்த மோதிரத்தை மணலுரசித் தோலில் இரத்தம் கசியக் கசியக் கழற்றி எடுத்து உள்ளங்கையில் வைத்து வெறுப்பாகப் பார்த்து அதற்குத் தூ எனத் துப்பினான். பின்னர் கடலுக்குள் வீசியெறிந்தான். அவனது மகனது அல்லது மகளது இருபத்து மூன்று வயது வரை காத்திருக்க முடியாமல் போன சோகத்தோடு கறுப்பும் வெள்ளையுமான வைரங்களும், அலங்காரங்களுடனுமான வெள்ளியும் உப்பு நீரின் ஆழத்துக்குள் புதைந்தது. முந்தைய நள்ளிரவில் அம்மா செத்துப் போனதாக அடுத்த நாள் காலையில் அவனுக்குச் செய்தி வந்தது.

ஒரு தினக் குறிப்பு

நீண்ட நாட்களுக்குப் பிறகு அவன் பற்றிய ஒரு செய்தி அறிகிறேன். மிகுந்த கனமுடைய அச் செய்தி என் அறை முழுதும் நிரம்பிப் பார்க்கும் இடமெல்லாம் ஆழ்சிந்தனையைத் தோற்றுவித்தபடி சிதறிக் கிடக்கிறது. அச் செய்தியைத் திரும்பவும் திரும்பவும் கேட்டுவிடத் திராணியற்றவளாக என்னை உணர்கிறேன். நான் அழுகிறேனா? சொல்லத் தெரியவில்லை. கண்கள் கலங்கியுள்ளன. ஆனால் கன்னங்களில் வழிந்தோடவோ, சிறு விசும்பல்களை உடைப்பதாகவோ இல்லை.

எனதிப்போதைய கண்கள் பொய் சொல்கின்றன. மனதின் விசித்திரக் கோலங்களை முன்னைப்போல ஒழுங்கான விம்பங்களாக அவை காட்டுவதில்லை. சில சமயங்களில் மனது அழும்போதுகூட என்னிரு கண்களும் சிரித்தபடியேயிருக்கின்றன. சில சமயங்களில் உதடுகளில் தோன்றும் சிரிப்பு பொய்யாக இருப்பதைக் கூட உணர்கிறேன். எனது சுயத்திற்கேற்ப, சூழலுக்கேற்ப, சுற்றியிருப்பவர்களுக்கேற்ப நான் நடிக்க வேண்டியவளாக இருக்கிறேன் என்பதனை எனது வதனமும் அதன் பாகங்களும் உணர்ந்தே இருக்கின்றனவோ என்னவோ?

இன்று எதிலும் ஒரு பற்றற்றவளாக இக்கணங்களைக் கடந்தபடியிருக்கிறேன். அவனது அல்லது அவன் பற்றிய பழைய ஞாபகங்களை மீட்டிப் பார்க்க நினைக்கிறேனா? அல்லாவிடில் ஏன் வழமையைப் போல இந் நேரத்தின் எனது தேவையான ஒரு தேனீரை ஊற்றவோ, அத் திரவத்தின் ஒவ்வொரு மிடறாகப் பருகியபடி அந்தியின்

வண்ணத்தை ரசிக்கவோ மறந்தபடி படுக்கையில் உடலைப் பரப்பி விட்டத்தை வெறித்தபடி இருக்கிறேன் ?

உயிர் பிழைத்த தீப்பற்றிய தேகமொன்றுக்கு மயிலிறகால் களிம்பிடப்படுவதைப்போல எல்லாக் காயங்களையும் காலம் தடவித் தடவி ஆற்றிவிடுகின்றது. தழும்புகள் மட்டும் ஆற்றப்படுவதாகவோ, முழுவதுமாக அகற்றப்படுவதாகவோ இல்லை. வாழ்க்கை ஒரு ஒழுங்கான பாதையில் பயணித்தபடி இருக்கும்பொழுது மட்டும் எப்பொழுதாவது ஓர் நிமிடம் பழைய தடங்களை நினைவில் கொண்டுவந்து 'ஒரு பெரும் வலியைக் கடந்து வந்தவள்' எனச் சந்தோஷிக்கச் சொல்லும் மனம். அக்கணங்களில் மனது தன்னம்பிக்கையால் நிரம்பி வழியும். எவ்வலியையும் தாங்கச் சக்தி பெற்றவள் என்ற எண்ணங் கொள்ளவைக்கும். அப்படிப்பட்ட எண்ண அலைகள் மிகுந்திருந்த பொழுதொன்றில்தான் எனது திருமணத்திற்குச் சம்மதித்தேன்.

என்ன விசித்திர மனமிது? என் துணை பற்றி மட்டுமே எண்ண வேண்டிய இதயம் இன்று அவன் நினைவுகளைக் கிளறியபடி இருக்கிறது. அவன் பற்றிய செய்தியைச் சுமந்து வந்த வார்த்தைகளை நான் ஏன் என் காதுக்குள், இந்த அறைக்குள் தொலைபேசியின் துளைகள் வழியே நழுவவிட்டேன்? அவன் பற்றி வந்த இத் தகவலை நல்ல தகவல் அல்லது கெட்ட தகவல் எவ்வகையில் பொருத்திப் பார்ப்பது என்றே தெரியாதவளாக நான் இருக்கிறேன்.

எம்மிருவருக்குமிடையில் ஒரு இறந்தகாலம் இருந்தது. அதில் அவன் என் நேசனாகவும் ஒரு நல்ல நண்பனாகவும் இருந்திருக்கிறான். அந்த நுனியைப் பற்றிப் பிடித்தபடி நான் இப்பொழுது அவனது நினைவுகளை இழுத்துக் கொண்டிருக்கிறேனா? அல்லது அவன் சம்பந்தப்பட்ட நிகழ்வுகளை, நினைவுகளை முழுவதுமாக மறந்துவிட்டேனா என என்னையே நான் சோதித்துக் கொண்டிருக்கிறேனா ? அல்லது நானும் அவனைக் காதலித்தேனா ?

ஐந்து வருடங்களுக்கு முன்னதாக என் மனப் பிம்பத்தில் பதிந்திருக்கும் உருவத்தின்படி, அவன் அழகன். அழகன் என்ற ஒற்றைச் சொல்லுக்குள்

அவனை அடக்கி விட முடியாது எனினும் வேறுவழியில்லை. கம்பீரமானவனாகவும், உயரமானவனாகவும் ஏன் தேவதைப் பெண்கள் கூட வரிசையில் நின்று அவனை அள்ளிப் போவதற்குத் தயாராகும் தோற்றத்திலும் அவன் இருந்தான். ஒரு குழந்தையைப் போன்ற மனமுடையவனாக அவன் இருந்தான். அவனது நாட்களின் ஒவ்வொரு துளியையும் என்னிடம் ஒப்புவிப்பவனாக இருந்தான். அவனது உதடுகள் என்னிடம் உதிர்த்த சொற்களில் பொய்கள் இருக்கவில்லை. கபடங்கள் இருக்கவில்லை. எந்த எதிர்பார்ப்புகளும் கூட இருக்கவில்லை. எனினும் ஒரு சிறுகுழந்தை தனது உலக ஆச்சரியங்களைத் தன் தாயிடம் ஒப்புவிப்பதைப் போல அவனும் என்னிடம் ஒப்புவித்தபடி இருந்தான்.

இருவரும் ஒரே இடத்தில்தான் வேலை பார்த்தோம். அவனுக்கு மிகவும் பொறுப்பான வேலை. நான் அவனது உதவியாளாகச் சேர்ந்திருந்தேன். அன்பான மொழிகளில் வேலைகளைப் பற்றி சொல்லிக் கொடுத்ததில் அவனை எனது நண்பனாக ஏற்றுக் கொள்வதில் எனக்குச் சிரமமேற்படவில்லை. வேலை நேரங்கள் தவிர்ந்து நான் தங்கியிருந்த பெண்கள் விடுதி வரை அவன் தனது வாகனத்தில் என்னைக் கொண்டுவந்து விட்டுப் போகிறவனாகவும் இருந்தான். ஒரு கம்பீரமான மேலாளர் எனக்குச் சாரதி வேலை பார்ப்பதில் நான் கர்வப்பட்டேனோ என்னமோ? மறுக்கவில்லை.

சில நேரங்களில் கவிதையெனச் சொல்லிக்கொண்டு நான் கிறுக்குபவைகள் அவனுக்குப் பிடித்திருந்தன. சொல்லச் சொல்ல, சில நேரங்களில் சொல்லச் சொல்லியும் கேட்பான். அலை நுரைத்துக் கரையிலடிக்கும் கடற்கரையோரம் மாலை நேரங்களில் அவனிடம் கவிதை சொல்லியபடி அந்தியை ரசிப்பது எனக்கு மிகவும் பிடித்திருந்தது. இப்பொழுதும் பிடிக்கும். எனினும் அருகினில் கடலோ, கவிதை ரசிக்கும் துணையோ எனக்கு வாய்க்கவில்லை.

அவனது பிறந்தநாளொன்றின்போது, நினைவிருக்கிறது. அது அவனுடைய இருபத்தி ஏழாம் பிறந்தநாள். முதன்முதலாக அவன் வசித்த வீட்டுக்கு அழைத்தான். சம்மதித்த பின்னர் அந்த விடுமுறை நாளில்

அவனே விடுதிக்கு வந்து அழைத்துச் சென்றான். அன்று நான் வெள்ளை நிற உடையில் இருந்ததாக நினைவிலிருக்கிறது. அவ் வீட்டில் அவனை விடவும் மிகுந்த அன்புடையவர்களாக அவனது பெற்றோரை நான் கண்டேன். ஒரு தேவதையைப் போல இருப்பதாக அவனது அன்னை என் காதில் கிசுகிசுத்தார். அக்கணம் தொட்டு நானும் அவரை அம்மா என்றழைக்கலானேன்.

எனக்கு மட்டுமாகவே ஏற்பாடு செய்யப்பட்டிருந்த பிறந்தநாள் விழா அது. என்னை அவனது குடும்பத்திற்கு அறிமுகப்படுத்த பிரத்தியேகமாக ஏற்பாடு செய்யப்பட்டிருந்த விழா அதுவெனப் பின்னாளில் அறிந்தேன். அன்றைய தினம் அங்கிருந்து, அவன் அம்மாவுக்குச் சமையலில் உதவி செய்தேன். அப்பாவின் மூக்குக் கண்ணாடி துடைத்துக் கொடுத்தேன். அழகிய, அன்பான குடும்பமொன்றின் சூழலுக்குள் நான் ஆட்பட நேர்ந்ததையெண்ணி அன்றைய இரவில் நெடுநேரம் மகிழ்வில் விழித்திருந்தேன். பின்வந்த காலங்களில் எனது வார விடுமுறை நாட்கள் அவன் வீட்டில் கழிந்தன. விடுதியை விட்டு முழுவதுமாக வந்து விடும்படி அவனது பெற்றோர் அன்பாக நச்சரித்தபடி இருந்தனர்.

விவாகரத்துப் பெற்றுத் தந்தை ஒரு தேசத்திலும், தாய் இன்னுமொரு தேசத்திலும் தத்தம் துணைகளுடன் வசித்தபடியிருக்க சிறுவயதிலிருந்தே விடுதி வாழ்க்கை பழகி விட்டிருந்தது எனக்கு. அத்துடன் எனது சுயத்தை அல்லது சுயமரியாதை என என்னைச் சூழ எழுப்பிக் கொண்டிருந்த அரணை அக்குடும்பத்துக்காக இழக்க நான் விரும்பவில்லையோ என்னவோ, அவர்களது வேண்டுகோளை மறுத்தே வந்தேன். அதே எண்ணம்தானோ என்னவோ ஒரு அழகிய மழை நாளில் அவன் தன் காதலை என்னிடம் சொன்னபோது கன்னத்தில் அறைந்தது போல என் மறுப்பைக் காட்டமாகச் சொல்லச் செய்தது?

'உனது நேசத்தில் பொய்யிருக்கிறது. உனது கண்களில் கள்ளமிருக்கிறது. உனது நட்பில், உனக்கு மட்டுமே எனச் சொல்லிக்கொள்ள ஒரு சுயநலமிருக்கிறது. இத்தனை நாளாக நட்பாகப் பழகியதுவும் அன்பாகப் பேசியதுவும் இதற்குத்தானா? பழகத்

தொடங்கிய மூன்றாம் நாளில் ரோசாப்பூக் காகிதத்தில் இதயமும் அம்புக்குறியும் வரைந்து காதல் கடிதம் நீட்டும் எல்லா ஆண்களையும் போலவேதானா நீயும்? உன்னை மனதில் உயர்ந்த இடத்தில் வைத்திருந்தேன். இன்று அதிலிருந்து அதலபாதாளம் நோக்கி நீ குதித்துவிட்டாய். ஒரு நல்ல தோழனாகவும், நேசனாகவும் உன்னையே நினைத்தேன். இன்று ஒரு சுயநலவாதியாகவும், பொய்காரனாகவும், நட்பிற்குத் துரோகமிழைத்தவனாகவும் ஆகிவிட்டாய்' என ஒரு நல்ல நட்பைக் கொச்சைப்படுத்துவதாகச் சொல்லி அவனை வார்த்தைகளால் இம்சித்தேன்.

இப்பொழுது புலம்பிப் பயனென்ன இருக்கிறது? என்னிடம் காதலைச் சொன்ன அவனைக் காயப்படுத்தும் நோக்கில் அல்லது எனது இருப்பையும் கருத்தையும் நியாயப்படுத்தவேண்டி முட்டாள்தனமான முடிவொன்றை அப்பொழுதில் எடுத்தேன். அவனையும், அவனது குடும்பத்தையும் நிராகரிக்கத் தொடங்கினேன். அவனுடன் நானென்ன தொழில் பார்ப்பது என்று சுயகௌரவம் தடுக்க அவ் வேலையை உதறினேன். 'சரி. காதல் வேண்டாம். நட்பாகவே தொடர்ந்து பழகலாம்' எனத் திரும்பத் திரும்ப விடுதிவரை தேடி வந்த அவனது அன்பை காவல்காரனைக் கொண்டு விரட்டியடித்தேன். அவ்வளவு வதை செய்ய அவன் செய்த தவறுதான் என்ன? இப்பொழுது நினைத்துப் பார்த்தால் ஒன்றுமில்லை. ஆமாம் ஒன்றுமேயில்லை.

அந்த நேரத்தில் எனக்கென்ன தேவையாக இருந்தது? பணமா? இல்லை. எனது மூலங்கள் வசிக்கும் இரு தேசங்களுக்கும் ஒரு மின்னஞ்சல் அனுப்பினால் அது தேவைக்கும் அதிகமாகக் கிடைக்கும். பிறகு தொழில்? இல்லை. படித்திருக்கும் படிப்பு வேறு நல்ல தொழில்களை இலகுவாகத் தேடித்தரும். பிறகென்ன ? அன்புதானே ? எனது கிறுக்கல்களைப் பாராட்டவும், எனது துயரங்களைச் சொல்கையில் தோள் கொடுத்துத் தலை தடவவும் ஒரு ஜீவன் தானே? அந்த அன்பு அவனிடம் மிகைத்திருந்த பொழுது ஏன் அதை நிராகரித்தேன்? நட்பு என்ற முலாம் பூசிய காதலின் சுயநல உருவம் என அவனைத் தப்பாக நினைத்ததுதான் அவனை,

அவனது அன்பான குடும்பத்தை நிராகரிக்கத் தூண்டியதா? இல்லாவிடில் அனேகமாகச் சந்திக்க நேர்ந்த ஆண்கள் அனைவரும் போல எனதழகையும், தனித்திருக்கும் அவலத்தையும் கண்கொத்திப் பாம்பாக நோக்கிக் காதல் விண்ணப்பம் விடுத்ததில் காதல் மேல் எனக்கிருந்த வெறுப்பா?

எதுவோ ஒன்று. என்னையும் அவனையும் பிரித்திற்று. அவனைப் பழிவாங்குவதாக நினைத்து எனது தோழியொருத்தியின் அண்ணனொருவனைக் காதலித்து ஆமாம் நானே வலியப் போய்க் காதலித்துத் திருமணம் செய்துகொண்டேன். எனது அம்மாவுக்கும், அப்பாவுக்கும் இரு நாட்கள் கழித்து மின்னஞ்சலில் தகவல் சொல்லி அதிலேயே வாழ்த்துக்களும் பெற்றேன். எனது திருமணத்திற்கு அவனையோ, அவனது குடும்பத்தையோ ஒரு சம்பிரதாயத்துக்குக்கூட அழைக்கவில்லை. ஆனால் அவன் அழைத்தான். ஒரு ஏழைப் பெண்ணுக்கு எளிமையான முறையில் அவன் வாழ்வளித்தபொழுது எந்தவித அதிருப்திகளோ, பகைமை உணர்ச்சியோ இன்றி அவன் அழைத்தான். நான் செல்லவில்லை. அழைப்பிதழை பல நூறு துண்டுகளாகக் கிழித்தெறிந்தேன். அவனுக்குச் சமமாக அந்த ஏழைப் பெண்ணைக் காணத் திராணியற்று அல்லது நானமர்த்தப்பட வேண்டிய மணமேடையில் மங்களங்கள் சூழ இன்னொருத்தி அமர்ந்திருப்பதைப் பார்க்கச் சகிக்காமல் நான் அப்படிச் செய்ததாக இன்று என்னால் நியாயம் கற்பிக்க முடியும். எனினும் அன்றைய நாளில் முழுத் தவறும் செய்தவள் நானாகிறேன். இப்பொழுதும் வருந்துகிறேன்.

எல்லாம் நடந்து முடிந்து இன்று ஐந்து வருடங்களாகின்றன. பனி பொழியும் ஐரோப்பிய தேசமொன்றில் இயந்திர மகளாகத் தொழில் செய்து கொண்டு முரட்டுக் கணவனோடு வாழ்ந்து வருமெனக்கு அவனைப் பற்றிக் கிடைத்த தகவலைத்தான் இந் நாட்குறிப்பில் எழுதி வைக்க நினைக்கிறேன். இழந்த நாட்களின் குறிப்புக்கள் வானத்தில் சஞ்சரித்தபடியே இருக்குமோ? எல்லாவற்றையும் மீட்டெடுத்து எழுத்துக்களில் வார்த்துச் சேமிக்க முடியுமோ? இந்தக் குறிப்புகளை எழுதி

வைப்பதன் மூலம் அவனது நினைவுகளை பின்னொரு காலத்தில் மீட்டிப் பார்க்க விரும்புகிறேனா? எவ்வாறாயினும் எழுதி வைக்கலாம். இனித் தவறுகள் செய்யுமிடத்து மீட்டிப் பார்த்துத் தவறுகளைத் தவிர்க்கலாம். எழுதி முடித்த பின்னர் துணையின் பாசம் வரண்ட விழிகளிலிருந்து இந் நாட்குறிப்பை, இவ்வெழுத்துக்களை எப்படிப் பாதுகாப்பதெனப் பின்னர் யோசிக்கலாம். எழுதத் தொடங்குகிறேன்.

15.11.2008

முன்னர் வேலை பார்த்த அலுவலகத் தோழி இன்று மாலை தொலைபேசியில் அழைத்தாள். அவன் வேலையை விட்டு நீங்கிவிட்டானாம். மிகுந்த சம்பளத்துடனான வேலையை விட்டு நீங்கியதற்குக் காரணம் என்னவெனத் தெரியவில்லை என்றாள். அத்துடன் அவனது ஒரே குழந்தைக்கு என் பெயர் வைத்திருக்கிறான் என்ற தகவலையும் சொன்னாள். நீண்ட நாட்களுக்குப் பிறகு அவன் பற்றிய ஒரு செய்தி அறிகிறேன். மிகுந்த கனமுடைய அச்செய்தி என் அறை முழுதும் நிரம்பிப் பார்க்கும் இடமெல்லாம் ஆழ்சிந்தனையைத் தோற்றுவித்தபடி சிதறிக் கிடக்கிறது. அச்செய்தியைத் திரும்பவும் திரும்பவும் கேட்டுவிடத் திராணியற்றவளாக என்னை உணர்கிறேன். நான் அழுகிறேனா? சொல்லத் தெரியவில்லை. கண்கள் கலங்கியுள்ளன. ஆனால் கன்னங்களில் வழிந்தோடவோ, சிறு விசும்பல்களை உடைப்பதாகவோ இல்லை.....

சேகுவேராவின் சேற்று தேவதை

யோகராணிக்குக் குளிக்கச் சேறு இன்றிப் பெரிதும் அவதிப்பட்டாள். தோளில் சுமந்த நீண்ட பொலிதீன் பையோடு சேற்று நீர் தேடி ஊர் முழுதும் அலைந்தபடியிருந்தாள். பதினைந்து வருடங்களுக்கும் மேலாக அவள் குளித்து வந்த அழுக்குச் சேற்று வாய்க்கால் மூடப்பட்டுவிட்டது. மூடப்பட்ட காலம் தொட்டு அவள் அள்ளிக்குளிக்கப் பயன்படுத்தும் அகன்ற பெரும் அழுக்குச் சிரட்டையைப்போல, அவளும் தலையில் ஈரம் படாமலே வீதிகள் தோறும் சுற்றி வந்தாள். இத்தனைக்கும் ஊரின் மத்தியில் பெரிய ஆறு, நாணல்களைத் தொட்டபடி ஓடிக்கொண்டிருக்கிறது.

அவளுக்கென்று தனி இருப்பிடம் இல்லை. இருட்டிவிட்டால் போதும். எந்த இடத்தில் நிற்கிறாளோ அதற்கு அண்மையிலுள்ள வீட்டின் திண்ணையில், மாட்டுக்கொட்டகையில், கிணற்றடியிலெனத் தங்கிவிடுவாள். அவளால் யாருக்கும் எந்தத் தொந்தரவுமற்ற காரணத்தால் ஊரார் எதுவும் சொல்வதில்லை. இன்னுமொரு காரணம் இருக்கிறது. விடியலின் முதல் கிரணம் கண்டு அவள் விழித்தெழுந்து, எந்த இடத்தில் தங்கினாளோ அந்த இடம், முற்றம், கிணற்றடி என எல்லா இடத்தையும் மிகவும் நேர்த்தியாகக் கூட்டிச் சுத்தம் செய்துவிட்டு நகர்வாள். சூழ இருக்கும் குப்பைகளை எல்லாம் அள்ளிக் கொண்டு போவாள். தான் அழுக்காக இருந்தாளே ஒழிய சூழ இருந்தவைகளை ஒரு போதும் அழுக்கடைய விட்டதில்லை அவள்.

வீடுகளில் கொடுக்கப்படும் எஞ்சிய பாண், ரொட்டி, சோற்றுக்கென அவளது நீண்ட பொலிதீன் பைக்குள் ஒரு சிறிய பொலிதீன் பையிருந்தது. ஓரங்களில் கிழிந்து அழுக்கேறிய இன்னுமொரு உடுப்போடு ஒரு போர்வையையும் சுருட்டி அவள் அந்த நீண்ட பொலிதீன் பைக்குள் பத்திரப்படுத்தியிருந்தாள். அவ்வப்போது பார்த்துத் தனது அழகிய இறந்த காலத்தை மீட்டவென அந்தப் போர்வைக்குள் அவளது குடும்பப் புகைப்படமொன்றையும் ஒளித்துப் பாதுகாத்து வந்தாள்.

அவளது தங்கையின் பிறந்தநாளொன்றில் தனது கணவரோடு சேர்த்து மூவருமாக ஜானகி ஸ்டுடியோவில் போய் எடுத்துச் சட்டமிட்ட புகைப்படமது. யாரும் அருகில் இல்லாப் பொழுதுகளில் மட்டும் வெளியே எடுத்து அவ்வப்போது பார்த்துக் கண்ணீர் உகுப்பவள், பூனை அசையும் சிறு சலனத்துக்கும் பதறியவளாகப் படத்தை ஒளிப்பாள். மூளை பிசகிவிட்டதெனப் பெரியவர்களாலும், பைத்தியம் எனச் சிறுவர்களாலும் அழைக்கப்படுபவள் முன்னர் அழகானவளாகவும், அன்பானவளாகவும், மிகத்தூய்மையானவளாகவும் இருந்தவள்தான்.

எண்பதுகளின் இறுதிப்பகுதியில் அரசாங்கம் வழங்கிய கல்லூரி குவார்ட்டஸில் அவனும் யோகராணியும் தங்கியிருந்த காலப்பகுதியில்தான் ஜே.வி.பி குழப்பமென எல்லோராலும் அழைக்கப்பட்ட ஜே.வி.பி கலவரம் அவ்வூரிலும் உச்சத்தை எட்டியது. வசந்தனுக்கு ஆசிரியர் வேலை. அவ்வூரின் மத்திய கல்லூரியில் உயர்தர வகுப்புக்களுக்கு அரசியல் பாடம் கற்றுக்கொடுத்துவந்தான். நல்லவன். அவர்களது சொந்த ஊர் இதுவல்லவெனினும் இங்கு மாற்றல் கிடைத்தவனுக்குத் துணையாகத் தனது வாசிகசாலை உதவியாளர் பணியையும் விட்டுவிட்டு வந்த யோகராணி தையற்தொழிலைச் செய்துகொண்டு வீட்டோடு இருந்து வந்தாள்.

இக் கலவரம் ஆண்டாண்டு காலமாக நீடித்தது. இலங்கையின் வடக்கு கிழக்கில் இந்திய அமைதிப் படையினரின் பயங்கரவாதங்கள் இடம்பெற்றுக் கொண்டிருந்த காலப்பகுதியது. ஏனைய திசைகளிலெல்லாம் ஜே.வி.பி. கலகக்காரர்களின் பயங்கரவாதம்

இடம்பெற்றுக் கொண்டிருந்தது. தினமும் கலகக்காரர்களால் விதிக்கப்பட்ட ஊரடங்குச் சட்டம் தொடர்ந்தது. இரவுகளில் வீடுகளில் பெரும் வெளிச்சம் துப்பும் விளக்குகளை ஏற்றிவைப்பது கூடத் தடுக்கப்பட்டிருந்த காலமது. அதற்கும் மேலாக மின்மாற்றிகளும் மின்கம்பங்களும் கிளர்ச்சிக்காரர்களால் தகர்க்கப்பட தேசத்தின் ஊர்கள் தோறும் இருள்கள் சூழ்ந்தன. கம்யூனிசத்துக்கும், இடதுசாரிக் கொள்கைகளுக்கும் ஆதரவாகப் பெரும் படைகளாக பல்கலைக்கழக, கல்லூரி மாணவர்கள் திரண்டனர். தபாலகங்கள், அரச நிறுவனங்கள், அரச கட்டடங்கள் பலவற்றையும் உடைத்தும் எரித்தும் அழிக்க முனைந்தனர். பஸ், ரயில் போக்குவரத்துகள் ஸ்தம்பிதமடைந்தன. மீறி நகர்ந்தவை எரிக்கப்பட்டன. பாடசாலைகள், பல்கலைக்கழகங்கள் மறு அறிவித்தல் வரை இழுத்து மூடப்பட்டன. வீதிகள் வெறிச்சோடின.

கலகக்காரர்கள் தாங்கள் சொல்வதைச் செய்ய மறுக்கும் அனைவரையும் கொன்றார்கள். தமது பணத்தேவைகளுக்காக வீடுகள் புகுந்து கொள்ளையடித்தார்கள். ஆட்களைக் கடத்திக் கப்பம் கேட்டார்கள். அவர்களை அழித்து ஒழிக்க அரசு மேற்கொண்ட நடவடிக்கைகளும் தினமும் தொடர்ந்தன. தினந்தோறும் இரவுகளில் எல்லா வீதிகளிலும் காவல்துறையினர் மற்றும் கருப்புப்பூனைப் படையினர் ஜே.வி.பி கிளர்ச்சிக்காரர்களை வேட்டையாடவென வலம் வந்தனர். சந்தேகத்துக்குரியவர்களைக் கைது செய்தனர். அவ்வாறு கைது செய்யப்படுபவர்கள் மீண்டு வரமாட்டார்கள்.

யோகராணிக்கு ஒரு தங்கையிருந்தாள். பல்கலைக்கழகத்தில் படித்துக்கொண்டிருந்தவள் கம்யூனிசக் கொள்கைகளில் கவரப்பட்டாள். அதன் கூட்டங்களுக்குத் தவறாது சென்றுவந்தவள் படையினரால் தேடப்பட்டு வந்த பொழுது எப்படியோ தப்பித்து சகோதரியிடம் அடைக்கலம் தேடிவந்தாள். நள்ளிரவொன்றில் அவளுக்கான பதுங்குகுழி வீட்டின் அருகேயிருந்த காட்டுக்குள் வசந்தனாலும் யோகராணியாலும் தோண்டப்பட்டது. மேலால் குறுக்கே தடிகளிட்டு தென்னோலை, வாழை இலைச் சருகுகள் என மூடப்பட்ட குழியில் உமாவின் நாட்கள் கழிந்தன.

பகல் வேளைகளுக்கும் சேர்த்து இரவில் தயாரிக்கும் உணவினை யோகராணி எடுத்து வருவாள். பல இரவுகள் தங்கையுடனே பதுங்குகுழி இருளுக்குள் கழித்தாள். இடையிடையே தங்கையைத் தேடிப் படையினர் வீட்டுக்கு வரும் நாட்களில் நெஞ்சு பதறியபடி அவள் தம் வீட்டில் இல்லையெனப் பதிலளித்தார்கள் வசந்தனும் யோகராணியும். மழை நாட்களில் குழியினோரமாக நீரும், சேறுமாக ஒழுகி வழியும். தூங்க விடாமல் விஷப்பூச்சிகளும், தேளும், தவளையும் குழிக்குள் ஒதுங்கும். குளிருக்கும் சகதிக்கும் மத்தியில் உயிரற்ற பிணம் போல அச்சத்தில் உறைந்து கிடப்பாள் உமா.

இப்படியாக மூன்று மாதங்களுக்கும் மேலாக இருந்துவந்த வேளையில்தான் கல்லூரியில் வசந்தன் கற்பித்து வந்த வகுப்பறைக் கட்டிடம் ஒரு இரவில் கிளர்ச்சியாளர்களால் எரியூட்டப்பட்டது. தீப்பற்றியெரிவதைக் கண்ட கல்லூரி வளாக குவார்ட்டஸில் தங்கியிருந்த அவன் ஓடிவந்து வீதியில் நின்று நெருப்பு , நெருப்பெனக் கத்தினான். செய்வதறியாத அல்லது ஏதும் செய்யப் பயந்த ஊராட்கள் வேடிக்கை பார்த்தனர். இது குறித்து முதலில் காவல்துறைக்கும் அதிபருக்கும் அவன் தான் அறிவித்தான். கிளர்ச்சியாளர்களின் கோபம் அவனில் சூழ்ந்தது. கால வரைமுறையற்ற விடுமுறை கல்லூரியில் விடப்பட்டது.

இச்சம்பவத்திற்குப் பிறகு ஊருக்குள் தினந்தோறும் காவல்துறை விசாரணைகளும் கரும்பூனைப்படையின் கடத்தல்களும் அதிகரித்தன. கிளர்ச்சிக்காரர்களெனக் கண்டறியப்பட்டவர்கள், சந்தேகத்துக்குரியவர்கள் ஒவ்வொருவராகக் கரும்பூனைப் படையினரால் கைது செய்யப்பட்டனர். கடத்தப்பட்டனர். கடத்தப்பட்டவர்கள் வீதிகளினோரமும், மின்கம்பங்களிலும் சுடப்பட்டும் , எரிக்கப்பட்டும் ,வதைக்கப்பட்டும் பிணங்களாகக் கிடந்தனர். நதிகளில் பிணங்கள் மிதந்துவந்தன. ஊரிலிருந்த கிளர்ச்சிகளோடு சம்பந்தப்பட்ட இளைஞர்கள் காடுகளுக்குள் மரங்கள் மேலும், பதுங்குகுழிகளுக்குள்ளும் ஒளிந்து வாழ்ந்தனர்.

இவ்வாறான நாட்களின் ஒரு பிற்பகலில் ஊரார் அனைவருக்கும்

அடையாள அட்டைகளோடு கல்லூரி மைதானத்துக்கு வரச் சொல்லிக் காவல்துறையினரால் அறிவிப்புச் செய்யப்பட்டது. ஊரார் அனைவரோடும் வசந்தனும் யோகராணியுமாக எல்லோரும் வரிசையில் நிற்கவைக்கப்பட்டார்கள். கரும்பூனைப் படையினரால் கண்களிரண்டும் இருக்குமிடத்தில் மட்டும் துளையிடப்பட்டு முழுவதுமாகக் கறுப்பங்கி அணிந்து சாக்கினால் தலை மூடப்பட்ட உருவம் ஒவ்வொரு வரிசையாக படையினரோடு பொதுமக்களைப் பார்த்தபடி நகர்த்தப்பட்டது. முன்னமே கைதுசெய்யப்பட்ட கிளர்ச்சியாளனாக இருக்கக்கூடுமான அது தலையசைத்துக் குறிப்பால் காட்டியவர்கள் அனைவரும் கைது செய்யப்பட்டு வாகனங்களில் அடைக்கப்பட்டனர்.

அவ்வுருவம் வசந்தனையும் பார்த்துத் தலையசைத்த கணத்தில் யோகராணி அதிர்ந்தாள். பெருங்குரலெடுத்த அழுகை அவளையும் மீறி வெளிப்பட்டது. பாரிய வெளிச்சம் சுமந்த இடி அவள் தலையில் வீழ்ந்து வாழ்வினை இருளாக்கியது. மயங்கிவீழ்ந்தவளை வீட்டுக்குத் தூக்கிவந்து மயக்கம் தெளிவித்து அகன்றது கூட்டம். சித்திரவதை தாங்காமல் சொன்னானோ, அவர்களாகக் கண்டுபிடித்தார்களோ அன்றைய இரவிலேயே உமா ஒளிந்திருந்த காட்டுக்குள் கரும்பூனைகள் நுழைந்தன. அவள் கதறக்கதறத் தாக்கிக் கடத்தப்பட்டாள். காப்பாற்றவென மறித்த யோகராணிக்கும் பல அடிகள் விழுந்து இறுதியாகத் துப்பாக்கியின் பின்புறத்தால் பின்மண்டையில் அடிவாங்கி அவ்விடத்திலேயே மயங்கிவிழுந்தாள்.

அவ்விரவில் பலத்துக் கத்தியும் கதறியும் ஊராட்கள் எவரும் காப்பாற்றவென வரவில்லை. எல்லோரிடத்திலும் மிகுந்த அச்சம் சூழ்ந்த நாட்களவை. அடிபட்டுக்கிடந்தவள் முற்றத்தில் அப்படியே கிடந்தாள். மறுநாட்காலை கல்லூரி வாசலருகே டயர் போட்டுப் பாதி எரிந்த நிலையில் வசந்தனின் சடலம் கிடந்தது. உமா குறித்தான எந்தத்தகவலும் யாருக்கும் இன்றுவரைக்கும் தெரியவரவேயில்லை. காகங்களால் குதறப்பட்ட சடலத்தின் சதைத்துணுக்குகள் கல்லூரிக்கிணற்றில் மிதந்தன.

அப்பொழுதிலிருந்துதான் அவள் சித்தம் பேதலித்திருக்கக்கூடும்.

ஆட்சிகள் மாறின. கிளர்ச்சிக்காரர்கள் முற்றிலுமாக அழித்து ஒழிக்கப்பட்டனர். மீளப்பெற முடியாத்திசைகளில் அவளது வசந்தங்கள் தொலைந்தன. காலங்களுமாற்றாத் துயர்களைச் சுமந்து வாழத்திணிக்கப்பட்டாள். என்றோ உதித்து மறைந்த சேகுவேராவின் கருத்துக்களில் அவளது குடும்பம், வாழ்க்கை, சுயம் எல்லாம் அழிந்தது. நீண்ட அழகிய நதி நீரோட்டம், பழகிய வனங்கள், கடை வீதிகள், தெரியாத சனங்கள் அவளுக்கு அச்சமூட்டி அசைந்தன.

பகல் முழுதும் வயல்வெளிகளில் தங்கினாள். வயல்வரப்பினூடு ஓடும் சேற்றுநீரில் உடுத்த உடையோடு சிரட்டையால் அள்ளிக் குளிக்கப்பழகினாள். மழையென்றில்லை. வெயிலென்றில்லை. அவளுக்குக் குளிக்கவேண்டும். அதுவும் ஆனந்தமாகச் சிரித்துச் சிரித்து அவள் குளிப்பாள். வழியும் நீரின் சொட்டுக்களில் வசந்தனை, உமாவைக் காணுபவளாக இருக்கக்கூடும். குளித்துத் துடைத்து, உடை மாற்றி அதே வயல்வரப்பில் ஈர ஆடையைக் காயப்போட்டுவிட்டு அந்திநேரத்தில் ஊருக்குள் நடக்கத் துவங்குவாள்.

இப்பொழுது அவளுக்குப் பகலில் தங்கவும் குளிக்கவும் வாய்ப்பற்றுப் போனது. வயல்வெளிகள் மூடப்பட்டுப் பெரிய கட்டிடங்கள் கட்டப்பட்டுக்கொண்டிருக்கின்றன. குளிக்கச் சேற்றுநீர் தேடி ஊர் முழுதும் அலைந்தவள் ஓர் நாள் விடியலில் செண்பகமக்கா வீட்டுப் பாழடைந்த கிணற்றில் பிணமாக மிதந்தாள். குளிக்கவெனப் பாய்ந்திருக்கக் கூடுமென ஊருக்குள் பேசிக் கொண்டனர்.

நிழற்படங்கள்

நான் அப்படிக் கேட்டிருக்கக் கூடாதுதான். மிகவும் சோகத்துக்குள்ளான அந்த நண்பரது கண்கள் எனது கண்களை நேரே பார்த்தன. பின்னர் தாழ்ந்துகொண்டன. அறையிலிருந்த என் கணவர் 'என்னடா இது?' என்பது போல முறைப்புமில்லாமல் அதிகளவான திகைப்புமில்லாமல் கேள்வியோடு என்னைப் பார்த்தார். 'பொண்ணு வீட்டுக்கும் இந்த போட்டோவைத்தான் கொடுத்தீங்களா?' என்ற எனது கேள்வி, இயங்கிக்கொண்டிருந்த குளிரூட்டியின் சத்தத்தோடு யன்னல்களேதுமற்ற அந்த அறையின் எல்லாப்பக்கங்களிலும் பதில்களற்று உலாவருமென எனக்கு எப்படித்தெரியும்? நான் விளையாட்டாகத்தான் அதைக் கேட்டேன்.

சில நிகழ்வுகளையொட்டிக் கேள்விகள் தானாக உதித்துவிடுகின்றன. எல்லாக் கேள்விகளுக்கும் எல்லோரிடமும் பதில்கள் இருப்பதில்லை. சொல்ல வேண்டிய பதில்களைக் காலம் கொண்டிருக்கும். அதன் வாய்க்குள் புகுந்து விடைகளை அள்ளிவர எல்லோராலும் இயல்வதில்லை. அவ்வாறு இயலாமல் போனவர்கள் மௌனம் காக்கிறார்கள். இல்லாவிடில் சிரிக்கிறார்கள் அல்லது அழுகிறார்கள். வேறு ஏதேனும் சொல்லிச் சமாளிப்பவர்களும் இருக்கிறார்களெனினும் அந்தக் கேள்விக்கு அந்த மழுப்பல் உண்மையான பதிலென ஆகிவிடுவதில்லை.

அவ்வளவு நேரமும் சிரிப்பும் கேலியும் கிண்டலும் மிதந்து வழிந்தபடியும், பிறக்கப்போகும் எமது குழந்தைக்கான ஆடைகள்,

பொருட்கள் நிரம்பியுமிருந்த அறைக்குள் சில கணங்கள் மௌனம் வந்தமர்ந்தது. 'ஏதாவது சாப்பிடுறீங்களா?' எனக் கேட்டபடி கணவர்தான் அம்மௌனத்தைக் கலைத்துவிட்டார். கணவரது நண்பர் தனது நாட்குறிப்பும் ஆடைகளுமிருந்த பெட்டியில் மீண்டும் எதையோ தேடிக்கொண்டிருந்தார். அவர் எனக்கும் கணவருக்கும் காட்டிய பாஸ்போர்ட் புகைப்பட அளவான அவரது பதினைந்து வருடங்களுக்கு முன்னரான ஓர் நாளின் ஓர் கணத்தினை உள்ளடக்கிய இளமைக்காலப் புகைப்படம் அமைதியாகக் கட்டிலில் கிடந்தது.

கணவர் தான் அமர்ந்திருந்த கட்டிலிலிருந்து எழுந்தார். குளிரூட்டி திறந்து தோடம்பழங்களை எடுத்துக்கொண்டு வெளியே சென்று தோலுரிக்கத் தொடங்கினார். நண்பர் தனது நாட்குறிப்பினை எடுத்து அதன் முதல் பக்கத்தின் இடதுபுறத்திலிருந்த பொலிதீன் உறைக்குள் அப்புகைப்படத்தை வைத்துப் பத்திரப்படுத்தினார். அவர் அதில் எனது கணவரின் இப்போதைய வயதுகளில் மிகவும் இளமையாக இருந்தார். ஒரு காலத்தில் அவருக்கு முன்நெற்றியில் அடர்ந்த முடி இருந்திருக்கிறது. அவர் இன்றுதான் எமது நாட்டிலிருந்து வந்திருந்தார். மதியம் சாப்பிட்டுவிட்டு, வந்த களைப்புப் போகக் கொஞ்சம் தூங்கியெழுந்திருந்தார். அந்தப் புகைப்படம் பற்றித்தான் பேசிக்கொண்டிருந்தார். அதனை பாஸ்போர்ட் எடுக்கவென பதினைந்து வருடங்களுக்கு முன்னர் எடுத்தாராம். பின்னர் அதனையே வாகன அனுமதிப்பத்திரம் எடுக்கவும் விசாக்கள் எடுக்கவும் இன்ன பிற தேவைகளுக்கும் இன்றுவரை பயன்படுத்திக் கொண்டிருப்பதாகவும் சொல்லிச் சிரித்தார். அப்பொழுதுதான் நான் இந்தக் கேள்வியைக் கேட்டுச் சிரித்தேன்.

இவர் வருவதைப் பற்றி கணவர் முன்னரே சொல்லியிருந்தார். எனக்கும் அவருக்கும் திருமணமாகி இன்னும் முழுதாக ஒருவருடம் கூட ஆகவில்லை. ஒரு பெரிய வீட்டுக்குள் நாமிருவரும் மட்டுமென்பதால் தினம் எம்மிருவருக்கும் பேசப் பல விடயங்கள் இருந்தன. நேற்றைய இரவு இவர் பற்றிப் பேசிக்கொண்டிருந்தோம். உண்மையில் இருவரோ பலரோ சேர்ந்திருக்கும் இடத்தில் அங்கு இல்லாத ஒருவரது பெயரை அல்லது

நிகழ்வின் முனையொன்றை சபையில் இழுத்துவிட்டால் போதும். அவரது பிறப்பு முதல் இன்று வரை தானறிந்ததெல்லாம் அவரை அறிந்தவர்கள் ஒவ்வொருவர் வாயிலிருந்தும் வெளிப்படும். அவரது இதுவரையான நடவடிக்கை, நடத்தைகள் அலசப்பட்டு அங்கிருக்கும் நீதிபதிகளால் அவர் குறித்து தீர்ப்பெழுதப்படும். அதுதான் நேற்றைய இரவு எனக்கும் கணவருக்குமிடையில் நடந்தது.

வரப்போகும் நண்பர் குறித்து சும்மாதான் இவரிடம் கேட்டுவைத்தேன். அவருக்குப் பெண் பார்க்கப் புகைப்படம் கொடுக்கும் தேவையற்று அவராகவே அனாதை விடுதியொன்றிலிருந்து தனது மணப்பெண்ணைத் தேர்ந்தெடுத்தது எனக்கு நேற்றே தெரியும். ஆனாலும் இக் கேள்வி வெளிக்கிளம்பிய சமயத்தில் அது என் நினைவில் இருக்கவில்லை. எல்லோருடைய எல்லா நிகழ்வுகளையும் கொண்ட நினைவுகளைக் காவித்திரியும்படியான மனம் எல்லோருக்கும் வாய்ப்பதில்லை. நிச்சயமாக எனக்கு அது இல்லை.

நான் மிகவும் மறதியானவளென அம்மா கூடச் சொல்வாள். எனது தந்தைவழி, தாய்வழி தூரத்து உறவுகளை நெடுநாட்களின் பின்னர் சந்திக்கையில் நான் பல தடவைகள் அவர்களின் பெயர்களையும் அவர்களோடு எனக்கிருக்கும் உறவுமுறைகளையும் மறந்துவிடுவேன். பிறகு வந்து அம்மாவிடம் கேட்கும்பொழுதில் அம்மா இதனைச் சொல்வாள். அப்படியே என்னிடம் தனதும் அப்பாவினதும், அவர்கள் இருபுறத்தினதும் முந்தைய உறவுமுறைகள் குறித்தும் மிகவும் பொறுமையாக விலாவாரியாக சொல்லத் தொடங்குவாள். அம்மாக்கள் எப்பொழுதுமே பழைய ஞாபகங்களின் ஊற்றுக்கள். அவ்வூற்றுக்களைக் கிளறி பழங்கதைகள் கேட்பது எனக்கு மிகவும் பிடிக்கும்.

நேற்றிரவு கணவர் இந்நண்பரது காதல் குறித்துச் சொன்னபோதும் அப்படித்தான் கேட்டுக்கொண்டிருந்தேன். மிகவும் வசதியான குடும்பத்தைச் சேர்ந்த இவருக்கு வறிய குடும்பத்தைச் சேர்ந்த மாமா மகள் மேல் அறிந்தவயது முதல் காதல். இரு வீட்டினரும் ஒன்றும் சொல்லவில்லையாம். இவரும் இவரால் இயன்றவிதமெல்லாம் அந்த

வீட்டுக்கு உதவியிருக்கிறார். அந்தப் பெண் நல்ல அழகியாம். அழகான பெண்களெல்லாம் ஊரின் நிலாக்களென நினைக்கிறேன். எந்தத் தெருவில், எந்தப் பெண் அழகாக இருக்கிறாளென ஊரின் இளைஞர்கள் அறிந்தே வைத்திருக்கிறார்கள். பெண்களிடமும் ஆண்கள் குறித்து இது மாதிரியான பட்டியல்கள் இருக்கின்றன.

சொல்லவந்த விடயத்தை விட்டு வேறெங்கோ போய்க் கொண்டிருக்கிறேன். ஏனோ எனக்கு எல்லாவற்றையும் கோர்வையாகச் சொல்லத் தெரியவில்லை. அடிக்கடி இதுபோல ஏதேனும் சொல்ல வந்து வேறொன்றைப்பற்றிச் சொல்லிக் கொண்டிருப்பேன். சிறுவயது முதலே இப்படித்தான். பாலர் வகுப்பில் எனது பென்சில் திருடிக்கொண்டு போனவனை எனக்குத் தெரியும். ஆனாலும் வீட்டுக்கு வந்து அப்பாவிடம் சொல்லி அவர் அங்க அடையாளங்கள் கேட்டபோது வெள்ளைச் சட்டை, நீலக் களிசானென பள்ளிச் சீருடை குறித்துச் சொன்னேன். கோபத்துடன் கேட்டுக்கொண்டிருந்த அப்பா சட்டெனச் சிரித்துவிட்டார். வார்த்தைகள் எப்பொழுதும் இப்படித்தான். மனித உணர்வுகளை உடனுக்குடன் மாற்றும் வித்தைகளை அவை அறிந்திருக்கின்றன. அவற்றின் சாவிகளைக் கொண்டிருக்கின்றன.

அந்தப் பெண் மிகவும் அழகானவளென்பதோடு இவரை உயிருக்குயிராகக் காதலித்தாளாம். ஒரு சமயத்தில் இவருக்கு வியாபாரம் நொடித்து வெளிநாடு வர நேர்ந்ததும் இரு வீட்டாரும் சேர்ந்து இருவருக்கும் நிச்சயம் செய்துவிட்டு இவரை வெளிநாடு அனுப்பிவைத்திருக்கிறார்கள். அப் பெண்ணை எங்கோ கண்ட, இவரை விடவும் சொத்துக்கள் நிறைந்தவனாக இருக்கக் கூடுமானவொரு செல்வந்த இளைஞன், அவளை மணமுடிக்கவென ஆசைப்பட்டு இவரது மாமாவிடம் கேட்டபோது மறுப்பேதும் சொல்லாமல் இவரது மாமா முந்தைய நிச்சயத்தை முறித்து அவளை அவனுக்குத் திருமணம் செய்துகொடுத்து விட்டாராம். பணத்துக்கு எல்லாச் சக்தியுமுண்டென பலரும் சொல்வது உண்மையாக இருக்கக் கூடும். அல்லது அதனை எல்லோரும் போல நம்புகிறார்கள். அந்த நம்பிக்கைதான் பணத்துக்கு

அந்தச் சக்தியைத் திணிக்கிறது. பணமும், அது சார்ந்த நம்பிக்கையும் தான் பலரது வாழ்க்கையை வழிநடத்துகிறது, சீரழிக்கிறது.

அவளுக்குத் திருமணமானதை அறிந்து இவர் மிகவும் உடைந்துபோனார். நீண்ட காலக் காதலைத் தன் நெஞ்சிலே கொண்டிருந்த அந்தப் பெண்ணும் மிகவும் மனவேதனைப் பட்டிருக்கக் கூடும். அழுதிருக்கக் கூடும். திருமணத்திற்குச் சம்மதிக்க மாட்டேனென அடம்பிடித்திருக்கக் கூடும். பெண்ணை ஒரு விடயத்திற்கென வலியுறுத்துவது ஆணுக்கு மிக இலகுவான விடயமோ எனத் தோன்றுகிறது. அவளது பிடிவாதங்களை, உறுதியான முடிவுகளை உடைப்பதற்கென்றே ஆண்கள் பல ஆயுதங்களைத் தங்களிடம் கொண்டிருக்கிறார்கள்.

இப்படித்தான் எனது பக்கத்துவீட்டுப் பெண்ணுக்கு அவளது காதலனை மறந்துவிடும்படி சொல்லி அவளது பெற்றோர் முதலில் நன்றாகத் திட்டிப் பார்த்தார்கள். அடித்துப் பார்த்தார்கள். அவள் அசைந்து கொடுக்கவில்லை. அவளது அம்மாவும் அப்பாவும் விஷக் குப்பியைக் கையில் வைத்தபடி அவனை மறக்காவிட்டால் தாங்கள் செத்துப் போவதாகச் சொல்லி அழுதார்கள். அதுவரை அழுது பார்த்திராத அவளது அப்பாவின் கண்ணீர் அவளை அசைத்தது. ஆண்களின் கண்ணீருக்கு இளகிவிடும் தன்மை பெண்களிடம் இருக்கிறது போலும். அடிக்கு மிரளாதவள் அன்புக்கு அடங்கிப் போனாள். பிறகு இரவு தோறும் காதல் நினைவுகள் வாட்ட, தலையணையால் கண்ணீர் துடைத்தபடிக் கிடந்தவள் அடுத்தநாள் காலையில் அதே விஷத்தைக் குடித்துச் செத்துப்போயிருந்தாள். இப்படித் தாங்களே மகளைச் சாகடித்ததற்கு அவனுடனே சேர்த்து வைத்திருக்கலாமேயென அப்பாவும் அம்மாவும் பிணத்தினைப் பார்த்து ஒப்பாரி வைத்துக் கொண்டிருந்தார்கள். பல சாவுகள் தாங்கள் அமைதியாக இருந்து பார்த்திருப்பவர்களுக்கு பாடங்களைக் கற்றுக்கொடுக்கின்றன.

பக்கத்துவீட்டுப் பெண்ணெதற்கு? எனக்கே ஒரு காதலிருந்தது. ராகுலன் என்றொருவன். நேரில் பார்த்துக் கொண்டதில்லை. இணையத்தில் அறிமுகம். சில நாட்கள் தொடர்ந்து பேசியதில் காதல் வந்தது. பெண்கள்

தங்கள் பார்வையாலே ஆண்களைக் கவர்ந்து விடுவதைப்போல ஆண்களால் முடிவதில்லை. ஆண்களின் பார்வைக்குப் பெண்களிடம் அதிகளவான ஈர்ப்பில்லை. ஒரு பெண் நடந்துபோனால் திரும்பிப் பார்க்கும் பல ஆண்களுள் தனக்கான ஆணை மட்டும் கண்டுபிடிப்பது மிகவும் கடினமென அவள் உணர்ந்திருக்கிறாள். ஆண்கள் பெண்களைக் கவரவேண்டுமென்றால் பேசவேண்டும். மிக அழகான வார்த்தைகள் கூட வேண்டாம். அவனது அன்பு சொரியும் இலட்சியங்களை அவளறிய வைத்தால் போதும்.

ராகுலன் அப்படித்தான் பேசிக்கொண்டிருந்தான். அவனது இலட்சியமே ஒரு விதவைப் பெண்ணுக்கு வாழ்வு கொடுப்பதுதானென முதலில் சொல்ல ஆரம்பித்தபோது மிகவும் மகிழ்ச்சியாகிப் போய்விட்டது எனக்கு. புகைக்கும் பழக்கமோ, மதுப்பழக்கமோ தனக்கு கிஞ்சித்தேனும் இல்லை என்றான். பிற பெண்களிடம் வீணாகப் பேசுவது கூட இல்லையென்றான். எனது புகைப்படம் கேட்டான். அனுப்பி வைத்தேன். அதைப்பார்த்த கணத்திலிருந்து என்னைக் காதலிப்பதாக அழகிய வார்த்தைகளில் சொன்னான். இலட்சியம் என்னவாயிற்று என நான் கேட்கவில்லை. அவனனுப்பியிருந்த புகைப்படத்தில் நெற்றியில் திருநீரெல்லாம் இட்டு ஒரு அப்பாவித்தனமான களையை முகத்தில் காட்டியபடி புன்னகைத்துக் கொண்டிருந்தான். அவனைச் சாந்தசொரூபியெனக் கண்ட நான் காதலில் விழுந்தேன். தொடர்ந்தும் புகைப்படங்கள் பரிமாறிக் கொண்டோம். காதலை தினம் தினம் உரையாடல்களிலும் மின்னஞ்சல்களிலும் சொல்லிக்கொண்டோம்.

பின்பொருநாள் தற்செயலாக கல்யாணம் செய்து குடும்பமாக வாழ்வதை வெறுத்த முற்போக்குவாதித் தோழியிடம் அவளது காதலைக் குறித்துப் பேசிக்கொண்டிருந்த போது அவள் அவளது காதலனென்று சொல்லி ராகுலனின் புகைப்படங்கள் சில அனுப்பியிருந்தாள். அதில் ராகுலன் அரை நிர்வாணமாக, கையில் மதுப்புட்டியுடன், இரு பக்கமும் இரு பெண்களை அணைத்தபடி லேசாக ஆடிக்கொண்டிருந்தான். இது போலப் பல புகைப்படங்களைக் காட்டினாள். கல்யாணம் செய்யாமல்

சேர்ந்து வாழும் முற்போக்கு இலட்சியம் அவனிடமும் இருப்பதாகச் சொன்னதால்தான் தான் அவனைக் காதலிப்பதாகத் தோழி சொன்னாள். அவனுக்கு அவளிடம் வேறு பெயர். வேறு முகமூடி.

நல்லவேளை எனது பெற்றோருக்கு என்னைத் திட்டவோ, அடிக்கவோ, மிரட்டவோ வைக்காமல் நானாகவே அவனை விட்டும் நீங்கிக் கொண்டேன். ஒரு நம்பிக்கைத் துரோகியுடனான, ஒரு பெண்பித்தனுடனான காதலை அன்றொழித்தது தான். அதற்குப் பிறகு எப்பொழுதாவது அவனைப்பற்றி ஏதாவது செய்தி வந்துகொண்டிருக்கிறது. தன்னை இரண்டு கிலோ தங்கத்துக்கும் ஒரு வாகனத்துக்கும் விற்று ஒரு பணக்காரப்பெண்ணை அவன் திருமணம் செய்துகொண்டதாக சமீபத்தில் செய்தி வந்திருக்கிறது. அந்த மணப்பெண் மேல் மிகுந்த அனுதாபம் எனக்குள் தோன்றிக்கொண்டே இருக்கிறது. அவனோடு இன்னும் எத்தனை பொய்களை அவள் எதிர்கொள்ள வேண்டுமோ?

உண்மைக்காதல்கள் மட்டும் தான் எப்பொழுதும் துயரங்களைக் கொண்டிருக்கும். கசப்பு மருந்தின் வெளிப்புற இனிப்புப் பூச்சைப்போல துயரங்களுக்கு மேல்தான் உண்மைக்காதல் தடவப்பட்டிருக்கும். சிறிதாவது அதன் மேற்பகுதி உராய்ந்துவிடும் போது துயரச் சுவையை வெளிக்காட்டும். எனக்கும் இதே கதைதான். நான் ராகுலனை உண்மையாகவே நேசித்திருந்ததை அவனை விட்டகன்று விட்ட பின்னர்தான் உணர்ந்தேன். என் முதல் காதல் தந்த துயரை, வாட்டத்தை அப்பொழுதுதான் உணர்ந்தேன். நீண்ட நாள் உண்ணப்பிடிக்காமல், இணையம் வரப்பிடிக்காமல் பசியிலிருந்திருக்கிறேன். தாகித்திருந்திருக்கிறேன். அழுதுகொண்டே இருந்திருக்கிறேன். ஆனால் நான் பிரிந்த வருத்தம் அந்த நயவஞ்சகனுக்கு, ஏமாற்றுக்காரனுக்குக் கொஞ்சமேனும் இருந்திருக்காது. அவனுக்கென்ன? கடலில் ஒரே ஒரு அப்பாவி மீனா இருக்கிறது? தொடர்ந்தும் வலைவீசுவான். சிக்குவதையெல்லாம் சீரழித்துக் கொல்வான்.

இந்த நண்பர் பிறகு பல வருடங்களை மிகவும் கவலையோடு வெளிநாட்டிலேயே கழித்தார். முதலில் இழந்த காதலியை நினைத்து நினைத்தே தான் திருமணம் செய்ய மறுத்தவர் பிறகு நாட்டுக்குப் போய் வீட்டாரின் வேண்டுகோளுக்காகச் சம்மதித்து, தானே ஒரு அநாதை விடுதியிலிருந்து விபத்தில் சிக்கி முகத்தில் பல தழும்புகளைக் கொண்டிருந்த ஒரு பெண்ணைத் திருமணம் செய்து அவளை நல்ல வசதியாக, மகிழ்ச்சியாக வைத்திருக்கிறார். இரண்டு குழந்தைகள் கூட உண்டு. இவர் மணமுடிக்க இருந்த மாமா பெண்ணின் வாழ்க்கை சில வருடங்களில் துன்பத்துக்குள் ஆழ்ந்தது. அவளது கணவன் ஒரு விபத்தில் சிக்கி இடுப்பெலும்பு உடைந்து வீட்டில் இருக்கிறான். முன்பு போலவே அவள் தையல்வேலை செய்துதான் குடும்பம் நடக்கிறதாம்.

இவர் பல வருடங்களுக்கு முன் எப்பொழுதோ காதலித்ததை இன்னுமா நினைவில் வைத்திருக்கிறாரென எனக்கு ஆச்சரியமாக இருந்தது. கணவர் தோலுரித்து, தோடம்பழச் சுளைகளைத் தனித்தனியாக்கி ஒரு தட்டில் வைத்தெடுத்து வந்து அவரிடம் நீட்டினார். 'அவள் ரொம்பக் கஷ்டப்படுறா' எனச்சொன்னபடி குனிந்திருந்த தலையை நிமிர்த்திய நண்பரின் கண்கள் கலங்கியிருந்தன. அந்தக் கண்கள் என்றும் அழியாதவொரு காதலைச் சொல்லின.

தெருச் சருகுகள்

பிணத்தை மடியில் வைத்துக் கொண்டு, அதனைக் கொஞ்சுவதாகப் பாவனை பண்ணிக்கொண்டு எவ்வளவு நேரம்தான் உட்கார்ந்திருக்க முடியும்? புஷ்பமாலா தனது கால்கள் விறைத்திருப்பது போல உணர்ந்தாள். காலை நீட்டவும் முடியாது, வேறு விதமாக உட்காரவும் முடியாது என்பதால் மிகவும் அவஸ்தைப்பட்டுக் கொண்டிருந்தாள். உடுத்திருந்த அசுத்தமான சீத்தைத் துணி அவளை அக் குழந்தைக்குத் தாயாகக் காட்டியது. காலையில் வரும்போது குடித்த வெறும் தேனீருக்குப் பிறகு எதுவும் கிடையாது. மத்தியானப் பொழுதுக்கு வெயில் ஏறியிருந்தது. பசித்தது. ஏஜண்ட்காரன் எதையாவது சாப்பிடக் கொண்டுவருவான் என்ற மெல்லிய நம்பிக்கை மனதுக்குள் ஓடியது. ஆனால் நிச்சயமில்லை. விகாரையைத் தரிசிக்க வரும் யாராவது புண்ணியவான்கள் அவள் மேலோ அந்தக் குழந்தையின் மீதோ ஏதேனும் பரிதாபப்பட்டு உணவாக எதுவும் போட்டுவிட்டுப் போனால்தான் உண்டு. விரித்து வைத்திருந்த வெள்ளைத் துணியில் சில்லறைகள், பத்து, இருபது ரூபாய் நோட்டுக்கள் சேர்ந்திருக்கின்றனதான். அவற்றை எடுத்துக் கொண்டு போய் ஏதாவது வாங்கி வந்து உண்ணும் நப்பாசையும் உள்ளுக்குள் எழுந்தது. சாத்தியமில்லை. ஏஜண்ட்காரன் எங்கிருந்தாவது நோட்டம் விட்டுக் கொண்டே இருப்பான். அவனது பார்வையைத் தாண்டிப் போய் எதுவும் செய்ய முடியாது. அவ்வளவு தைரியமில்லை. போன வாரம் இப்படித்தான். பணம் ஏதாவது ஒளித்து வைத்திருக்கிறாளா என குமாரியின் ஆடையை

அவிழ்த்துப் பார்த்தார்கள். அவளால் ஒன்றும் செய்யமுடியாமல் போய்விட்டது. என்ன செய்ய முடியும்? வீரு வீரென்று பிரம்பால் அடிவாங்குவதை விடவும் 'பாருய்யா பாரு..எங்கேயும் எதுவும் மறைச்சு வைக்கல' என்று கத்தி அவளே உடுப்பை அவிழ்த்துக் காண்பித்தாள். அன்று முழுக்க அவள் எதுவும் சாப்பிடவில்லை. அழுது கொண்டே இருந்தாள்.

பிணத்தின் மீது இலையான்கள் மொய்த்துக்கொண்டே இருந்தன. அது பிணம் என்பது இலையான்களுக்கு எப்படியோ தெரிந்துவிட்டிருக்கிறது. இலையான்களால் எப்படியும் ஒரு பிணத்தை அடையாளம் கண்டுகொள்ள முடியும். இலையான்களால் மட்டுமல்ல. பிண வாடையை மோப்பம் பிடித்துத் தேடி வரும் நாய், பூனைகள் கூட பிணத்தை அடையாளம் கண்டு இழுத்துப் போக முயற்சிக்கும். அதனால்தான் புஷ்பமாலா பிணத்தைத் தனது மடியை விட்டு இறக்கவும் இல்லை. அங்கு இங்கென நகரவும் இல்லை. காசு போட்டுச் செல்லும் எவராலும் கூட அது பிணம்தான் என இன்னும் அடையாளம் கண்டுகொள்ள முடியவில்லை. அவர்கள் சந்தேகப்படக் கூட இல்லை. வெறுமனே அசுத்தமான ஆடைகளைப் பார்த்துக் கொண்டு அசூசை பட்டுக்கொண்டு தூரத்திலிருந்து காசை விட்டெறிந்துவிட்டுச் செல்கிறார்கள். எவனாவது கண்டுபிடித்து விட்டால் அவளும் அவளது கூட்டமும் சிறையில் கம்பியெண்ண வேண்டியதுதான். அவள் இதற்கு முன்பும் சிறைக்குப் போயிருக்கிறாள். அப்பொழுது அவள் சிறுமி. கஞ்சா வைத்திருந்ததற்காக அவளது அப்பாவைக் கைது செய்து கொண்டு போயிருந்தார்கள். அம்மாவுடன் அவள் அப்பாவைப் பார்க்கப் போயிருக்கிறாள். பொலிஸார் அடித்து அப்பா செத்துப் போனதால் அப்பாவைப் பிணமாகத்தான் வீட்டுக்குக் கொண்டு வந்தார்கள். புஷ்பமாலாவுக்கு எல்லாம் நன்றாக நினைவிருக்கிறது. அவளுக்கு அதுதான் பிரச்சினை. எதுவும் மறந்து தொலைய மாட்டேனென்கிறது. சின்னச் சின்ன விஷயங்கள் கூட நினைவிருக்கிறது. அவளும் பல விஷயங்களை மறந்துவிட தீராது முயற்சிக்கிறாள். ஒருபோதும் முடியவேயில்லை. முக்கியமாக மாதந்தோறும் அவளது வீட்டில் கிடக்கும் பிணங்கள். பல நாட்கள் இரவுகளில் அவள் தூங்காமல்

விழித்திருந்திருக்கிறாள். என்னதான் அவர்களின் வாயில் அலறிவிடாமல் இருக்க பழந்துணியைத் திணித்து அடைத்திருந்த போதிலும் அவர்கள் வாய்க்குள்ளேயே கதறும் சப்தம் அவளது கனவில் கூடக் கேட்டுக் கொண்டேயிருக்கிறது.

புஷ்பமாலா சலிக்காது இலையான்களை விரட்டிக் கொண்டிருந்தாள். யாராவது அவர்களைப் பார்த்துக் கொண்டு வருவதைக் கண்டால் குழந்தையைப் படுக்க வைத்திருந்த தொடையினை ஆட்டி தாலாட்டுவதுபோல மெலிதாக வாய்க்குள் முணுமுணுத்தாள். பச்சை நிற பழைய சீலையொன்றால் சுற்றி பிணத்தை அவளிடம் கொடுத்திருந்தார்கள். பிணம் என்பதாலோ என்னவோ அது பெரிதாய்க் கனத்தது போல உணர்ந்தாள். முகத்தை மட்டும் திறந்து மற்ற எல்லாவற்றையும் முழுவதுமாகச் சுற்றி மறைத்திருந்தாள். ஏனைய நாட்களிலென்றால் அவளுக்குத் தரப்படும் குழந்தை அசுத்தப்படுத்திக் கொண்டிருக்கிறதா என அடிக்கடி பார்க்க வேண்டியிருக்கும். சாயத் தேனீர் வாங்கி போத்தலில் நிரப்பிக் கொடுக்க வேண்டியிருக்கும். இன்று அந்தத் தொந்தரவு ஏதும் இல்லை. ஆனாலும் மனதுக்கு மிகவும் கஷ்டமாக உணர்ந்தாள். இன்றைக்கு தன் மடியிலிருக்கும் குழந்தைப் பிணம் நாளைக்கு எங்கிருக்குமோ? பிண வாடையை அவள் லேசாக உணர்ந்தாள். அதை அவளால் மட்டுமே உணர முடிந்தது. விகாரை வளவுக்குள் பரவலாகப் புகைந்து கொண்டிருந்த சந்தனத்திரி வாடையும், புத்தருக்குப் படைக்கப்பட்ட பூக்களின் நறுமணமும், பக்தர்களிடமிருந்து எழுந்த வாசனையும் பிண வாடையை எப்படியும் மறைத்துவிடக் கூடும் என்பதால் அவள் சற்று தைரியமாக இருந்தாள்.

புஷ்பமாலா குழந்தையைப் பார்த்தாள். அதன் சிவப்பு நிறம் கறுப்பாக மாறிக்கொண்டு வருவதைக் கவனித்தாள். தொடர்ந்தும் வைத்திருக்க முடியாது. எப்படியும் அழுகி விடும். விடிகாலையில் செத்துப் போயிருக்கிறது. இரண்டு நாட்களாக வயிற்றோட்டமும், வாந்தியும், காய்ச்சலுமென அவஸ்தைப்பட்டு இன்று அதிகாலையில் உயிரை விட்ட எட்டு மாதக் குழந்தை. வழமையாக ஏஜண்ட்காரன் வாடகைக்கு

எடுத்துவரும் குழந்தைதான். இவளுடன் இதற்கு முன்பும் பிச்சைக்கென இதே குழந்தையைக் கொண்டு வந்து தந்திருக்கிறார்கள். குழந்தைக்கு ஒரு நாள் வாடகை ஆயிரம் ரூபாய். எப்படியும் அதற்கு மேலேயே அது உழைத்துக் கொடுக்கும். அதற்காக மழையும், வெயிலும் பாராமல், ஒழுங்காக பால் கொடுக்காமல் தெருவில் காலை தொடக்கம் இரவு வரை வைத்திருந்தால் குழந்தை உடம்பு என்னவாகும்? அதிலும் அதனை அடிக்கடி அழ வைக்க வேண்டுமென்பதற்காக தூங்க விடாமல், வயிறு நிறைய விடாமல் பார்த்துக் கொள்ள வேண்டும். எவ்வளவுதான் தாங்கும் குழந்தை? ஆனாலும் அவளுக்குக் கிடைக்கும் ஊதியத்தை விடவும் அதிகமாக அந்தக் குழந்தையை வாங்கும்போதே அதன் தாய்க்காரிக்கு குழந்தையின் ஒரு நாள் வாடகையாக முழுமையாக ஆயிரம் ரூபாயைக் கொடுத்து விடுவார்கள். இல்லாவிட்டால் அதன் தாய்க்காரி சண்டைக்கு வந்துவிடுவாள் என்று தெரியும். காசைக் கண்ணில் காட்டாமல் குழந்தையைக் கொடுக்கவும் மறுத்துவிடுவாள். இந்தக் காலத்தில் பிச்சையெடுக்கவென குழந்தைக்கு எங்கு போவது? பிச்சைக்காரியின் கையில் குழந்தையொன்றைப் பார்த்தால்தான் பரிதாபப்பட்டு கொஞ்சம் அதிகமாகப் பிச்சை போடுவார்கள். பிச்சை போடுபவர்களின் மனிதாபிமானத்தின் அளவும், அப்போதைய கையிருப்பின் அளவும்தான் போடப்படும் பிச்சைத் தொகையைத் தீர்மானிக்கிறது என்பதை புஷ்பமாலா அறிவாள். ஒருவரைப் பார்த்தவுடனேயே அவள் அவர் குறித்து மதிப்பிட்டுவிடுவாள். இவரிடம் பிச்சை தேறுமா, எவ்வளவு தேறும் என்பதையெல்லாம் அவளது அனுபவ உள்ளுணர்வு சொல்லிவிடும். அது ஒருபோதும் பிழையாகிப் போனதில்லை. அவளது கையில் குழந்தையொன்றிருந்தால் அன்று எப்படியும் நிறைய காசு தேறும். பிச்சை போடுபவர்கள் தங்கள் வீட்டுக் குழந்தைகளை அக் குழந்தையோடு ஒப்பிட்டுப் பார்த்து பரிதாபப்பட்டு எப்படியும் பிச்சை போட்டு விடுவார்கள்.

வெள்ளை உடுத்திக் கொண்டு விகாரைக்கு வந்த பக்தர் கூட்டமொன்று அவளை நோக்கி வருவதைக் கண்டாள். குழந்தையின் தலை வைத்திருந்த

தொடையை ஆட்டிக் கொண்டே தாலாட்டொன்றை முணுமுணுத்தபடி, வந்த கூட்டத்திடம் கையை நீட்டி இறைஞ்சினாள். வந்தவர்கள் ஒவ்வொருவராக பத்து ரூபாய் நோட்டுக்களை அவள் விரித்திருந்த துணியில் போட்டுவிட்டுச் சென்றார்கள். அவள், அவர்கள் போகும்வழியையே பார்த்துக் கொண்டிருந்தாள். எப்படியும் இன்றைய வருமானம் ஐயாயிரத்தைத் தாண்டி விடும். காலையிலிருந்து எவ்வளவு பக்தர் கூட்டம்... எந்நாளும் இப்படியில்லை. வருடத்துக்குச் சில நாட்கள்தான். புத்தரின் பிறந்தநாள் வழிபாடுகளுக்காக அந்த விகாரை வருடந்தோறும் இந்த நாட்களில் எப்படியும் பக்தர்களால் நிறைந்துவிடும். வந்தவர்கள் தமது பாவங்களைக் கரைக்கவென்று உண்டியலிலும், பிச்சைக்காரர்களது தட்டுக்களிலும் காசுகளை இறைத்துக் கொண்டிருந்தார்கள். புஷ்பமாலா குழந்தையை அடுத்த தொடைக்கு மாற்றிக் கொண்டாள். எவ்வளவுதான் வெயிலடித்தபோதிலும், உஷ்ணமாக இருந்தபோதிலும் குழந்தை குளிர்ந்து விரைத்திருந்தது. வெள்ளைத் துணியில் சேர்ந்திருந்த ரூபாய் நோட்டுக்களை எடுத்து மடித்து, தான் உட்கார்ந்திருந்த துணியின் உள்மடிப்பில் செருகி வைத்தாள். விரித்து வைத்திருந்த வெள்ளைத் துணி நிறைய ரூபாய் நோட்டுக்களைப் பார்த்தால் எவரும் பிச்சை போட மாட்டார்கள் என்பது அவளுக்குத் தெரியும்.

அவளிருந்த சேரியில் அனேகருக்கு பிச்சை எடுப்பது என்பது முக்கியமான ஒரு தொழில். ஊர் உலகத்தில் ஏதாவது பண்டிகை நெருங்கும்போது ஏஜண்ட்காரர்கள் அந்தச் சேரியைத்தான் தேடி வருவார்கள். அந்தச் சேரி ஏஜண்ட், ஆளுக்கு இவ்வளவுதான் என எவ்வளவு சொல்வானோ அதை எடுத்து வைத்துவிட்டு அந்த சேரி வயோதிபர்களையும், சிறுவர், சிறுமிகளையும் கூட்டிச் சென்றுவிடுவார்கள். வருபவர்கள் மத்தியில் பத்தொன்பது வயது புஷ்பமாலாவுக்கு எப்பொழுதும் கிராக்கி இருக்கும். கறுப்பு நிறமும், மூக்கு வரை பிளந்த மேலுதடும், வளைந்த ஒரு கையும் அவளுக்கான வாடகையை அதிகப்படுத்தியிருந்தது. சேரி ஏஜண்டிடம் அவளுக்கான

வாடகையை மொத்தமாகக் கொடுத்துவிட்டு பண்டிகைக் காலங்களில் கண்டிக்கோ, அனுராதபுரத்துக்கோ, பொலன்னறுவைக்கோ அவளைக் கூட்டிக்கொண்டு செல்லும் ஏஜண்ட் அவளைத் திருப்பியனுப்பி வைக்கும்போது ஆயிரமோ இரண்டாயிரமோ கொடுத்து அனுப்புவான். ஒரு மாத காலத்துக்கும் மேலாக வெயிலிலும் மழையிலும் அவள் உழைத்ததற்கு அது மட்டும்தான் அவளிடம் எஞ்சும். அதை எடுத்துக் கொண்டு வீட்டுக்கு வரும்போது அவளது அம்மாவிடம் சேரி ஏஜண்ட் அவளுக்காகக் கொடுத்த காசு முழுவதுமாகத் தீர்ந்து போயிருக்கும். அம்மா, இவளிடமிருப்பதை நச்சரித்துக் கேட்டு வாங்கிக் கொள்வாள். ஆனாலும் அம்மாவை புஷ்பமாலாவுக்கு மிகவும் பிடிக்கும்.

பெரிய பெரிய ஆட்களெல்லாம் அவளது அம்மாவைத் தேடி வருவார்கள். ஒருமுறை ஒரு பிரபல நடிகையொருத்தி கூட அம்மாவைத் தேடி வந்திருந்தாள். கவனக்குறைவால் மூன்று மாத காலத்துக்கும் மேலாக வளர்ந்திருந்த கர்ப்பத்தை அம்மாதான் கலைத்து விட்டாள். சேரிக்குள் எல்லோருக்கும் இது தெரியும். யாரும் காட்டிக் கொடுக்கவில்லை. பொதுவாக அப்படி யாரும் காட்டிக் கொடுப்பதில்லை. சேரிக்குள் எல்லோருமே ஏதோவொரு தப்பான செயலைத்தான் தமது ஜீவனோபாயமாகச் செய்துவருகிறார்கள். நெருக்கமான வீடுகள், குறைந்த வசதிகள், தீய பழக்கவழக்கங்கள் காரணமாக ஒருவருக்கொருவர் சண்டை பிடித்துக் கொள்வார்கள்தான். கெட்ட கெட்ட வார்த்தைகளால் திட்டிக் கொள்வார்கள்தான். ஆனால் அதற்காக காட்டிக் கொடுக்க முடியுமா? அம்மாவுக்கு, புஷ்பமாலாவின் அக்காக்கள் இருவரும் இந்த வேலைகளில் உதவி செய்வார்கள். எப்படியும் மாதத்துக்கு நான்கைந்து பெண்கள் அம்மாவைத் தேடி வந்துவிடுவார்கள். ஆளைப் பார்த்து எடை போட்டு அதற்கேற்ப காசு வாங்கிவிடுவாள் அம்மா. கல்லூரி மாணவிகள் நிறையப் பேர் வருவார்கள். ஒரு தடவை பள்ளிக்கூட மாணவியொருத்தியும் வந்திருந்தாள். புஷ்பமாலா வயதுதான் இருக்கும். ஆளை, வயதை எல்லாம் பார்த்துக் கொண்டிருக்க முடியுமா? வரும்வரைக்கும் இலாபம். எப்படியும் இந்த வருடத்துக்குள் மூத்த அக்காவின் கல்யாணத்தை

நடத்திவிட வேண்டுமென அவளது அம்மா சொல்லிக் கொண்டிருக்கிறாள். அதிர்ஷ்ட லாபச் சீட்டுகள் விற்கும் சைமன் ஒரு நாள் அம்மாவிடமே நேரடியாக அக்காவைப் பெண் கேட்டிருக்கிறான். அம்மா, அக்காவிடம் அவளது விருப்பம் பற்றி எதுவும் கேட்கவில்லை. 'இந்த வருடத்துக்குள் அவனுடன் உனக்குக் கல்யாணம்' என உத்தரவாகச் சொல்லி விட்டிருந்தாள். சைமனின் அம்மா எப்பொழுதும் குடித்துக் கொண்டேயிருப்பாள். அவளுடன் எப்படியும் ஒரு வீட்டில் ஒன்றாக இருக்க முடியாது. அதனால் அக்காவுக்கென்று தனிக்குடிசையொன்று வாடகைக்கு எடுக்கவேண்டுமென அம்மா தேடிக் கொண்டிருந்தாள். அது இந்தச் சேரியைத் தாண்டி வேறெங்காவது இருந்தால் நல்லது என ஒருநாள் அவளது தலையில் பேன் பார்த்துக் கொண்டிருக்கையில் புஷ்பமாலா கூறினாள். அக்காவுக்குக் கோபம் வந்துவிட்டது. அதுதான் அக்கா. அவளுக்கு திடீர் திடீரென கோபம் வரும். எதற்கென்றில்லை. அதனாலேயே ஒரு இடத்தில் வேலை பார்க்க முடியாது. முன்பு பங்களாக்களுக்கு வேலைக்குச் சென்றவளால் அங்கெல்லாம் ஒரு கிழமைக்குக் கூடத் தாக்குப் பிடிக்க முடியாமல் வந்துவிட்டாள். அம்மா, அடி அடியென அப்படி அடிப்பாள். ஆனாலும் வீட்டுக்குள்ளேயே முடங்கிக் கிடப்பாளேயொழிய கோபத்தைக் கட்டுப்படுத்த சிறிதும் முயற்சிக்க மாட்டாள். 'எல்லோரும் சேர்ந்து என்னை இங்கிருந்து துரத்திடலாம்னு பார்க்குறீங்களா?' என அக்கா கத்தினாள். சின்னக்கா ஓடி வந்து சமாதானப்படுத்தினாள்.

புஷ்பமாலாவுக்கு மூத்தவளை விடவும் சின்னக்காவைத்தான் ரொம்பப் பிடிக்கும். அவள்தான் இவளுக்கு தலைக்கு ரிப்பன், முகத்துக்கு பவுடர் எல்லாம் வாங்கி வந்து கொடுப்பாள். புஷ்பமாலா எப்பொழுதும் தன்னுடன் வைத்திருக்கும் பச்சை நிறச் சீப்பு அவள் வாங்கிவந்து கொடுத்ததுதான். அவளுக்குத்தான் அந்த வீட்டில் முதன்முதல் கல்யாணம் ஆனது. கல்யாணம் என்பது விழா எடுத்துச் செய்வது என்றால் இது அப்படியில்லை. தனது பதினாறு வயதிலேயே பஸ் கண்டக்டராக வேலை பார்க்கும் ஒருவனுடன் ஓடிப் போய்விட்டாள். அவனும் இந்தச்

சேரிக்குள்தான் இருந்தான். இரண்டு நாள் கழித்து இருவரும் எங்கெல்லாமோ சுற்றிவிட்டு சேரிக்கு வந்தார்கள். அம்மா விளக்குமாற்றை எடுத்துக் கொண்டு அவர்களை அடிக்க ஓடினாள். 'எங்களை ஏதாவது செஞ்சே..நாங்க ஒன் தொழிலப் பத்தி பொலிஸ்ல சொல்லிடுவோம்' என்று அவன் மிரட்டினதும் அடங்கினாள். அம்மா எதற்கும் பயப்படுபவளில்லை. ஆனாலும் இந்த வார்த்தைகளுக்கு அவள் பயந்துதான் போனாள். 'எக்கேடு கெட்டும் போ' எனக் கத்திவிட்டு வீட்டுக்கு வந்தவள் அன்றைய நாள் முழுக்க வாசலில் துப்பிக் கொண்டே இருந்தாள். அசிங்கமாகிக் கூழான குழந்தைகளின் இரத்தக் கட்டிகளைப் பார்த்துக் கூட அவளுக்கு இதுவரை அப்படியொரு அறுவெறுப்பு தோன்றியதில்லை. புஷ்பமாலாவின் அப்பாவைப் புதைத்த அன்றுகூட அப்படித்தான். வந்திருந்த எல்லோரையும் தாண்டிப் போய் துப்பி விட்டு வந்து கொண்டிருந்தாள். ஒரு சொட்டுக் கண்ணீர் கூட வரவில்லை அவளுக்கு.

புஷ்பமாலாவுக்கும் அப்பாவைப் பிடிக்காது. எப்பவுமே போதையிலிருப்பவனை எவருக்குத்தான் பிடிக்கும்? அவளது அப்பாவுக்கு நிரந்தரத் தொழிலில்லை. கஞ்சா கடத்துவான், தெருவோரத்திலிருக்கும் வாகனங்களின் பாகங்களைத் திருடி விற்பான், தப்பான தொழில் செய்யும் பெண்களுக்கு ஆள் பிடித்துக் கொடுத்து கமிஷன் வாங்குவான். புஷ்பமாலாவை பிச்சைக்கார ஏஜண்டுக்கு முதன்முதலில் விற்றதும் அவன்தான். அப்பொழுது அவளுக்கு நான்கு வயது கூட பூர்த்தியாகியிருக்கவில்லை. கூட்டிப் போனவன் காலை முதல் மாலை வரை பேருந்துகளில் ஏற்றி பிச்சை எடுக்க வைத்தான். 'அம்மா, அப்பா யாருமில்லை. பசிக்குது' என அழுது பிச்சையெடுக்கச் சொன்னான். அவளுக்குச் சும்மாவே அழுகை வந்தது. 'அம்மா, அம்மா' என அரற்றினாள். முதல் நாளே நூறு ரூபாய்க்கும் மேலான வருமானத்தைப் பெற்றுக் கொடுத்து விட்டாள். ஒரு ராசியான பிச்சைக்காரியாக அவள் ஆனது அன்றிலிருந்துதான்.

செத்துப் போயிருந்த குழந்தையின் தாய் இவளை நம்பித்தான்

குழந்தையைக் கொடுத்திருந்தாள். குழந்தையைக் கூட்டி வரவென விடிகாலையில் சக யாசகர்கள் எல்லோருடனும் வேனில் இவளும் போயிருந்தாள். யாரும் வேனை விட்டு இறங்கவில்லை. ஏஜண்ட் போய்ப் பார்த்துவிட்டு வந்து 'அது செத்துப் போயிருக்கு' என்றான். இவள் பதறிப் போய், வேனை விட்டு இறங்கிப் போய்ப் பார்த்தாள். நிலத்தில் கிடத்தப்பட்டிருந்த குழந்தைக்கருகில் சாய்ந்து படுத்திருந்த அதன் அம்மா இவளைக் கண்டதும் எழுந்து அழத் தொடங்கினாள். இவள் அருகில்போய் அந்த அம்மாவினது முதுகை தனது வளைந்த கையால் தடவிக் கொடுத்தாள். அந்தக் குழந்தைக்கு தந்தை இல்லை. 'வளர்ந்து பெரியவளாகி விட்டிருந்தாலும் அதன் அம்மாவைப் போல தப்பான தொழிலுக்குப் போயிருக்கும். அப்படிப் போகவில்லையாயினும் ஊரும் உலகமும் என்னவெல்லாம் பேசி அதன் மனதை நோகடிக்கும். நல்ல விதியைக் கொண்டு பிறந்திருக்கிறது அது. அதனால்தான் கொஞ்சநாளிலேயே மண்ணுக்குப் போகும் அதிர்ஷ்டம் அதற்கு வாய்த்திருக்கிறது' என புஷ்பமாலா நினைத்துக் கொண்டாள். ஏஜண்ட்காரன்தான் தவியாய்த் தவித்துக் கொண்டிருந்தான். வெசாக் நாளும் அதுவுமாக குழந்தை இல்லாமல் பிச்சையெடுக்கப் போனால் காசு அதிகமாகத் தேறாது எனப் பொருமினான். 'ரெண்டாயிரம் தந்துட்டு வேணும்னா புள்ளயக் கொண்டுபோ..அந்திக்கு கொண்டு வந்து கொடுத்துடு. நாறிப் போறதுக்கு முன்ன புதைச்சிறணும்...புதைக்கிற செலவுக்குக் கூடப் பணமில்ல' என்று குழந்தையின் அம்மா சொன்னதும்தான் அவன் முகத்தில் ஒரு சாந்தம் தோன்றியது. அவன் அதனை எதிர்பார்க்கவில்லை. அந்த யோசனை அவனுக்குக் கூட வரவில்லை. இரண்டாயிரம்தானே? தங்க முட்டையிடும் வாத்து. கொடுத்துவிட்டால் போச்சு. அடிக்கடி துணி மாற்ற வேண்டாம். தேனீர் வாங்கிக் கொடுக்க வேண்டாம். எந்தத் தொந்தரவும் இருக்காது. பொம்மையைத் தூக்கிக் கொண்டு போய் திருப்பிக் கொண்டு வந்து கொடுப்பதுபோல கொடுத்து விடலாம். அதனை வைத்து இரண்டாயிரத்துக்கும் அதிகமாகவே உழைத்துவிடலாம். அழுது கொண்டிருப்பவளிடம் பேரம் கூடப் பேசவில்லை. பிணத்துக்கு மேலால்

நிறைய வாசனைப் பவுடர் தூவி பழந்துணியால் நன்றாக சுற்றியெடுத்து புஷ்பமாலாவிடம் கொடுத்தான். அவள் தயக்கத்துடன் வாங்கிக் கொண்டாள். அந்தியானதும் குழந்தையைக் கொண்டு வந்து அதன் அம்மாவிடம் ஒப்படைத்துவிட்டு அதைப் புதைக்கும்வரை கூடவே இருக்கவேண்டும் எனதீர்மானித்துக் கொண்டாள்.

தூரத்தில் ஏஜண்ட்காரன் வருவது தெரிந்ததும் இன்னும் கடுமையாகப் பசித்தது. ஏஜண்ட்காரனைப் பார்த்ததுமே அவன் முகத்தில் இருக்கும் ஒரு அப்பாவித்தனம்தான் முதலில் தெரியும். ஆனால் பொல்லாதவன். முரடன். அப்படியிருக்காவிட்டால் அந்தப் பிச்சைக்காரர்களை கட்டிமேய்க்க முடியாதென்பதை அவன் அறிவான். ஆனாலும் புஷ்பமாலா மேல் அவனுக்கு தனிப்பட்ட பாசம் உண்டு. அனுராதபுரம், பொலன்னறுவை, கண்டி, கதிர்காமம், கெச்சிமலை என எல்லாப் புனித இடங்களுக்கும் அவனுடன் போயிருக்கிறாள். எல்லா இடங்களிலும் அவளைப் பரிவுடன்தான் கவனித்துக் கொண்டிருக்கிறான். 'பன்சலை வாசல்ல தன்ஸல் கொடுக்குறாங்க.. ஆளுக்கு ஒரு பார்சல் சோறுதான் கொடுப்பாங்களாம். வரிசையில நிக்கணும்..பிள்ளையத் தூக்கிட்டு வா' என்றான். புஷ்பமாலா மடியில் கனத்த பிணத்தைக் கைகளில் ஏந்திக் கொண்டு மெதுவாக எழுந்தாள். தான் உட்கார்ந்திருந்த துணியை, காசு எதுவும் கீழே விழுந்து விடாமல் பத்திரமாகச் சுற்றியெடுத்துக் கொள்ளும்படி சொன்னாள். அவன் அதனைச் சுற்றியெடுத்து, தான் கொண்டு வந்திருந்த பைக்குள் போட்டுக் கொண்டு முன்னே நடந்தான். அவனைத் தொடர்ந்த புஷ்பமாலாவுக்கு அவன் அவளது கணவன் போலவும், அந்தப் பிணம் அவர்களது குழந்தை போலவும் தோன்றியது. அவள் அப் பிணத்தை நெஞ்சோடு அணைத்தபடி தாலாட்டுப் பாடலை முணுமுணுத்தபடி நடந்தாள்.

ஒற்றைச் சுவடு

ஒளி பட்டுத் தெறிக்கும்
முகம் பார்க்கும் கண்ணாடி
சுமந்துவரும் விம்பங்கள் பற்றி
மெல்லிய காற்றிற்கசையும் திரைச்சீலைகளிடமும்
சொல்லப் படாக் கதைகள் இருக்கின்றன

தரை,சுவர்,தூண், கூரையெனப்
பார்த்திருக்கும் அனைத்தும்
வீட்டிற்குள்ளான ஜீவராசிகளின்
உணர்வுகளையும்
அத்தனை ரகசியங்களையும்
அறிந்தே இருப்பினும் வாய் திறப்பதில்லை

' ஆதித்யா, உன் தனிமை பேசுகிறேன். கேட்கிறாயா? '
' நான் தனித்தவனாக இல்லை. இந்தச் சாலையோர மஞ்சள் பூக்கள்,

காலையில் வரும் தேன்சிட்டு, புறாக்கள், கிளிகள், மைனாக்கள், எனது எழுத்துக்கள் என எனைச் சூழப்பல இருக்கத் தனித்தவனாக இல்லை. நீ பிதற்றுகிறாய். வழி தவறி வந்திருக்கிறாய்'

'இல்லை. உன் மனதுக்கு நீ தனித்தவன். இதுவரையில் நீ வாழ்ந்த வாழ்க்கையில் ஒரு முகமூடியை அணிந்தபடியே ஊர்கள் தோறும் சுற்றி வந்திருக்கிறாய். நீ நீயாக இருந்ததில்லை. இப்பொழுதும் ஒப்புக் கொள்ள மறுக்கிறாய். நீ ஆதித்யா. ஆனால் ஆதித்யாவாக என்றும் நீ இருந்ததில்லை. உனது சுயத்தை வெளிக் காட்டத் தயங்கியபடி உள்ளுக்குள் மருகுகிறாய்.'

'உன்னிடம் என்னைப் பற்றிய விளக்கம் கேட்க வேண்டிய அவசியம் எனக்கென்ன இருக்கிறது? நீ யார்? எதற்கு வந்திருக்கிறாய்?'

'இந்த அலட்சியம், யாரையும் மதிக்காத அகம்பாவம், எல்லாவற்றிலும் நான் மட்டுமென்றான திமிர், பணம் சம்பாதிப்பதை மட்டுமே வாழ்வின் குறிக்கோளாகக் கொண்டிருக்கும் சுயநலம், உனது தேவைகளுக்கு ஏற்றவிதத்தில் உருமாறிக் கொள்ளும் பச்சோந்தித்தனம், முக்கியமாக எதையும், யாரையும் புரிந்துகொள்ளாத அல்லது புரிந்துகொள்ள முயற்சிக்காத முன்கோபம் இவையெல்லாம்தான் இன்றென்னை உன்னருகில் அழைத்துவந்திருக்கிறது.'

'சரி. இருந்துவிட்டுப் போகட்டும். எனக்கு நீ வந்திருப்பது பிடிக்கவில்லை. அதுவும் கேள்விகளோடு... கேள்விகள்... கேள்விகள்.. கேள்விகள். உன் வருகையின் நோக்கமென்ன?'

'நானாக வரவில்லை. அன்பே உருவான ஸ்ரீயைப் பிரிந்தாய். நான் தானாக வந்துவிட்டேன். நான் வரக்கூடாதெனில் ஏன் அவளையும் பிரிந்தாய்? இது உனது முதல் மனைவிக்குப் பிறகான நான்காவது காதல். அவளை நேரில் பார்க்காமலே வந்த காதல். அசிங்கங்களுக்குள் வாழ்ந்த உன்னைத் தூய்மைப்படுத்தி அருகிலமர்த்திக் கொண்டவளை உதைத்து நீ வந்திருக்கிறாய். நான் வந்துவிட்டேன்.'

'ஆம். அவளைப் பிரிந்தேன். அவளென்னை நிம்மதியாக இருக்கவிடவில்லை. என்னை அடிமைப்படுத்தப் பார்த்தாள். அவள்

சொல்லும்விதமெல்லாம் நான் நடந்துகொள்ள வேண்டுமென எதிர்பார்த்தாள். மீறினால் வாதித்தாள்.'

'எதனால் அவள் அப்படி நடந்துகொள்கிறாள் என யோசித்தாயா? ஒரு கணமேனும் அது குறித்து அவள் நிலையிலிருந்து சிந்தித்தாயா?'

'எதற்கு சிந்திக்கவேண்டும்? நான் நானாகத்தான் இருப்பேன். அவளுக்காக நான் ஏன் என்னை மாற்றிக்கொள்ளவேண்டும்?'

'நீ மாற்றிக் கொண்டிருக்கத்தான் வேண்டும். ஏனெனில் நீதான் அவளைத் துரத்தித் துரத்திக் காதலித்தாய். ஒத்துவராதெனச் சொல்லி அவள் விலகி விலகிப் போனபோது அவள் குறித்துக் கவிதைகள் பாடினாய். உனது குருதியைத் தொட்டுக் கடிதம் எழுதி அவளை உன் பக்கம் ஈர்த்தாய். அவள் உனக்காக அவள் முடிவை மாற்றிக் கொள்ளவில்லையா? நீ மாற்றிக் கொள்வதில் உனக்கென்ன தயக்கம்?'

'அவளுக்கு என் மேல் நம்பிக்கையில்லை. அதனால் தான் மாறச் சொல்கிறாள். நான் ஆண். அவளையும்விட மூத்தவன். பல அனுபவங்களைக் கற்றவன். அவள் சொல்வதைக் கேட்கவேண்டுமென்ற கடமையோ அவசியமோ எனக்கில்லை.'

'அவள் இளமை மிகுந்த அழகி. இதுவரையில் எக்காலத்திலும் உன்னைத் தவிர்த்து எவருடைய காதலுக்கோ, வேறு எச் சலனத்துக்கோ இடம் கொடுக்காதவள். எப்பொழுதும் அவளைச் சூழவும் மிகுந்த அன்பானவர்களை மட்டுமே கொண்டவள். அப்படிப்பட்டவள் உன் மேல் நம்பிக்கையில்லாமலா தனது தாய்நாட்டை விட்டு, பெற்றவர்கள், உடன்பிறப்புகள் அனைத்தையும் விட்டு உன்னுடன் உனது நாட்டுக்கு வந்துவிடுவேன் எனச் சொன்னாள்? நீயழைத்தது போல் அவள் அப்படி உன்னை அழைத்திருந்தால் நீ போவாயா? மாட்டாய். நீ செல்ல மாட்டாய். அவளில்லாவிட்டால் இன்னொரு அழகி. இன்னொரு அப்பாவிப்பெண். மடங்கா விட்டால் பெருவிரலின் ஒரு துளி இரத்தம், சில கவிதைகள் போதுமுனக்கு.'

'நீ அதிகம் பேசுகிறாய்.'

‘உண்மையைப் பேசுகிறேன். நீ இதுபோல அவளைப் பேசவிடவில்லை. அவள் இதையெல்லாம் சொல்லியிருந்தால் அடங்காப்பிடாரி என அவள் பற்றி உன் சகாக்களிடம் பகிர்ந்துகொண்டிருப்பாய். வழமை போலவே அவர்களிடத்தில் உன்னை நல்லவனாகக் காட்ட அவள் குறித்துத் தீய பிம்பங்களை உருவாக்கிப் புலம்பித்தீர்த்திருப்பாய். ’

‘இல்லை. அவளும் பேசினாள். இது போல அல்லது இதைவிடவும் அதிகமாக அவள் பேசினாள். எனக்குக் கட்டுப்பாடுகள் விதித்தாள். எனது சுதந்திரத்தை அவளது வார்த்தைகளுக்குள், சத்தியங்களுக்குள் அடக்கினாள்.அவள் சொன்ன சிலவற்றை செய்யத்தானே செய்தேன். இருந்தும் போதவில்லை அவளுக்கு. தினமும் இன்னுமின்னும் புதுப் புதுக் கட்டளைகளோடு வந்தாள். ’

‘சரி. அந்தக் கட்டளைகளால் இதுவரை உனக்குத் தீயவை எதேனும் நடந்ததா சொல். எல்லாவிதத்திலும் உனது உயர்ச்சியைச் சிந்தித்துத்தானே அவள் தன் எண்ணங்களை உன்னிடத்தில் சொன்னாள். நீ நடந்து கொண்ட விதமும், உனது வாழ்க்கை முறையான தீய நடத்தைகளும் அப்படியவளை விதிக்கச் செய்தன. நீ ஒழுங்கானவனாக இல்லை. இதனாலேயே உன் முதல் மனைவி விஜியையும் பிரிய நேர்ந்த தென்பதனை நீ மறந்துவிட்டாய். பின்னர் உனது பணத்தினை மொய்த்தபடி இரவுகளுக்கு நிறையப் பெண்தோழிகள். அது இன்றுவரையிலும் தொடருகின்றதென்பதனை ஒரு தூயவள் எப்படி ஏற்றுக் கொள்வாள்? நீ அவளை மெய்யாலுமே காதலித்திருந்தாயெனில், அவளது நேசமும் அன்பும் மட்டுமே உனக்குப் போதுமெனில் அவள் சொல்லுமுன்பே உன் தீய சினேகிதங்களை விட்டிருக்கவேண்டுமல்லவா ? உனது துர்நடத்தைகளை விட்டும் நீங்கியிருக்கவேண்டுமல்லவா ?’

‘அவள் என்னை அடிமையாக்கப் பார்த்தாள். ’

‘மன்னிக்கவும். திருத்திக்கொள். அவள் உன்னை நல்வழிப்படுத்த முயற்சித்தாள். உன்னை நேர்வழியில் கூட்டிச் செல்லவெனக் கைகோர்த்து நடந்தாள். வீணாகும் உனது நேரங்களைச் சுட்டி உனது எழுத்துக்களில் நீ

பெரிதாக ஏதாவது சாதிக்க வேண்டுமென விரும்பினாள். நள்ளிரவிலும், நேரம் காலமின்றியும் உனக்குத் தொலைபேசும் ஒழுக்கம் தவறிய பெண்களின் அருகாமையைத் தவிர்க்கச் சொன்னாள். உனக்கது பிடிக்கவில்லை. உனக்குக் காதலியும் வேண்டும். இரவுகளில் கன்னம் தடவப் பெண் தோழிகளும் வேண்டுமென்றால் எந்தத் தூயவள் ஏற்றுக் கொள்வாள் ? ஓரிரு நாள் பொறுத்துப் பார்த்தாய். காதல் குறித்த அழகிய உவமைகள் கொண்டும், பிதற்றல்கள் கொண்டும் அவளது கோரிக்கைகளை நிறுத்தப் பார்த்தாய். உனது வார்த்தைகளைத் தடிக்கச் செய்தாய். விஜி தீக்குளித்த அன்றும் உனது வார்த்தைகள்தானே தடித்தன? ஒவ்வொரு காதலும் உன்னை விட்டு நீங்கிய பொழுதாவது அவற்றிலிருந்து பாடம் கற்றுக்கொண்டிருக்க வேண்டாமா நீ ? '

' நீ பழையவற்றைக் கிளறுகிறாய். '

' சரியாகச் சொன்னாய். நீ இன்னும் பழைய குப்பைகளை உன் வாசலில், உனது முகத்துக்கு நேராகவே வைத்திருக்கிறாய். அகற்றவும் மறுக்கிறாய். அதற்கூடாகவே அவளையும் அழைக்கிறாய். குப்பைகள் சூழ வாழ்ந்து பழகாதவள் நாற்றம் தாங்காமல் அதை அகற்றச் சொல்கிறாள். உனது சுவாசத்திற்காகச் சோலைகளை வழிகளில் நிறுத்துகிறாள். நீயாகப் புறந்தள்ளி இன்னுமின்னும் குப்பைகளைச் சேகரித்துக் கொண்டு மீண்டும் மீண்டும் நாற்றங்களில் மெய்மறக்கிறாய். அவளென்ன செய்வாள் விட்டுப் போவதைத் தவிர.'

'அவள் சொன்ன ஒரு சிலவற்றையாவது நான் செய்திருக்கிறேன் .ஆனால் அவள் எனக்காக இதுவரையில் அணுவளவாவது ஏதேனும் செய்திருக்கிறாளா ? '

'இதற்குத்தான் அவள் நிலையில் உன்னை வைத்துச் சிந்திக்கச் சொன்னேன். அவள் உன்னைப் பற்றி, உனது உயர்ச்சி பற்றி ஒவ்வொரு கணமும் யோசித்ததால்தானே உனக்கு நல்ல அறிவுரைகள் சொன்னாள். அவள் இதுவரையில் உன்னை நேரில் கூடப் பார்த்ததில்லை. நீ அவளுக்குக் கிடைப்பாயென்ற நிச்சயமேயில்லை. இருந்தும் உன்னை மிகவும் நல்வழிப்படுத்த முயற்சித்தாள். மெய்யான அன்போடு தனது

ப்ரியத்திற்குரிய எழுத்தையும் உனக்காக விட்டுவிட்டு தனது சொந்தங்கள் எல்லாவற்றையும் துறந்து உன்னுடன் வந்து, உனக்காகவே வாழ்கிறேன் என்றாள். . உன்னுடன் வாழவந்த பிறகும் உனக்குப் பிடித்தவகையில் சமைத்து, உனக்குப் பிடித்தவகையில் உடுத்தி, உனக்குப் பிடித்தவகையில் உறவாடி உன்னுடனே இருந்திருப்பாள். இதைவிடவும் வேறு என்ன வேண்டும் உனக்கு ? என்ன எதிர்பார்க்கிறாய் நீ ? உனது தவறுகள் குறித்து எந்தக் கேள்வியும் கேட்காதவளையா? அதற்கு நீ ஒரு பொம்மையைக் காதலித்திருக்கவேண்டும். ஒழுக்கம் நிறைந்த ஒரு பெண்ணையல்ல. '

' நான் என்ன செய்யவேண்டுமென நீ சொல்ல வருகிறாய்? '

' இந்தக் காதலிலிருந்தாவது , இந்த அனுபவத்திலிருந்தாவது பாடம் கற்றுக் கொள். உனது வீண்பிடிவாதங்களையும் துர்நடத்தைகளையும் தீய சினேகங்களையும் உனை விட்டும் அப்புறப்படுத்து. நீ தவறு செய்தால் அடுத்தவர் மேல் பழியினை ஏற்றித் தாண்டிப் போகப் பார்க்காமல் அது உனது தவறுதானென ஒத்துக்கொள். மீண்டும் அத் தவறு நிகழாமல் பார்த்துக் கொள். '

' சரி. நானும் அவள் மேல் அன்பாகத்தானே இருந்தேன்.'

' அன்பு இருந்திருந்தால் அதனை உள்ளுக்குள் வைத்திருந்ததில் என்ன பயன்? இருவரும் அருகிலிருந்தாலாவது அன்பைச் சொல்ல ஒரு புன்னகை, ஒரு சிறு தொடுகை போதும். பகிர்ந்தருந்தும் தேனீர்க்கோப்பை போதும். ஆனால் கடல் கடந்து, தேசங்கள் கடந்து காதல் கொள்பவர்களுக்கு அன்பைச் சொல்ல எழுத்துக்களும் பேச்சும் மட்டும்தானே உள்ளன. அவற்றில் ஏன் உன் அன்பைக் காட்டவில்லை ? யார் யாருக்காகவோ கவிதை, கதை எனக்கிறுக்குமுன்னால் அவளுக்கான காலை வணக்கத்தை ஏன் அன்பைக் குழைத்தனுப்ப முடியவில்லை ?'

' இப்பொழுது நான் என்ன செய்யவேண்டும் என்கிறாய்? '

' உனது தீய நடத்தைகளை விட்டொழி. யாருக்கும் வாக்குறுதியளிக்கும் முன்பு இரு தடவைகள் யோசி. கொடுத்த வாக்குறுதியை மீறாதே இனிமேல் உன்னை நேசிக்கும் எவர்க்கும் உனது அன்பினைச்

செய்கைகளாலும் நடத்தைகளாலும் வார்த்தைகளாலும் வெளிப்படுத்து. நீ நீயாக இருந்து அவளது விருப்பப்படியே எழுத்துக்களில் சாதித்துக்காட்டு.'

'சரி. செய்கிறேன். அவள், அவளது அன்பு எனக்கு மீளவும் வேண்டும். கிடைப்பாளா?'

'முதலில் இப்படி அழுவதை நிறுத்து. ஒன்று அவளில்லையேல் வாழ்க்கையே இல்லையென்று விசித்து விசித்தழுகிறாய். இல்லாவிடில் இனி மகிழ்ச்சியாக வாழ அவள் நினைவுகள் மட்டுமே போதுமெனச் சொல்லிச் சொல்லிச் சிரிக்கிறாய். முதலில் ஒரு நல்ல மனநலவைத்தியனிடம் போய் முழுமையாக உன்னைப் பற்றி எடுத்துரைத்து சிகிச்சை பெற்றுக்கொள். யதார்த்தம் உணர். சூழவும் பார். இப்பொழுது கூட உன்னையே நீ இரண்டாம் நபரென எண்ணி உன்னுடனே நீ சத்தமாகக் கதைத்துக்கொண்டிருக்கிறாய். . காலை நடைக்காக வந்திருப்பவர்கள், வீதியில் செல்பவர்கள், பால்காரன், பத்திரிகை போடுபவன் என எல்லோரும் வீதியோரம் அமர்ந்திருக்கும் உன்னைப் பைத்தியக்காரன் எனச் சொல்லி வேடிக்கைப் பார்க்கிறார்கள் பார்.'

பேரழகியும், அறபுநாட்டுப் பாதணியும் !

அவனுக்கு முன்னால் போய்க்கொண்டிருந்த பெண் சடாரென விழுந்ததில் அவன் மிகவும் அதிர்ச்சியுற்றான். சொந்த ஊரிலிருந்தால் ஓடிப்போய் உதவியிருக்கலாம். கிராமத்து மனது ஒரு கணம் பதறியது. இப்பொழுது என்ன செய்வதென்று தெரியாமல் சுற்றுமுற்றும் பார்த்தவனின் விழிகளில் யாருமே தட்டுப்படவில்லை.

மத்திய கிழக்கு மண்ணின் சூடான மதியப் பொழுது எவரையுமே வெளியில் இறங்கவிடாது. பன்னிரண்டு மணிக்கு அத்தனை அலுவலகங்களும் உணவு இடைவேளைக்காக மூடப்பட்டால் மூன்று அல்லது நான்கு மணிக்கே மீண்டும் திறக்கப்படும். கடும் பசியிலிருந்தவன் சூட்டையும் பொருட்படுத்தாது மதிய உணவுக்காகப் போய்க் கொண்டிருந்தான்.

அது இரண்டு வங்கிகளுக்கு இடைப்பட்ட சிறிய ஒழுங்கை. வாடிக்கையாளர்கள் வங்கியின் பின்புறத்தில் தமது வசதிகளைப் பிரபலப்படுத்தும் வாகனங்களை நிறுத்திவிட்டு வரவேண்டி இருந்தது. கீழே விழுந்து அறபுமொழியில் முனகியவள் இருபதின் வயதுகளுக்குள் ஒரு அழகியாக இருந்தாள். ஈரான் அல்லது லெபனான் தேசத்தவளாக இருக்கவேண்டும். அவர்களது ஆடைகள்தான் இந் நாட்டில் இப்படி அரைகுறையாக இருக்கும்.

ஒரு கூலித் தொழிலாளியாக இந்நாட்டிற்கு வேலைக்காக வந்திருந்தவன் ஏற்கெனவே கருப்புத்தான் எனினும் பாலைவன வெயில்

அவனை இன்னும் கருக்கச் செய்திருந்தது. ஏற்கெனவே தனது அழகினால் பெருந்திமிர் பிடித்தவள் போலக் காணப்பட்டவள் எழுந்து கொள்ளச் சிரமப்பட்டு இயலாதவளாக இவனை நோக்கிக் கை நீட்டியதில் அவனுக்கு மிகவும் சங்கடமாகப் போயிற்று.

ஒரு அழகி அவனை நோக்கிக் கையை நீட்டியதில் சங்கடமுற்றவன் அவளுக்குதவ அக்கணத்தில் தன்னை விட்டால் யாருமில்லை என்பதைப் புரிந்துகொண்டவனாக அவளைக் கையைப் பிடித்துத் தூக்கிவிட்டான். அவளது கைகள் மிகவும் மென்மையாக இருந்ததில் அவனுக்குத் தன்மேலேயே கழிவிரக்கம் தோன்றிற்று. இதுவரையில் எந்தப்பெண்ணினதும் கைகளைப் பற்றியிராத அவனது கைகள் காய்த்துப்போனவையாக இருந்தன. தங்கைகள் இருவரும் வயதுக்கு வந்த பின் அவர்களது கைகளைக் கூடப் பற்றியதில்லை. கல்லுடைக்கப் போகும் அவர்களது கைகளும் கூடக் காய்த்துப்போய்த்தான் இருக்கும்.

உயர் ரக வாசனையோடு இருந்த அவள் ஜீன்ஸூம், அதற்குப் பொருத்தமான சட்டையும், அரை அடிக்கும் சற்றுக் குறைவான அடி உயர்ந்த பாதணிகளும் அணிந்திருந்தாள். அவனுக்கு அப்பாதணிகள் மிகப்பெரிய ஆச்சரியத்தை அளித்தன. அவன் அம்மாவோ, தங்கைகளோ இது போன்ற செருப்புக்களை அணிந்த பெண்களைப் பார்த்திருக்க மாட்டார்கள். அவர்களென்று மட்டுமில்லை. கூலி வேலைகளுக்காக மட்டுமே வீட்டை விட்டு வெளியில் இறங்கும் அவனது ஊர்ப் பெண்களெவரும் கூடப் பார்த்திருக்க மாட்டார்கள்.

அந்த நாட்டுக்கு வந்த சிலநாட்களிலேயே இது போன்ற பாதணிகள் அணியும் பலரைப் பார்க்க நேர்ந்தாகிவிட்டது. ஆனாலும் அதற்கான வியப்பு மட்டும் அவனை விட்டும் இன்னும் விலகவில்லை. மாமர்பிள்கள் பதிக்கப்பட்ட தரையில் புது லாடமடித்த குதிரையொன்றின் குளம்புகளின் சத்தத்தோடு சிலர் நடக்க வினோதமாகப் பார்த்துமிருக்கிறான். அவனுக்கு ஒதுக்கப்பட்ட சிறு அறையில் அப்பாதணிகளை அணிந்து தான் நடப்பதாகக் கற்பனை செய்து முன்விரல்களால் நடந்து பார்த்து

நொந்திருக்கிறான். அவனைப் பொறுத்தவரையில் அப்பாதணிகளை அணிபவர்கள் மிகத் திறமை வாய்க்கப்பெற்றவர்கள்.

அவன் பார்த்துவரும் காலந்தொட்டு அவன் அம்மா என்றைக்குமே சாதாரண செருப்புக் கூட அணிந்ததில்லை. அவரது அடிக்கால்கள் கூடப் பித்தவெடிப்பாலும், கல்குவாரியில் நிறைந்திருக்கும் சிறுகற்களால் குத்தப்பட்டுக் காய்த்துத் தடித்துப் போயிருக்கும். அதில் எந்த உணர்ச்சிகளும் தெரிவதில்லை என்றுகூடச் சொல்வார்.

தங்கைகளுக்கு ஸ்கூலுக்குப் போட்டுச் செல்லவென்றும் கூலி வேலைக்குப் போகும்போது போட்டுச் செல்லவென்றும் இரண்டு சோடி றப்பர் செருப்புக்கள் இருந்தன. ஸ்கூலுக்குப் போட்டுச் செல்லும் செருப்புக்கள் மட்டும்தான் ஒரே நிறத்தில் ஒரே அளவோடு இருக்கும். அதையும் வீட்டுக்கு வந்ததுமே கழுவி மூலையில் வைத்து விடுவார்கள். மற்றைய சோடி எப்பொழுதோ ஸ்கூலுக்குப் போட்டுச் சென்று வார் அறுந்ததாகவோ, நன்றாகத் தேய்ந்துபோனதாகவோ இருக்கும்.

இவன் கூட அப்படித்தான். ஊர்ப்பாடசாலைக்குச் செருப்பு மட்டுமே போட்டுச் சென்றான். மேற்படிப்புக்காகப் பக்கத்து நகரத்துக்குப் போய்வர நேர்ந்தபோது போக மிகவும் தயங்கினான். ஊர்ப்பாடசாலைக்குத் தன் கல்வி மூலம் நல்லபெயர் வாங்கித் தந்தவனுக்குப் பரிசாக அதிபர் ஒரு சோடிச் சப்பாத்துக்களைப் பரிசளித்தார். மனம் பூராவும் மகிழ்ச்சி எதிரொலிக்க அவற்றை வீட்டுக்குக் கொண்டுவந்த அன்று அவன் தங்கைகளும் ஆசையோடு போட்டுப்பார்த்தார்கள். இந்த மாத சம்பளத்தில் தங்கைகளுக்கு நல்ல செருப்பு இரண்டு சோடி வாங்கி வைக்கவேண்டுமென எண்ணிக் கொண்டான்.

அந்தப்பாதணி தடுக்கியதில்தான் அவள் விழுந்திருக்கவேண்டும். எழுந்து நின்றுகொள்ளச் சிரமப்பட்டாள். ஒரு அடிபட்ட பாம்பினைப் போல 'ஸ்ஸ்ஸ்' என்று முனகினாள். ஒரு அடி எடுத்துவைத்து மேலும் முடியாமல் அவளாகவே அவன் தோளினைப் பிடித்துக்கொண்டாள். பின்னர் அறபு மொழியில் அவள் சொன்னதெதுவும் அவனுக்குப் புரியவேயில்லை.

அவன் புரியவில்லை என்பது போல சாடை செய்தான். பிறகு அவள் ஆங்கிலத்தில் கூறியதை வைத்தும் தூரத்து நிழலில் நிறுத்தியிருந்த சிவப்பு நிறக்காரினைக் காட்டியதைக் கொண்டும் அவள் கார் வரையில் நடந்து போக அவனை உதவும் படி கூறுகிறாள் என்பதனைப் புரிந்துகொண்டான்.

'தயக்கமில்லாம வெளிநாட்டுக்குப் போ ராசா.. நீ எங்கேயோ போயிடுவே' என்று விசா வந்த அன்று அம்மாவுடன் ஊர் ஜோஸியக்காரரைப் பார்க்கப் போனபோது ஜோஸியக்காரர் சொன்னது சம்பந்தமேயில்லாமல் இப்பொழுது நினைவில் வந்தது. அவள் அவனை விடவும் உயரமானவளாக இருந்ததில் அவனது தோளைப் பற்றியிருந்தாள். அவளது மறுகரம் அவன் கரத்தினைப் பற்றியிருந்தது. வாழ்வின் மிகப்பெரும் தயக்கம் அவனைப் போர்த்த அவன் அவளை அழைத்துச் சென்றான்.

காரின் அருகினில் போய்ச் சேர்ந்ததும் அவள் அதற்கான சாவியை விட்டுத் திறந்து சாரதி இருக்கையில் உடல் மெல்ல நுழைத்து அமர்ந்து கொண்டாள். இவன் நகர முற்பட்ட வினாடி 'மீண்டும் ஒரு உதவி' என்றாள். அவள் தன் கைப்பையிலிருந்து பேனையை எடுத்து அவனது உள்ளங்கையை நீட்டச் சொல்லி அதில் நான்கு இலக்கங்களை எழுதினாள். அவனுக்கு அன்று நடப்பதெல்லாம் பெரும் ஆச்சரியத்துக்குரியதாகவும் குழப்பமளிப்பதாகவும் இருந்தது. தன் வாழ்விலேயே அன்றுதான் பெரும் அதிர்ஷ்டம் வாய்ந்த தினமாக எண்ணிக் கொண்டான்.

அவள் மீண்டும் தன் கைப்பையிலிருந்த வங்கியிலிருந்து பணமெடுக்கும் ஏடீஎம் கார்டினை எடுத்து நீட்டினாள். அவன் புரிந்து கொண்டவனாக எவ்வளவு எனச் செய்கையில் கேட்டான். அவள் திரும்பவும் அவன் உள்ளங்கையினை வாங்கி 5000/= என எழுதி பணம் எடுத்துவரும்வரையில் காரில் காத்திருப்பதாகச் சொன்னாள்.

அவள் காசு எடுப்பதற்காகத்தான் அந்த ஒழுங்கையால் போயிருக்கவேண்டும். ஒழுங்கையின் மூலையில் வங்கிக்கு முன்னால் இரு ஏடீஎம் மெஷின்கள் இருந்தன. அவன் தன் அதிர்ஷ்டத்தை எண்ணி வியந்தவாறே மீண்டும் ஒழுங்கையால் ஓடினான். மெஷின்கள் வழங்கிய

அறிவுறுத்தல்களின் பிரகாரம் அவன் தன் உள்ளங்கையைப் பார்த்தவாறு செயல்பட வேண்டியிருந்தது. அந்த அரேபிய நாட்டில் ஆகக் கூடுதலாக ஒரு நாளைக்கு எடுக்கக் கூடிய தொகை 5000/= மாத்திரமே.

கார்டினைப் போட்டுப் பணம் எடுப்பதும், இவ்வளவு பெருந்தொகையை ஒரே முறையில் எண்ணிப்பார்ப்பதுவும் அவனுக்கு இதுவே முதல் முறை. ஏடீஎம் மெஷின் இருந்த அறைக்குள் பல தடவைகள் அப்பணத்தினை எண்ணிப்பார்த்தான். புது உலகத்தில் மிதப்பவனாகத் தன்னை உணர்ந்தான். திரும்பவும் காரை நோக்கி ஓடிப்போனான்.

அவள் உள்ளங்கை அளவேயான சிறு கண்ணாடியொன்றில் பார்த்து தன் உதடுகளுக்குச் சாயமிட்டுக் கொண்டிருந்தாள். அவனிடமிருந்து பணத்தினை எண்ணி வாங்கியவள் கணக்கின் மீதியைக் கேட்டாள். அவனுக்குப் புரிந்தும் புரியாமலுமிருந்தது. மீண்டும் அவனிடம் கார்டினைக் கொடுத்தவள் 'பேலன்ஸ் ரிஸீட்' எனச் சொல்லிப் புன்னகைத்தாள். மறுக்க வழியின்றி அதனை வாங்கிக் கொண்டு மீண்டும் மெஷினுக்கு ஓடினான்.

பசி ஒரு பக்கம் வயிற்றினைக் கிள்ளத் தன் மேலே ஒரு கணம் கோபம் கூட வந்தது. மறுகணம் 'எத்தனை பேருக்கு வாய்க்கும் இப்படிப்பட்ட அழகியின் நம்பிக்கை? யாரென்றே அறியாத என்னிடத்தில் எவ்வளவு நம்பிக்கையோடு கார்டினையும் ரகசிய இலக்கங்களையும் தருகிறாள்?' என எண்ணியவாறே பேலன்ஸ் ரிஸீட்டோடு ஓடி வந்து பார்க்க, கார் அங்கிருக்கவில்லை.

என்னவாயிற்று இவளுக்கு? அப்படியென்ன அவசரம் அதற்குள்? அவனுக்கு எதுவும் புரியவில்லை. வெயில் வியர்வையின் ஊற்றுக்களைப் பெருகச் செய்திருந்தது. சில நிமிடங்கள் அங்கு நின்று பார்த்தபின்னர் அவள் தன்னைத் தேடி முன்புறமாக வந்திருப்பாளோ என்ற எண்ணம் தோன்றவே மீண்டும் மெஷினுக்கருகில் ஓடிவந்தான்.

அங்கும் அவள் இல்லை. பசியும்,வெயிலும் அவனது உடலுக்கு ஒரு உதறலைத் தந்திருந்தது. அவள் மீண்டும் அவனைத் தேடிவருவாள் என

நம்பினான். வெயிலிலிருந்து தப்பிக்க ஏடீஎம் மெஷினிருந்த சிறு அறைக்குள்ளே சில நிமிடங்கள் காத்திருக்கும் போதே முன் வீதியில் அந்த வாகனம் வந்து நின்றது.

அதிலிருந்து நால்வர் இறங்கி மெஷினிருந்த அறைக்குள் வருவதைக் கண்டு, அவர்களுக்கு இடமளித்து வெளியேற முற்படவனை இறுகப்பிடித்துக் கொண்டனர். தடித்து, உயர்ந்திருந்த அவர்கள் சூடான் தேசத்தவராக இருக்கவேண்டும். பெரிய உதடுகள் துடிக்க மிரட்டும் தொனியில் விசாரிக்க ஆரம்பித்தவர்கள் பொலிஸ்காரர்கள்.

அந்தக் கார்ட் இரு நாட்களுக்கு முன்பு திருடு போனதாகவும், மெஷினிருந்த அறையின் கேமராவின் மூலம் அவன் மாட்டிக் கொண்டதாகவும் , ஒரு அறபி ஷேக்குக்குச் சொந்தமானதை எப்படித் திருடினாய் எனவும் விசாரித்ததில் அவனுக்கு எதுவும் விளக்கிச் சொல்ல பாஷை தெரியவில்லை.

ஆங்கிலத்தில் 'தனக்கெதுவும் தெரியாது' என மட்டும் திக்கித் திணறிச் சொல்லமுடிந்தது அவனால். அவனை அழைத்துச் சென்று பொலிஸ் வாகனத்தில் ஏற்றினார்கள். திடீரெனத் தனக்கு இழைக்கப்பட்ட அநீதியின் பாரத்தாலும், பசியினாலும் கண்கள் மயங்கிச் சரியும் இறுதிநொடியில் பொலிஸாரின் அடி உயர்ந்து தடித்த பாதணிகளைக் கண்டான், கூடவே ஜோஸியக்காரனின் குரல்களும் காதுக்குள் ஒலித்தன.

பிராயச்சித்தம்

தூங்கிக் கொண்டிருந்த அவரது பருத்த வயிற்றின் மேல் யாரோ ஏறி அமர்ந்துகொண்டார்கள். இரு கைகளையும் மாற்றி மாற்றி நெஞ்சில் ஓங்கிக் குத்தினார்கள். கனவில் வந்திருந்த குதிரைப்படைகள் அடி தாங்காது அலறித் திசைக்கொன்றாகத் தெறித்தோடின. புலனுணர்ந்து பதறித் துடித்து விழித்துப் பார்த்தபொழுது மகன் வயிற்றுப்பேரன் அவர் வயிற்றிலமர்ந்து தன் இரண்டரை வயதுப் பிஞ்சுக் கைகளால் அவரது நெஞ்சில் குத்திக் கொண்டிருந்தான். 'அச்சு அச்சு' எனத் தன் அக்காவைப் பற்றி ஏதோ குற்றம் சொல்லவிழைந்தான்.

அவசரமாக விழித்ததில் பரபரத்து அவர் மேல்மூச்சு கீழ்மூச்சு வாங்கினார். தூக்கத்தில் சிவந்த கண்களை அப்படியும் இப்படியுமாக உருட்டினார். குழந்தை பயந்துபோனது. அவரது தொப்பை வயிற்றை நனைத்தபடி அழத் தொடங்கியது. குழந்தையின் அழுகை கேட்டு எட்டிப் பார்த்த அதன் அம்மா திண்ணைக்கு ஓடிவந்து பாயில் காற்றாடப் படுத்திருந்த மாமனாரின் வயிற்றில் அமர்ந்திருந்த குழந்தையைக் கடிந்தவாறே அள்ளித் தூக்கிக் கொண்டாள். சமையலறையில் வேலையாக இருந்திருக்கவேண்டும். உடுத்திருந்த புடவை இழுத்துச் செருகப்பட்டிருக்க, உடலிலும் துணியிலும் அரிசி மாவு வெள்ளை படிந்திருந்தது.

குழந்தையைப் பார்த்துக் கொள்ளாமல் என்ன செய்கிறாயென்பது போன்ற ஏதோவொரு வசவு வெளியே ஊஞ்சலாடிக் கொண்டிருந்த சிறுமியை நோக்கி ஏவப்படுவது மெலிதாகக் கேட்டது. மதியச்

சாப்பாட்டிற்குப் பிறகு தினமும் இப்படி திண்ணையில் காற்றாடச் சாய்ந்துகொள்வது அவரது வழமைதான். இன்று சற்று நேரத்துடன் விழித்துக் கொண்டுவிட்டார். குழந்தை வந்து குழப்பாமல் விட்டிருந்தால் இன்னும் நன்றாகத் தூங்கியிருக்கலாம். மூத்திர வீச்சம் நாசிக்கு எட்டத் தொடங்கியது. எழுந்து ஒரு கை ஊன்றி பாயிலேயே அமர்ந்து கொண்டார். துவைத்துக் காய்த்தெடுத்த வெள்ளை சாரமொன்றை மருமகள் கொண்டு வந்து அருகிலிருந்த சாய்வு நாற்காலியில் வைத்து உடை மாற்றிக் கொள்ளச் சொல்லி நகர்ந்தாள்.

முத்துராசு தூரத்தே இருந்த படலையை விலக்கிக்கொண்டு உள்ளே வருவதைக் கண்டார். அவனுக்கும் இப்பொழுது ஐம்பது வயது கடந்திருக்கும். கல்யாணமாகியிருந்தால் தன்னைப் போலவே பேரன் பேத்திகளைப் பார்த்திருப்பானென எண்ணிக் கொண்டார். பெருமூச்சு விட்டார். காலம் காலமாகக் குற்றவுணர்ச்சியில் சிக்கிச் சுழன்ற நெடுமூச்சு. இருவருடைய வாழ்க்கைகளைச் சீரழித்த பெரும்பாவத்தின் உஷ்ணமூச்சு.

மெதுவாக எழுந்துகொண்டார். முத்துராசு அதற்குள் திண்ணைக்கே வந்துவிட்டிருந்தார். வெள்ளைச் சாரம், வெள்ளைச் சட்டை. எண்ணைய் தேய்த்து இடப்புற வகிடெடுத்து ஒரு பக்கமாக அழுத்தி வாரப்பட்ட தலைமயிரில் வெள்ளிக்கம்பிகள் கலந்திருந்தன. வயதானாலும் ஆளின் கம்பீரமும் மிடுக்கும் இன்னும் குறையவில்லை என்பதைப் போல நின்றிருந்தார். நேரில் பார்க்கும் யாரும் அவரை சித்தம் பிசகியிருந்து, முப்பது வருடங்களாக மனநல மருத்துவமனையிலிருந்து கடந்த வருடம்தான் விடுவிக்கப்பட்டவரென உடனே அனுமானிக்க முடியாது. மாதத்தில் ஓரிரு நாட்கள் ஏதோ பேய் பிடித்தாட்டுவதைப் போல நடந்துகொள்ளுமவர் மற்ற நாட்களில் மிகவும் சாதாரணமாகவும் இயல்பாகவுமிருந்தார்.

‘ அண்ணா.. தூங்கிட்டிருந்தீங்களோ ? ’

‘ ஓமடாப்பா..சின்னவன் என்ர மேல ஒண்ணுக்கடிச்சிட்டான். இரு..மேல் கழுவிக்கொண்டு வாரன் ’

அவர் வெளியே இறங்கி திண்ணைப்பக்கமாகவே சுற்றிக்கொண்டு கொல்லைப்புறக் கிணற்றடிக்கு நடந்தார். முத்துராசுவும் அவரைப் பின் தொடர்ந்தார். முற்றத்து மாமரத்தில் கட்டப்பட்டிருந்த ஊஞ்சலில் பேத்தி, சின்னவனை மடியிலமர்த்தி ஆடிக் கொண்டிருந்தவள், முத்துராசுவைக்கண்டதும் கால்களை ஊன்றி ஊஞ்சலை நிறுத்தி பயந்த கண்களால் அவரைப் பார்த்திருந்தாள். குழந்தையைக் கண்டதும் முத்துராசு அருகில் சென்று குனிந்து அதன் கன்னத்திலொரு முத்தம் கொடுத்தார். அது தன் கையைப் பொத்தி முத்தமிடப்பட்ட கன்னத்தை அழுந்தத் துடைத்துக் கொண்டு தன் அக்காவைப் பார்த்தது. எட்டு வயதுச் சிறுமி பயத்துடனேயே புன்னகைத்து வைத்தாள். முத்துராசு அகன்றதும் குழந்தையைத் தூக்கிக் கொண்டு அவசர அவசரமாக வீட்டுக்குள் ஓடினாள். சில நாட்களுக்கு முன் அவருக்குப் பேய்பிடித்து தன் வீட்டார் பட்டபாடு அவளுக்குத் தெரியும்.

அந்த வீட்டில் முத்துராசுவுக்கு மதிப்பு அவரது அண்ணனிடம் மட்டும்தான். அண்ணியோ, அவர்களின் மகனோ, மருமகளோ அவரை ஏறெடுத்தும் பார்ப்பதில்லை. முத்துராசு வீட்டுக்கு வந்து நின்றால், தோலில் ஒட்டிக் கொண்ட அட்டையை அது இரத்தமுறிஞ்ச முன் அகற்றத் தவிப்பதுபோல அகற்றிடவும் அவ்வுறவை துடைத்து வழித்தெறிந்திடவும் அவர்கள் துடித்தார்கள். அதுவும் முத்துராசு வந்து தனது அண்ணாவிடம் ஏதும் வாங்கிப்போகும் நாளில் அவரது அண்ணியின் முணுமுணுப்புக்கள் நாள்முழுதும் அவ்வீட்டினுள் எதிரொலித்தபடி அலையும்.

முத்துராசு கிணற்றடியிலிருந்த புளித்தோடை மரத்தடியில் அண்ணா உடல்கழுவி முடியும்வரை காத்திருந்தார். தெள்ளிய நீர் கொண்ட அகன்ற கிணறு. அண்ணாவும் முத்துராசுவும் பிறக்கும் முன்னரே அவர்களது அப்பாவால் தோண்டப்பட்ட கிணறு. இருவருக்கும் சொந்தமான, பல அறைகளைக் கொண்ட அந்தப் பெரிய வீட்டைக் கட்டும் பொழுது நீர்த்தேவைக்கெனத் தோண்டப்பட்ட கிணறு, இன்றுவரையும் அள்ள அள்ள ஊறி நிறைந்துகொண்டே இருக்கிறது. குளிக்கவும் துவைக்கவும் பயன்படும் நீர் வழிந்து கொல்லைப்புறமிருந்த கீரைப்பாத்திக்கு ஓடிற்று. பின்னரும் அதன் வழியே போய் அவர்களுடைய பரந்த வயலின்

எம்.ரிஷான் ஷெரீஃப்

வாய்க்காலில் கலந்தது. ஐந்தாறு ஏக்கர்களுக்கும் அதிகமான அந்த வயல்காணியை ஒரு காலத்தில் பராமரிக்கவென வந்து வயல் காணியின் மத்தியிலே குடிசை போட்டுக் குடியிருந்த சின்னமணிதான் அந்தக் கிணற்றை வெட்டிக் கொடுத்தவர்.

சின்னமணி அவர்களிருவரும் பிறக்கும் முன்பே அங்கு தங்கியிருந்து அந்தக் குடும்பத்துக்கெனவே உழைத்து வந்தவர். வயல்வேலை நடக்கும் காலங்களில் அதற்கென ஆள் சேர்ப்பது, கண்காணிப்பது, விதைப்பது, விளைந்தவற்றைப் பத்திரமாகக் களஞ்சியத்தில் சேர்ப்பதென மிகவும் நேர்மையோடு உழைத்தவர். தோட்டத்தில் தேங்காய் பறிப்பது, விறகு பிளந்து போடுவது எல்லாம் அவர் பொறுப்புத்தான். அவரது மனைவியும் இப் பெரிய வீட்டிலேயே சமையல், வீட்டு வேலைகளைச் செய்து வந்தாள். முத்துராசுவைப் பெற்ற அன்னை, பிரசவம் கண்ட சில நாட்களிலேயே ஜன்னி கண்டு பினாத்திக் கிடந்தநாட்களில் அவரை முழுமையாகப் பராமரித்துப் பார்த்துக்கொண்டது அவள்தான். ஜன்னி குணமாகாமலேயே அவர் செத்துப் போனார்.

முத்துராசு இப்பொழுது என்ன நோக்கத்துக்காக வந்திருக்கிறாரென யோசித்துக்கொண்டே கிணற்றிலிருந்து நீரை அள்ளி உடம்பில் வார்க்கத் துவங்கினார். குளிர்ந்த நீர் படப்பட மேனி சிலிர்த்தது. துண்டை எடுத்துக்கொண்டு ஓடி வந்த சிறுமி வந்த வேகத்திலேயே கிணற்றுக்கட்டில் அதை வைத்துவிட்டு ஓடிப் போனாள். சலனமுற்றவர் திரும்பிப்பார்த்தார். சமையலறை யன்னலினூடாகத் தன் மனைவி இருவரையும் கண்காணித்தவாறிருப்பதைக் கண்டார். அவர் பார்ப்பதறிந்ததும் அவளது பார்வை கிணற்றடியிலிருந்த அகத்தி மரத்துக்குத் தாவியது.

போன முறை வாக்குவாதம் இப்படித்தான் ஆரம்பித்தது. அப்போது அவர் அங்கிருக்கவில்லை. அண்ணாவைப் பார்த்துப் போகவென வந்த முத்துராசு, அந்த வீட்டுத் தோட்டத்தில் நன்கு காய்த்து மரத்திலேயே பழுத்திருந்த பப்பாளிப்பழமொன்றை முனையில் சிறு கத்தி கட்டிய நீண்ட கம்பால் பறித்தெடுத்து, தனது வீட்டுக்குக் கொண்டு போவதற்காக எடுத்துவைத்தார். உண்மையில் அது வீடு அல்ல. குடிசை. சின்னமணியின்

குடும்பம் தாங்கள் வாழ்வதற்கென்று ஓலையும், களிமண்ணும் கொண்டு கட்டி வைத்திருந்த குடிசை. முப்பது வருடங்களுக்கும் முன்பொரு நாள் எல்லோருமாகக் குடும்பத்தோடு விரட்டியடிக்கப்பட்ட அந் நாளில், எரிந்தது பாதியும் எரியாதது மீதியுமாகத் தீ தின்ற குடிசை. எல்லா அநீதங்களையும் தீக் கண்களால் பார்த்திருந்த குடிசை. எல்லாவற்றையும் மறைத்துப் பூசி மெழுகப்பட்ட அதன் ஒரு அறைக்குள்தான் முத்துராசு தன் ஆடைகளோடும் சமையல் பாத்திரங்களோடும் முடங்கிப்போயிருந்தார்.

பப்பாளிப்பழத்தைப் பறித்து அவர் தன்னோடு வைத்துக் கொண்டதைக் கண்ட அவரது அண்ணி, தனது பருத்த உடம்பைச் சுற்றியிருந்த புடவையை வரிந்து கட்டிக் கொண்டு முற்றத்துக்கு வந்தாள். பின்னாலேயே மருமகளும் குழந்தையை இடுப்பில் செருகிக் கொண்டு வந்து நின்று பார்த்துக் கொண்டிருந்தாள். அவள்தான் அவர் பழம் பறிப்பதைக் காட்டிக் கொடுத்தவள். நீண்ட நாட்களின் பின்னர் நகரத்திலிருந்து வரப்போகும் தன் கணவனுக்காக மரத்திலேயே பழுக்கட்டுமெனப் பழத்தினை விட்டு வைத்தவள் அவள்தான்.

விடயத்தைச் சொல்லித் தன்மையாகக் கேட்டிருந்தால் முத்துராசு தானாகவே பழத்தினைக் கொடுத்திருக்கக் கூடும். பெரும் எரிச்சலோடு வந்த அண்ணி காரசாரமாக 'இப்படிக் கேட்காமல் பார்க்காமல் எல்லாவற்றையும் எடுத்துக் கொண்டுபோனால் நாங்கள் குடும்பத்தோடு வீதிக்கிறங்கிப் பிச்சைதான் எடுக்கவேண்டும்' எனச் சத்தமிடத் தொடங்கியதில்தான் அவரது உள்ளிருந்த ஆற்றாமையும் கோபமும் கலந்த பேய் விழித்துக் கொண்டது.

பழத்தினைத் தூக்கி அப்படியே நிலத்தில் அடித்து, அதன் மேல் ஏறி நின்று மிதித்து சத்தம் போட்டுக் கத்தத் துவங்கினார். தனக்கும் இந்த வீட்டில், தோட்டத்தில், வயல்காணியில் பாதிப் பங்கிருப்பதாகச் சத்தமிட்டுக் கொண்டிருந்தார். இரு பக்கமும் வார்த்தையாடல்கள் தடித்தன. கொம்பு சீவப்பட்ட, வீரமிக்கவொரு எருமைமாட்டினைப் போலக் கோபத்தோடு, பெரிதாய்ச் சப்தமெழ மூச்சுவிட்டபடி முத்துராசு அங்குமிங்குமாக நடந்து அண்ணியைத் தாக்கவென ஆயுதமொன்றைத் தேடினார். வேலிக்கு

மேலால் எட்டி எட்டி அயலவர்கள் பார்த்துக் கொண்டிருந்தனர். என்ன விபரீதம் நடக்கப்போகிறதோவென அறியும் ஆவல் அல்லது தாம் பார்க்க விபரீதம் நடக்கவேண்டுமென்ற ஆவல் அவர்கள் கண்களில் மிதந்தது. மருமகள் குழந்தையை சிறுமியிடம் கொடுத்துவிட்டு மல்லுக்கு நிற்கும் மாமியாரின் கைப்பிடித்து உள்ளே இழுத்துக் கொண்டிருந்தாள்.

நல்லவேளையாக வெளியே போயிருந்த அண்ணா ஆட்டோவில் வந்திறங்கினார். அண்ணாவைக் கண்டதும் 'இப்பவே என்ர பங்கைப் பிரிச்சுக் கொடு' என முத்துராசு, அண்ணனை நோக்கிச் சப்தமிடத் தொடங்கினார். அண்ணாவுக்கு அவரை அடக்கத் தெரியும். அவ்விடம் வந்து தன் மனைவியை, சப்தம் போடாமல் உள்ளே போகும்படி ஏசினார். தம்பியைத் தோளோடு சேர்த்தணைத்து ஆட்டோவுக்கு அழைத்துப் போய் பின்னர் அதிலேயே வயல்காணிக் குடிசைக்கு அழைத்துப் போனார். அவன் அமைதியாகும்வரை அங்கேயே இருந்து பேசிவிட்டு கிளம்பிவந்தார்.

இன்று என்ன பிரச்சினை எழப்போகிறதோ எனத் தெரியவில்லை. துண்டை எடுத்து உடல் துடைத்துக் கொண்டவர் புதுச் சாரத்தை அணிந்துகொண்டார். வந்த வழியே திண்ணைக்கு வந்து சாய்மனைக் கதிரையில் அமர்ந்துகொண்டார். அது பழங்காலக் கதிரை. அவர்களது தந்தையார் வழி வந்தது. அவர் அவ்வூர்ப் பெரிய மனிதர். நாலெழுத்துப் படித்தவர் என்பதால் மட்டுமல்ல. வழிவழியாக வந்த உயர் வம்சத்தைச் சேர்ந்தவர். முன்னொரு காலத்தில் அந்த முழுக் கிராமமே அவர்களது மூதாதையருக்குச் சொந்தமாக இருந்தது. அவர்கள் குடும்பத்துக்குச் சேவை செய்ய வந்தவர்களெல்லாம் சேர்ந்துதான் அது ஒரு கிராமமென ஆகியிருந்தது. அந்த பரம்பரை மரியாதையும் கௌரவமும் நன்றி விசுவாசமும் ஊரில் இன்னும் அந்தக் குடும்பத்துக்கு இருந்து வருகிறது. வீதியில் இறங்கி அவர் நடந்தால் எதிர்ப்படுபவர்கள் தலைதாழ்த்தி, வணக்கம் சொன்னார்கள்.

முத்துராசுவும் பின்னாலேயே வந்து திண்ணைக் கட்டில் அமர்ந்து கொண்டார். மழை வரும்போல இருந்தது. அந்தி வெயிலற்று மப்பும்

மந்தாரமாகவும் இருந்தது. கொஞ்ச நாளாக அந்திசாயும் பொழுது மழை பெரிதாய், இடி மின்னலோடு அடித்துப் பிடித்து வருகிறது. பருவம் தப்பிய மழை.

'தம்பி, ஏதாச்சும் குடிக்கிறியோ?'

தன் கை விரல்நகங்களைப் பார்த்துக் கொண்டிருந்தவர் ஒருவிதப் பணிவோடு தலைநிமிர்ந்து புன்னகைத்தார். வாசற்கதவுக்குப் பின்னால் மறைந்திருந்து அண்ணி பார்த்துக் கொண்டிருப்பதை அவர் கண்டார்..

'வேண்டாமண்ணே..நான் வந்தது...மழை பெய்றதால கூரையெல்லாம் நைந்துபோய் கடுமையா ஒழுகுது. தண்ணியெல்லாம் வீட்டுக்குள்ள வருகுது. யாரையாவது அனுப்பி ஓலை மாத்தித் தந்தால் புண்ணியமாப் போகும்' என்றார்.

'சோதர பாசத்தால பார்க்க வந்திருப்பாரெண்டு நெனச்சால், இப்பவும் வாங்கிப் போகத்தான் வந்திருக்கிறார்' அண்ணி உள்ளே இருந்து ஒரு விதக் கிண்டல் தொனியோடு குரல் கொடுத்தார்.

அண்ணா, அவரைச் சத்தம் போடாமல் உள்ளே போகும்படி மிரட்டினார். 'இதற்கொன்றும் குறைச்சலில்ல' என்பது போன்ற முணுமுணுப்போடு அண்ணியின் குரல் அடங்கியது.

'தம்பி, நான் அன்றைக்கு அங்க வந்தபோதே கவனிச்சேன். கட்டாயம் நாளைக்கே ஆளனுப்புறேன். நானும் வருவேன். அரிசி,பருப்பெல்லாம் இருக்குதா, முடிஞ்சு போச்சுதா? நாளைக்கு அதையும் எடுத்துக் கொண்டுவரலாம். தனியாச் சமைச்சுச் சாப்பிடறத விட்டுட்டு எங்களோடு வந்து இரு எண்டாலும் கேக்குறாயில்ல'

'அப்ப நாளைக்கு வாங்கோ அண்ணே..பார்த்துக் கொண்டிருப்பேன்' முத்துராசு புன்னகையோடு எழுந்து நடக்கத் தொடங்கினார். அண்ணா பார்த்துக்கொண்டே இருந்தார். அவசரமானதாகவும் அதேவேளை சீரானதாகவும் ஒரு நடை. மழை பெய்யுமுன்பு வீட்டுக்குப் போய்விடும் அவசரமாக இருக்கக் கூடும். அண்ணி முன்னால் வந்தார். பின்னாலேயே மருமகளும் வந்து மாமியாரின் பின்னால் மறைந்து, எட்டிப் பார்த்தாள்.

எம்.ரிஷான் ஷெரீஃப்

69

‘அப்ப நாளைக்கு மகாராஜாவோட வீட்டுக்குப் போகப் போறீங்களோ?’ மனைவியின் குரலில் எகத்தாளம் வழிந்தது.

‘இப்படி ஒழுக்கம் கெட்டதுக்கெல்லாம் வாரி இரைச்சிக் கொண்டிருந்தால் எங்கட பிள்ள குட்டிகளுக்கு நாங்க என்னத்தக் கொடுக்கிறது?’

‘அவன் என்ட உடன்பிறப்பு. நாந்தான் கொடுக்கவேணும். அவனுக்கும் இந்த வீட்டில, வயலில, தோட்டத்துல எல்லாத்திலயும் சமபங்கு இருக்குது. அவனுக்குக் கேட்கவும் உரிமை இருக்கு ’

‘ ஓஹ்.. அப்படியே இருக்குறதையெல்லாம் முழுசாக் கொடுத்தாலும் பைத்தியக்காரனுக்கு அதை வச்சிக் கொண்டு என்ன செய்யத் தெரியும்? ’

புருவத்துக்கு மேலால் நெற்றி சுருங்கக் கோபத்தோடு விழிகள் தெறிக்க மனைவியைப் பார்த்தார். அவரது கோபம் பற்றி மனைவிக்குத் தெரியும். அப்படியே திரும்பி முணுமுணுத்தபடி உள்ளே போனாள். மருமகளும் பின்னாலே போனாள். அடுத்த அறைக்குள் பெண்கள் இருவரும் கிசுகிசுப்பாகக் கதைத்துக் கொள்வது கேட்டது. பெண்களின் கதைகளுக்கு முடிவுகளில்லை. அது வாலாக நீளும். ஒன்றின் முனையைப் பற்றி இன்னொன்று. அதன் முனையைப் பற்றி இன்னொன்று எனப் பழைய காலங்களுக்குள் மீளச் சுழலும்.

கதிரையில் சாய்ந்திருந்து விழ ஆரம்பித்திருந்த தூறலைப் பார்த்துக் கொண்டிருந்தவருக்கு சுந்தரி நினைவு வந்தது. அவள் மேல் காதலும் மோகமும் கொண்டு திரிந்த அவரது இளமைக்காலம் கண் முன் வந்தது . சுந்தரி சின்னமணியின் மகள். அவர் வீட்டுக்கு அவளது அம்மாவுடன் சமையல் வேலைக்கு உதவிக்கென வரும் அழகி. ஏதேனுமொரு நாட்டுப்புறப் பாடலைத் தன் எழில் குரலில் வழியவிட்டபடியே சமைப்பவள் அவரது கண்களில் பட்டுத் தொடர்ந்த காதல் வார்த்தைகளில் மயங்கிப் போனாள். கோபுரத்தில் வாழ்பவனுக்கும் குடிசையில் சீவிப்பவளுக்கும் வரும் காதல் இணையும் வழியற்றதென அவள் சிறிதும் யோசிக்கவில்லை. அல்லது காதல் அவளை மயக்கியிருந்தது. காதலின் பொய்கள் சொல்லி அவளை வீழ்த்தினார்.

அந்தக் குடும்பத்தின் வாரிசு அவ் ஏழைப்பெண்ணில் வளரத் துவங்கியபொழுது அவளால் எதையும் மறைக்க முடியவில்லை. ஆனால் அவரால் எல்லாவற்றையும் மறுக்க முடிந்தது. முடியாப் பட்சமொன்றில் எல்லாப் பழிகளையும் தம்பி மேல் போட்டார். மூத்தவன் சொல்லும் எதையும் நம்பும் அப்பா, அம்மாவை விழுங்கிப் பிறந்த இளையவனிடம் என்னவென்றே விசாரிக்காது மிகவும் வன்மமாகவும் குரூரமாகவும் அடித்து உதைத்து வீட்டை விட்டே விரட்டிவிட்டார். அதே இரவில் சின்னமணி குடிசையையும் எரித்து, ஊரை விட்டே குடும்பத்தோடு ஓடச் செய்தார். அன்றைய இரவில் துரோகமும், வீண்பழியும், ஒரு பேருண்மையும் தீயோடு தாண்டவமாடியது. ஊர் முழுதும் பார்த்திருக்கப் பட்ட அவமானமும், இழைக்கப்பட்ட அநீதியும் முத்துராசுவை மனநிலை தவறச் செய்தது. சொந்த வீட்டுக்கே கல்லெறிந்தபடி, ஊர் எல்லைக்குள்ளேயே வீதியோரங்களில் புரண்டலைந்தவரை அண்ணன்தான் ஆஸ்பத்திரியில் சேர்த்தார்.

அந்தக் குற்ற உணர்ச்சி இன்னும் மனதிற்குள் அலையடித்தது. விரட்டி விரட்டித் தொடரும் அலை. ஆழங்களுக்குள் இழுத்துப்போகவெனப் பின்னாலேயே துரத்தும் உக்கிர அலை. அறைக்குள் இன்னும் பெண்களின் கிசுகிசுப்புக் கேட்டது. இவர் எழுந்து கொண்டார். அவர்களிருந்த அறை வாசலில் போய் நின்றார்.

'என்னோட உசுருள்ளவரைக்கும் தம்பிக்கு என்னால முடிஞ்சதைச் செய்யத்தான் போறேன். இதைப் பத்தி இனிமே இந்த வீட்டுல யாராவது ஏதாச்சும் பேசினீங்களெண்டால் கொலைதான் விழும்' என்றார் ஊருக்கெல்லாம் கேட்கப் போல மிகச் சத்தமாக.

பூமராங்

கறுப்பென்றால் கறுப்பு அந்தப் பெண் அப்படியொரு கறுப்பு. தொட்டால் விரல்களில் ஒட்டிக்கொள்ளக் கூடுமோ என்ற நினைப்பினைத் தோற்றுவிக்கும்படியான அட்டைக் கறுப்பு. அட்டை, கறுப்பு நிறமா என்றெல்லாம் நீங்கள் கேட்கக் கூடாது. அது எனக்குத் தெரியாது. அவள் கறுப்பு நிறம். அவ்வளவுதான். அணுவளவேனும் வெளிச்சமற்ற ஓர் அமாவாசை இரவில் அவளைத் தனியே நிற்கவைத்து, ஊசித் தும்பிகளின் சிறகடிப்பினைப் போல அடிக்கடி அடித்துக் கொள்ளும் இமைகளை மூடிக் கொள்ளும்படியும், சிரிப்பில் மின்னும் வெள்ளைப் பற்களைக் காட்டக் கூடாதெனவும் கட்டளையிட்டால், அவளை யாராலுமே கண்டுபிடிக்க முடியாதென அடித்துச் சொல்வேன். நீங்கள் ஏற்க மறுத்தால் மறுத்துவிட்டுப் போங்கள். ஆனால் அவள் நிறம் அப்படியொரு கறுப்பு. இருட்டோடு இருட்டாகக் கரைந்துவிடும் கறுப்பு.

நான் அவனைக் கொன்றதற்கு அடுத்தநாளிலிருந்து அவள் என்னைத் தினமும் பின்தொடர்கிறாள் என்பதனை நான் இந்த ஒரு வாரகாலத்துக்குள் உறுதிப்படுத்தியாயிற்று. அவளது விசித்திரமான பெரிய கண்களுக்கு மேலே புருவங்களிரண்டும் வானில் தூரத்தே பறக்கும் பறவையொன்று நம் பார்வைக்கு இரு பூமராங்குகளை ஒன்றாக இணைத்தது போல இருக்குமே. அப்படி நடுவில் இணைந்து மிக மெல்லிய கோடுகளாக இருபுறமும் சமச்சீராகப் பரவியிருந்தது. நான் பார்த்த போதெல்லாம்

அவளது அகன்ற கண்களை மேலும் விரித்து அவள் என்னை உற்றுப் பார்ப்பதாகத்தான் தோன்றிற்று.

அவள் என்னைப் பின்தொடர்வதாகக் கண்ட முதல்நாள் தற்செயலாகத்தான் அதனை உணர்ந்தேன். முந்தைய நாள் இரவில் ஒரு கொலையைச் செய்தவனுக்கு, அடுத்தநாள் யாரைப்பார்த்தாலும் அவர்களெல்லோரும் தன்னைத்தான் உற்றுநோக்குவதாகத் தோன்றுமே. கொலை கூட வேண்டாம். ஏதாவது ஒரு தவறை, கொள்ளையை, வழிப்பறியை, வல்லுறவை இது போல ஏதேனுமொரு சமூகக் குற்றத்தைச் செய்துவிட்டால் அடுத்த கணத்திலிருந்து தன்னைத் துரத்தும் அந்த யாரோ குறித்து அச்சப்பட வேண்டியிருக்குமே. அதுபோலத்தான் முதலில் அவள் என் பின்னாலேயே வருவதைக் கண்டும் அதிர்ந்தேன்.

அவள் என்னைப் பின் தொடரும் தூரம் மிக அதிகமாக ஏதுமில்லை. ஒரு இருநூறு மீற்றர் தூரம் தான். ஆமாம். எனது அலுவலகக் கார் நிறுத்தும் இடத்திலிருந்து அலுவலகத்துக்கு நான் நடக்கும் தூரம் இருநூறு மீற்றர்தான் இருக்கும். அதைவிடவும் குறைவாக இருந்தாலும் கூடுதலாக இருக்காது. நான் காரை நிறுத்தி இறங்கும்போது சரியாக அவள் என் பின்னால் நின்று கொண்டிருப்பாள். நான் நடக்கத்தொடங்கும்போது அவளும் தயாராகுவாள். பின்னர் என் பின்னாலேயே அலுவலகம் வரை வந்து எனக்குக் கதவு திறந்து வழிவிட்ட காவலாளியின் காலைவணக்கத்துக்குப் பதிலுரைத்துவிட்டு உள்நுழைந்து கண்ணாடிக் கதவு வழியே வந்த வழியை நான் பார்ப்பதற்குள் அவள் காணாமல் போயிருப்பாள். எங்கிருந்து வருகிறாள். எங்கு போகிறாள். எதுவும் தெரியவில்லை எனக்கு.

இந்த ஒருவார காலத்துக்குள் தினந்தோறும் இதே கதைதான். மூன்றாம் நாள் நான் தைரியமாக அவளை எதிர்கொள்ளக் காத்திருந்தேன். அவளது விழிகளை உற்றுப்பார்த்து 'என்ன வேண்டும் உனக்கு?' எனக் கேட்கவேண்டுமென தூக்கமின்றி உருண்ட முந்தைய நாள் இரவே யோசித்து வைத்திருந்தேன். ஆனால் அவளைப் பார்த்ததும் அக் கேள்வி எனது உணர்வுகளிலிருந்தும் நழுவி, கயிறறுந்து பறக்கும் பட்டமொன்றைப் போல எங்கோ நான் அறியாத் திசைகளில்

பறந்துபோயிற்று. குதியுயர்ந்த அவளது பாதணிகளின் ஓசை அன்றும் பின்னாலேயே வந்தது.

ஒரு மெய்ப்பாதுகாவலாளி போல மிகுந்த அக்கறையோடு தினமும் என் பின்னாலேயே வந்தாள். ஒருவேளை எனது அலுவலகத்திலேதேனும் வேலையை எதிர்பார்க்கிறாளோ? அவளது நோயோ, கடனோ பாதித்த குடும்பத்துக்கு ஏதேனும் நிதி உதவிகளை எதிர்பார்க்கிறாளோ? இல்லாவிட்டால் காவல்துறை என்னைக் கண்காணிக்க அவளை அனுப்பி வைத்திருக்கிறதோ? ஒருவேளை என்னைக் காதலிக்கிறாளோ? இந்த ஐம்பது வயதுகளில் முதல் இரண்டு மனைவிகளைக் கொன்றுவிட்டு மூன்றாவது ஒரு அழகியோடு குடும்பம் நடத்தும் நான் எப்படி இப்படியான கறுத்து, கன்னங்கள் ஒடுங்கிய ஒரு அசிங்கமான பெண்ணைக் காதலிப்பேனென அவள் எதிர்பார்த்துப் பின்தொடரலாம்? இல்லை. இல்லை. ஒருவேளை, நான் கொன்றவனது காதலியோ? இருக்காது. அவனுக்கு வயது இருபதுக்குள் தானே. இவளுக்கு எப்படியும் முப்பது கடந்திருக்கும். அதுவுமில்லாமல் என் மகனுக்கு இப்படியொரு காதலி இருந்திருந்தால் எனக்கு இதுவரை தெரியாமலா போயிருந்திருக்கும்?

'இன்றும் போகுமிடமெல்லாம் என்னைத்தானே அதிகமாக நினைத்துக்கொண்டிருந்தீர்கள் அன்பே?' எனக் கேட்ட என் இருபது வயதுகளே நிரம்பிய அழகிய காதலிக்கு இந்த ஒரு வாரமாகப் பொய்யைத்தான் பதிலாகச் சொல்லவேண்டியிருந்தது. அந்த கறுப்புப் பெண்ணைக் கண்ட நாளிலிருந்து அவள் குறித்த வினாக்கள் மனதுக்குள் ஓடிக்கொண்டே இருந்தது. அவளது உடல் கறுப்புப் போதாததற்கு அவள் உடுக்கும் ஆடை கூட முழுக்கறுப்பாகவே இருந்தது. தலையை மூடிய ஆடை ஒரு பெங்குவின் பறவையின் உடலைப்போல அப்படியே கீழிறங்கி கணுக்கால்வரை மூடியது. பெங்குவின் பறவைகூடப் பரவாயில்லை. சிலதின் வயிற்றுப்பகுதியில் வெள்ளை கலந்திருக்கும். ஆனால் அவளது அப்படியல்ல. வெள்ளை சார்ந்த உள்ளங்கால்களை மறைக்கவும் கறுப்புக் காலுறையையே அணிந்திருந்தாள். சரி விடுங்கள். ஒரு பெண்ணின் நிறம்

அடைக்கலப் பாம்புகள்

குறித்து நான் விரிவாகப் பேசப் போனால் நீங்கள் என்னோடு சண்டைக்கு வரக் கூடும்.

இப்படித்தான் என் முதல் மனைவியும் எனக்கொரு காதலி இருப்பதைக் கண்டபொழுதில் என்னுடன் சண்டை பிடித்தாள். அப்பொழுது எமது ஒரே மகனுக்கு பதினெட்டு வயது. வெளிநாட்டுக்குப் படிக்க அனுப்பியிருந்தேன். வீட்டினை நிறைத்திருந்த பெறுமதியான பொருட்கள், நகைகளையெல்லாம் கூட வெறி பிடித்தவள் போல எனது முகத்துக்கு நேரே தரையில் போட்டுச் சிதறடித்தாள் அவனது தாய். ஆற்றாமையில் கத்தினாள். அவளிடம் நான் என்ன குறையினைக் கண்டேனெனக் கேட்டுக் கதறியழுதாள். அவளுக்குத் துரோகம் செய்யவேண்டாமெனச் சொல்லிக்கொண்டு என் கால்களில் விழுந்தாள். இருந்த பலமெல்லாவற்றையும் சேர்த்து எட்டி உதைத்தேன். தூரப்போய் விழுந்தாள். ஒருவேளை அவள் மன்றாடாமல் என்னை ஏதேனும் வழியில் மிரளும்படி செய்திருந்தால் நான் அடங்கிப்போயிருக்கக் கூடும். எங்கும் எதிராளிகளிருவரைத் தராசொன்றின் இருபுறமும் வைத்தால் சமநிலையின்றி ஒரு பக்கம் தாழ்ந்தும் மறுபக்கம் உயர்ந்துமிருக்குமே. அதுபோலத்தான்.

அவளுக்குச் சொல்லிப் புரியவைக்க முடியாதெனக் கண்டுகொண்டேன். இல்லை. அது பொய். நான் அவளுக்குச் சொல்லிப் புரியவைக்கவும் முயற்சிக்கவில்லை. நான் வீணாக எதுவும் எப்பொழுதும் பேசுவதில்லை. யாருடனும் எதையும் வீணாகக் கதைத்துக் கொண்டிருக்கும் நேரத்தில் என்னால் பல கோடிகள் சம்பாதித்து விட முடியும். இல்லாவிடில் சில காதலிகளைக் கண்டடைய முடியும். அதுபற்றி விரிவாக உங்களிடம் விவரிக்கவேண்டிய அவசியம் எனக்கு இல்லை. கோபித்துக் கொண்டால் கோபித்துக் கொள்ளுங்கள். என் பணம். என் காதலிகள். நான் சம்பாதிக்கிறேன். அவ்வளவுதான். அதுபற்றி மேலும் கேட்டால் உங்களையும் நான் என் முதல் மனைவியைக் கொன்றது போலக் கொல்லவேண்டி வரும்.

அவள் தொடர்ந்தும் அழுதுகொண்டே இருந்தாள். எப்படியும் ஆளை அழித்துவிடவேண்டுமென்று நான் தீர்மானித்துவிட்டதால் வீணாக அழுதழுது அவளது சக்தியை அவள் வீணாக்கியிருக்கவே தேவையில்லை. அவளது அழுகைக்குக் காரணமான காதலியிடம் இதைச்சொன்னபோது அவள் வாய்விட்டுச் சிரித்தாள். இந்தப் பிரச்சினை வருமென அவளுக்கு முன்பே தெரியுமென்றாள். பெண்கள் எப்பொழுதும் காலத்துக்கு முன்கூட்டியே பயணித்து, பின்வரப்போகும் ஒவ்வொரு கணப்பொழுதுக்குமான வழிகளை முன்பே கண்டுகொள்கிறார்களென அன்று நான் அறிந்தேன். அவளையும் நான் குடியிருந்த வீட்டுக்கு அழைத்து வந்தேன்.

என் மனைவி அவளைக் கண்டதும் ஓடி வந்து அவளது கைகளைப் பிடித்துக் கொண்டு தனது கணவனை விட்டுப் போகும்படி கெஞ்சினாள். அவள் என் மனைவியின் கைகளை இறுக்கமாகப் பற்றிக்கொண்டாள். நான் என் மனைவியின் பின்னாலிருந்து அவளது கழுத்துக்கு கயிற்றினை மாட்டி இறுக்கினேன். கால்கள் மடங்கிக் கீழே விழுந்து திமிறியவளின் மேலேறி என் காதலி அமர்ந்துகொள்ள நான் மேலும் மேலும் இறுக்கினேன். அவள் இறுதியாக விட்ட மூச்சுக் காற்றில் எனதும் காதலியினதும் சுவாசங்களும் கூடக் கலந்திருக்கும். பாவிப்பெண் கண்களைத் திறந்தபடியே உயிர்விட்டிருந்தாள். பிணங்களின், முக்கியமாக நீங்கள் கொன்ற பிணங்களின் கண்களை நீங்கள் பார்த்திருக்கிறீர்களா? அவை பரிதாபமூட்டும். பல கேள்விகளை, பல விடைகளை அவற்றுக்குள் புதைத்து வைத்திருக்கும். அக் கருமணிகளில் ஏதோவொரு துடிப்பிருப்பதைக் கொன்றவன் மட்டும் காண்பான். அவை அச்சமூட்டும். என் மனைவியின் நிலைத்த பார்வை நாங்கள் திரும்பிய திசைகளெல்லாம் எங்களை நோக்கியே இருந்ததாகப் பட்டது. அக் கண்களைப் பார்த்தபடி எங்களால் இருக்கமுடியவில்லை. உடனே அவளைப் பொதி செய்து காரில் அடைத்தோம். சிறிது தூரம் பயணித்து, பொதி செய்யப்பட்டிருந்த அவ்வுடலுக்கு மிகவும் பாரமான கல்லொன்றினைக் கட்டி அந் நள்ளிரவில் மிகவும் உயர்ந்த பாலமொன்றிலிருந்து இரண்டையும் கடலுக்குள் தூக்கியெறிந்தோம்.

அன்றிலிருந்து காதலி இரண்டாவது மனைவியாகப் பொறுப்பேற்றுக்கொண்டு அவ் வீட்டில் முதல் மனைவியின் நடமாட்டத்தை நிரப்பினாள். அவளைக் கொன்ற பின்னரான நாட்களில் இது போல எந்தக் கறுப்புப்பெண்ணும் என்னைப் பின் தொடரவில்லை. மிகவும் நிம்மதியாக இருந்தேன். மிகவும் விலையுயர்ந்த பிளாட்டின, வைர நகைகளோடும் அதிகக் காமத்தோடும் வீட்டுக்கு விரைவாகப் போகத் தொடங்கினேன். திகட்டத் திகட்ட வாழ்க்கையை அனுபவித்துச் சில மாதங்களில் அதுவும் சலித்துப் போகத் தொடங்கியது.

அவ்வேளைதான் எனது புதிய காதலி வேலை நேர்முகத்துக்கென என் அலுவலகத்துக்கு வந்தாள். சுருண்ட, அவிழ்த்து விடப்பட்ட நீண்ட கூந்தல், மை பூசப்பட்ட, நீள் இமைகள் சூழ, முத்தினைப் பாதி காட்டும் சிப்பியொன்றைப் போலக் கண்களைக் கொண்டவள். மிகவும் அழகாகவும், இளமையாகவும், வாசனையாகவும் ஒரு பூவைப் போல இருந்தாள். அவளைக் கண்டது முதல் காதலிக்கத் தொடங்கினேன். நான் உடனே அவளுக்கு அவ் வேலையைக் கொடுத்திருப்பேனென நீங்கள் எண்ணினால் அது தவறு. நூற்றுக்கு நூறு முற்றாகத் தவறு. தேர்வு அறையிலிருந்த எல்லோரையும் வெளியே அனுப்பிவிட்டு அவளிடம் தனியாக எனது காதலைச் சொன்னேன். அவளுக்கு ஏற்கெனவே ஒரு காதலன் இருப்பதாகச் சொன்னாள். நான் எனது அந்தஸ்து, வசதிகளைப் பட்டியலிட்டேன். அவளது கருவிழிகள் விரிந்தன. பின்னர் எனக்குச் சிரமமாக எதுவும் இருக்கவில்லை இரண்டாவது மனைவியைத் தவிர. எனது சட்டையிலிருந்த காதலியின் வாய்ப்பூச்சுக் கறைகளைக் கண்ட அவளும் விதவிதமாகக் கேள்விகள் கேட்கத் தொடங்கினாள்.

உங்கள் ஊகம் சரிதான். மூன்றாவது காதலியோடு சேர்ந்து இரண்டாவது மனைவியைக் கொன்றேன். முதல் மனைவியைப் போல இரண்டாமவளைக் கொல்வது இலகுவாக இருக்கவில்லை. நான் காதலியை வீட்டுக்கு அழைத்து வந்ததுமே அவள் புரிந்துகொண்டு விட்டாள். கூடொன்றுக்குள் புதிதாக அடைக்கப்பட்ட பட்சியொன்றைப் போல எல்லாக் கதவுகளும் பூட்டப்பட்ட வீட்டுக்குள் தப்பித்து ஓடிவிட

முயன்றாள். பருத்த உடம்பையும் கனத்த தொப்பையையும் தூக்கிக் கொண்டு நானும் அவளுடன் பின்னால் ஓடவேண்டியிருந்தது. இவ் வேளை அழகி உதவிக்கு வந்தாள். மானொன்றைப் போல ஓடியும், முயலொன்றைப் போலத் தாவியும் அவளும் பின்னால் ஓடி இரண்டாமவளை சமையலறை நிலத்தில் வீழ்த்திக் கன்னத்தில் அறைந்தாள். அவள் சுதாகரிக்குமுன் அருகிலிருந்த முனை கூரிய கத்தியெடுத்து ஒரு தேர்ந்த கொலைகாரியைப் போல வயிற்றிலும் கழுத்திலும் மாறிமாறிக் குத்தினாள். நான் அருகிலிருந்த கதிரையிலமர்ந்து இதையெல்லாம் பார்த்தபடி இளைப்பாறிக் கொண்டிருந்தேன். பின்னர் முன்பு போலவன்றி வியர்த்த, இரத்தம் தெறித்த உடலைக் கழுவவென என் காதலி குளியலறைக்கு அகன்ற பின்னர் நான் மட்டும் தனியாக பிணத்தினைப் பொதி செய்தேன். பின்னர் முன்பு போல இருவருமாகக் காரில் கொண்டு சென்று பாலத்தில் நின்று கல்லைக் கட்டித் தூக்கியெறிந்தோம். ஒரு பெரிய தாகத்தோடு கடலும் முன்புபோலவே இப் பிணத்தினையும் விழுங்கிக் கொண்டது.

மூன்றாவது மனைவியாக அவ்வீட்டில் நடமாட என் காதலி மறுத்துவிட்டாள். மனித இரத்த வாடை பரவிய வீட்டில் பேய்கள் மிகக் குரூரமான எண்ணங்களோடு அலையுமென அவள் பயந்தாள். அவை அவள் தூங்கும் போது கழுத்தை நெரித்து விடுமெனவும் பகலில் தனியாக இருக்கும்போது சீண்டி வதைகள் செய்யுமெனவும் அச்சப்பட்டாள். அவளுக்கு மிகவும் பயந்த சுபாவம். எனது மகன் விடுமுறைக்கென வந்து தன் தாயைத் தேடிப் பார்த்து எப்படியோ விபரம் தெரிந்து புதிய காதலியை அம்மாவாக ஏற்றுக்கொள்ள மறுத்து அவளுக்கென நான் வாங்கிக் கொடுத்திருந்த பங்களாவுக்கே தேடிவந்து அவளது அழகிய முகத்துக்கு நேரே விரல் நீட்டி அப்பாவை விட்டுப் போய்விடும்படி எச்சரித்த பொழுது அவள் மிகவும் பயந்துபோனதாக என் காதுக்குள் பின்னர் சொன்னாள். அன்றுதான் மகனைக் கொன்றுவிடுவது குறித்து நாம் திட்டமிட்டோம்.

மகனைக் கொல்வது எனக்கு மிகவும் இலகுவாக இருந்தது. அதுவரை நான் செய்த கொலைகளிலேயே இறுதியானதும் மிகவும் இலகுவானதும்

இதுதான். அவனது அம்மா வாழ்ந்த மற்றும் இறந்த அதாவது எனது பழைய வீட்டில் அதற்காக அவனுடன் ஒருநாள் நான் தங்கவேண்டியிருந்ததுவும் அவன் உறங்கப் போகும்போது அருந்தும் பாலில் மூன்று துளி விஷம் கலந்ததுவும் மட்டும்தான் நான் செய்த காரியம். இதற்கு முன்னைய எனது கொலைகளிலெல்லாம் உயிர் பிரிவதை என் இரண்டு கண்களாலும் நேரடியாகப் பார்த்திருக்கிறேன். மகன் விடயத்தில் மட்டும் விதிவிலக்காக உறக்கத்திலேயே அவன் உயிர் பிரிந்திருந்தது. அடுத்தநாள் காலையில் அவ்வீடு முழுதும் பற்றியெரியும்படியாக எல்லா வேலைகளையும் செய்துவிட்டு நான் மெதுவாக அகன்றேன். அதில் எனக்கு இரண்டு இலாபங்கள். முதலாவது பிணத்தினை, தனியாகப் பொதி செய்து கடலில் தூக்கியெறிய அவசியமற்றும், மரணத்துக்கான காரணங்கள் சொல்லத் தேவையற்றும் முற்றாகப் பொசுங்கிப் போகச் செய்தது. அடுத்தது அவனது அம்மாவின் அவ் வீட்டுக்கான காப்புறுதிப் பணம் முழுதாக எனக்குக் கிடைக்கும். இதைத்தான் ஒரே கல்லில் இரு மாங்காய்களெனவும் இன்னும் சில பழமொழிகளிலும் நீங்கள் சொல்லக் கூடும்.

அந்தக் காலையிலிருந்துதான் இந்தக் கறுப்புப்பெண் என்னைத் தொடர்கிறாள். அந்த வீட்டின், மகனின் பிணத்தின் மொத்தமான கரும்புகைதான் எலும்பாகிச் சதையாகி மனித உருவெடுத்துப் பெண்ணுருவில் கறுப்பாக என் பின்னால் நடமாடுகிறதோ ? அல்லது நான் கொன்றொழித்த மனிதர்கள் எல்லோருமாக ஒன்று சேர்ந்து ஓருருவாகி என்னைப் பழிவாங்கப் பின்னால் அலைகின்றனரோ ? ஒருவேளை நான் எப்பொழுதும் ஒதுக்கித் தள்ளும் என் மனசாட்சியோ? இல்லை எப்பொழுதும் அழகிய பெண்களில் மிதந்து வழியும் என் காமமோ ?

எப்படியோ என் கேள்விகளுக்குப் பதில் சொல்லத் தேவையற்று அடுத்த நாளிலிருந்து அவள் என் பின்னால் வரவில்லை. நானும் அலுவலகம் செல்லவில்லை. அந் நாள் இரவு என் அழகிய காதலி, மூன்றாவது மனைவியாகப் போனவள் நான் அவளுக்கு வாங்கிப் பரிசளித்திருந்த பங்களாவில் வைத்து அவளது இன்னுமொரு காதலனோடு சேர்ந்து நான்

உறங்கும்போது என் கழுத்துக்குக் கயிறிட்டு நெருக்கினாள். காதலன், விழித்துத் திமிறிய என் கன்னத்திலறைந்து வயிற்றிலும் கழுத்திலும் நீண்ட கத்தியால் குத்திக் கிழித்தான். பின் அவ்விருவருமாகச் சேர்ந்து பிணமாகிக் கனத்த என்னைப் பொதி செய்து பாலத்து மேற்புறச் சுவரில் வைத்துப் பெற்றோல் ஊற்றி எரியவிட்டு அப்படியே கீழே தள்ளிவிட்டார்கள். எப்பொழுதும் பசியுடனிருந்த கடல், எரிந்தபடி விழுந்துகொண்டிருந்த என்னையும் சூட்டோடே விழுங்கிக் கொண்டது. இப்படியாக, கறுத்துக் கன்னங்கள் ஒடுங்கி, பெங்குவின் போல நீண்ட கறுத்த ஆடை அணிந்த பெண் இருநூறு மீற்றர் தூரங்கள் என்னைப் பின் தொடரமுடியாவண்ணம், நான் என் அலுவலகத்துக்குப் போகமுடியாவண்ணம் என் அழகிய இளம் காதலி என்னைக் கொன்றொழித்திருந்தாள்.

அடைக்கலப் பாம்புகள்

எங்கள் வீட்டுக்குள் கள்ளத்தனமாக நுழைந்து ஒளிந்திருந்த ஒரு பாம்பைப் பற்றி உங்களுக்குச் சொல்ல வேண்டும். என்ன பாம்பு என்று தெரியவில்லை. ஒரு வகையான மண்ணிறம் அல்லது அழுக்கு மஞ்சள் நிறம். தோலில் என்ன மாதிரியான வடிவங்களிருந்தன என்று நினைவில்லை. நான் அந்தக் காலைவேளையில் கட்டிலில் அசந்து தூங்கிக் கொண்டிருந்தேன். வீடு கூட்டிக் கொண்டிருந்த தங்கை கட்டிலுக்கடிக்கடியில் தும்புத் தடியைப் போட்டு இழுத்ததில் உள்ளிருந்த பாம்பு மாட்டிக்கொண்டு வெளியே வந்து விழுந்தது. அவள் 'பாம்பு, பாம்பு' எனப் பெரிதாகக் கத்தத் தொடங்கி விட்டிருந்தாள். நான் சத்தம் கேட்டு அதிர்ந்து முகத்தை மூடியிருந்த போர்வையை விலக்கிப் பார்த்தபொழுது அவள் ஓடி விட்டிருந்தாள். பாம்பைத் துணைக்குச் சேர்த்த தும்புத்தடி நிலத்தில் கிடந்தது. பாம்பைக் காணவில்லை.

சவரம் செய்து கொண்டிருந்த அப்பா, முகத்தில் பாதி நுரையோடு தங்கையின் அலறலுக்கு ஓடி வந்து என்னறையை எட்டிப் பார்த்தவாறு நின்றிருந்தார். அம்மாவின் ஒரு கையில் ஈர மா அப்பியிருந்தது. சமையலறையில் வேலையாக இருந்திருக்க வேண்டும். பாம்பு திரும்பவும் போய் கட்டிலடியில் ஒளிந்திருக்க வேண்டுமென்பது அவர்களது ஊகம். 'டேய்..இறங்காதேடா..நிலத்தில காலை வைக்காதேடா' என எனது கட்டிலைச் சுற்றியும் என்னைக் கொத்தவென்றே பல நூறு பாம்புகள் நெளிவது போன்று வாசலில் நின்றிருந்த அம்மா பதறிக் கொண்டிருந்தார்.

அதற்குள் அந்தப் பாம்பு நாங்களிருந்த மொத்த வீட்டையும் விழுங்கிவிடுமெனப் பயந்தோ அல்லது தனது சாகசத்தை விவரிக்கவெனவோ தங்கை அயல்வீடுகளுக்கெல்லாம் செய்தி பரப்பி உதவி கேட்டு விட்டிருந்தாள். அயல்வீடுகளின் சின்னக் குழந்தைகள் முதல் பெரியவர்கள் வரை எனது அறை வாசலை நிறைத்தார்கள். ஏதோ அவர்களது பேச்சும், மொழியும் பாம்புக்குக் கேட்டு அது வேறு திட்டத்துக்கு நகருமென நினைத்தார்களோ என்னவோ எல்லோருமே மெதுவான குரலில் கிசுகிசுத்துக்கொண்டிருந்தார்கள். நான் கட்டிலில் மேற்சட்டையின்றி இருந்ததால் எல்லோரின் முன்பும் இயல்பாக வந்த ஒரு கூச்சத்தோடு காய்ச்சல் கண்டவனைப் போல போர்வையால் போர்த்திக் கொண்டு அமர்ந்திருந்தேன். இப்படி எழும்பிய முகத்தோடு இவ்வளவு அசிங்கமாக ஊரை எதிர்கொள்ள வேண்டியிருக்குமென பாம்பு நினைத்ததோ இல்லையோ, நான் நினைத்து வருத்தப்பட்டுக் கொண்டிருந்தேன்.

பாம்பு சீறிப் பாய்ந்து வந்து தன் வாயை அகலத் திறந்து அவர்கள் எல்லோரையும் ஒரே மூச்சில் விழுங்கி விடுமோ என்பது போல அந்த அறைக்குள் அடியெடுத்து வைக்கப் பலரும் பயந்தார்கள். பாம்பு கட்டிலின் அடியில் எந்த மூலையில் ஒளிந்திருக்கிறது எனப் பலரும் தூர இருந்தே குனிந்து குனிந்து பார்த்தார்கள். அறைக்குள் பரவியிருந்த மின்சார வெளிச்சம் கட்டிலுக்கு நிழலைக் கொடுத்து அதனடியை இன்னும் இருட்டாக்கியிருந்தது. ஒருவரது பார்வைக்கும் பாம்பு எட்டவில்லை. ஒருவர் தனது கூரிய கண்களுக்குத் தென்பட்ட பாம்பு கட்டிலின் வலது மூலையிலிருக்கிறது என்றார். இன்னொருவர் இடது மூலையிலென்றார். இப்பொழுது ஒற்றைப் பாம்பு இரண்டு பாம்புகளாகி விட்டிருந்தது. தங்கை அதற்குள் ஏதோ பெருங்கதையைச் சொல்வதைப் போல மூச்சு வாங்கி வாங்கித் தான் அந்தப் பாம்பை இழுத்துப் போட்டதைப் பற்றிப் பெருமையாக எல்லோரிடமும் சொல்லிக் கொண்டிருந்தாள். அவள் இரு அடி நீளப்பாம்பு எனச் சொன்னது பலரது வாய்வழியாகப் போய் இறுதியில் ஆறு அடி நீளப்பாம்பாகி ஓய்ந்தது.

கட்டிலடியில் வந்து ஒளித்திருப்பதனால் சிலர் அது சாரைப் பாம்பாக இருக்கும் என்றார்கள். சிலர் நல்ல பாம்பென்றும், இல்லாவிட்டால் புடையனாக அல்லது கண்கொத்திப் பாம்பாக இருக்கக் கூடுமென்றும் சொன்னார்கள். புடையனென்றால் அது நல்ல விஷமாம். சாரை அவ்வளவாக விஷமில்லையாம். கண்கொத்திப் பாம்பென்றால் கண்ணை மட்டும் குறி பார்த்துக் கொத்திவிடுமாம். அது நல்ல பாம்பென்றால் ஏதேனும் பழைய பகையை மனதில் வைத்து பழி வாங்க வந்திருக்குமென்றார்கள். நான் பாம்புக்கு என்ன செய்திருக்கிறேன். அது என்னைப் பழி வாங்க?

பெருநாட்களுக்கு, திருநாட்களுக்கு ஊருக்குள் வரும் பாம்பாட்டி, மகுடி ஊதுகையில் ஆடும் நீளமான நல்ல பாம்பைக் கூட எட்டி நின்றே பார்த்திருக்கிறேன். அதுவும், எல்லோரும் சுற்றிவர நின்று பாம்பு, 'எந்நாளும் ஒரே இசைதான்' என்று மகுடி இசையை வெறுத்துத் தங்கள் கால்களுக்கிடையால் எங்காவது ஓடி விடுமோ எனப் பயந்து, அழுக்குச் சாக்கடையருகில் நிற்பது போல ஆண்கள் அன்று உடுத்திருக்கும் தங்களது புதுச் சாரனை அல்லது களிசானை, பெண்கள் தங்கள் புதுப்பாவாடையை அல்லது சேலையை முழங்காலோடு சேர்த்துப் பிடித்தவாறு ஓடுவதற்குத் தயாராக நின்றபடிதான் பாம்பாட்டியின் மகுடி வாசிப்பைக் கேட்டு அச்சத்தோடு பாம்பு நடனத்தை எட்டிப் பார்த்தபடி இருப்பார்கள்.

பாம்பை விடவும் பாம்பாட்டியுடன் கூடவரும் குரங்கு அதிகமான ஆட்டத்தைக் காட்டி ரசிக்கச் செய்யும். மனிதர்களைப் போலவே சின்னச் சின்னதாய் வண்ண வண்ண ஆடை அணிந்து, சின்னதாக ஒரு தொப்பி போட்டுக் கொண்டு பல்லை இளித்தபடி ஆடும்போது சில மனிதர்களது நடனத்தை விடவும் ரசிக்கக் கூடியதாக இருக்கும். ஒரு நீண்ட கோலைக் கழுத்தில் வைத்துக் கொண்டு திருடன், பொலிஸ் கதை சொல்லும். அதை விடப் பெரிய குரங்குகள்தான் பொலிஸில் இருப்பதாலோ என்னமோ அக் கதையில் மட்டும் எப்பொழுதும் திருட்டுப்பயலின் கதாபாத்திரம்தான் குரங்குக்கு வழங்கப்பட்டிருக்கும். அதுவும் தலையில் பானை திருடிப் போவது போலவும் பிறகு பின்னால் கைகளைக் கட்டிக் கொண்டு பொலிஸ்

தன்னைக் கைது செய்து கொண்டு போவது போலவும் நடித்துக் காண்பிக்கும். இப்பொழுதெல்லாம் கைது செய்யப்பட்டுப் பல்லிளித்துக் கையசைத்துச் செல்லும் அரசியல்வாதிகளைப் போல நடிக்க அப்பொழுதே குரங்குக்குத் தெரிந்திருக்கிறது என்பதில் ஆச்சரியம்தான் எனக்கு.

இறுதியில் பாம்பினதும், குரங்கினதும் ஆட்டம் நிறைவடைந்த பின்னர் குரங்கு, பார்த்துக் கொண்டிருக்கும் ஒவ்வொருவரிடமும் தனது தொப்பியை நீட்டியபடி காசு கேட்டு வளைய வரும். அப்போது பார்த்துக் கொண்டிருந்த சில குரங்குகள் காசு போடாமலேயே பின்னால் நகர்ந்து மாயமாவதையும் கண்டிருக்கிறேன். அப்பொழுதுகளில் கூட நான் பாம்புக்கோ, குரங்குக்கோ, அவற்றின் சொந்தக்காரனுக்கோ மனதளவில் கூடத் துரோகம் செய்ததில்லை. காசு போட்டுவிட்டுத்தான் நகர்ந்திருக்கிறேன். அப்படிப்பட்ட என்னில் நல்ல பாம்புக்கென்ன கோபமிருக்கமுடியும்?

வந்திருந்த இன்னுமொருவர் அது மண்ணிறப் பாம்பு என்பதால் அதற்கு வேறு ஒரு பெயர் சொன்னார். பெயர் நினைவில்லை. ஆனால் அந்தப் பெயருடைய பாம்பைத் தொட்டாலே உயிர் போய்விடுமென்றார். வந்திருந்த எல்லோரும் பாம்பை நான் என் நெற்றியில் வைத்திருப்பதைப் போல என்னைப் பரிதாபகரமாகப் பார்த்துக் கொண்டிருந்தார்கள். அதிலொருவர் என்னைக் கட்டிலிலிருந்து அப்படியே தூரப் பாய்ந்து ஓடி வந்துவிடும்படி சொன்னார். அதிலொரு சிக்கலிருந்தது. கட்டிலை விட்டும் பாய வேண்டுமானால் எழுந்து கட்டிலின் மேல் ஏறி நிற்க வேண்டும். கட்டிலின் மேல் ஏறி நின்றால் தாழ்ந்த கூரையில் சத்தமாகச் சுழலும் பழங்காலத்து மின்விசிறி கழுத்தை வெட்டி முண்டமாக்கிவிடுமென ஐயப்பட்டேன். அதனால் அதுவும் சாத்தியமாகவில்லை.

முன்னொரு முறை தயிர்க்கார மாமி வீட்டுப் பெண்ணை இப்படித்தான் ஒரு மண்ணிறப் பாம்பு தீண்டிவிட்டது. அந்த மாமி வீடு அடுத்த ஊரிலிருந்தது. எங்கள் வீட்டிலிருந்து பத்துநிமிட சைக்கிள் பயண தூரம். மாமியென்றால் சொந்த, இரத்தபந்த உறவுமுறை மாமி ஏதும் இல்லை.

கிராமங்களில் அப்படித்தான் ஊர் மக்களை, தெரிந்தவர்களை ஏதாவது உறவு முறை வைத்து அழைக்கவே பழக்கப்பட்டிருந்தோம். அதனால் நாம் அவரை மாமி என்றழைத்தோம். அத்தோடு இன்னுமொரு காரணம் இருந்தது. அந்த மாமிக்கு ஒரு அழகான, எங்களை விடவும் இளவயதில் ஒரு மகளிருந்தாள். அந்த விதவை மாமி தனது மகளோடு எங்கோ தூரத்திலிருந்து வந்து, அடுத்த ஊரிலிருந்த தன் தம்பி வீட்டில் தங்கியிருந்தார். வீட்டில் சும்மா இருக்கப் பிடிக்காமலோ, அல்லது வருமானத்துக்கென்றோ தயிர் தயாரித்து விற்கத்தொடங்கியிருந்தார். மண் சட்டிகளில் நிரப்பி வீட்டுத் திண்ணையிலிருந்த கண்ணாடி அலுமாரிக்குள் வைக்கப்பட்டிருக்கும் தயிரை அவரது மகள்தான் விற்பாள். மாமிக்குக் கணக்கு வழக்குத் தெரியாது. அப்படியொரு அழகான பெண் அடுத்த ஊரில் தயிர் விற்கிறாளெனக் கேள்விப்பட்டதும் நானும், எனது நண்பர்கள் இருவரும் சைக்கிள்களில் ஒருமுறை அந்த ஊருக்குப் போய் அவளது வீட்டுமுன்பிருந்த தெருவில் சுற்றி அவளைப் பார்த்துவந்தோம்.

முழுக்க முழுக்கத் தயிரும் வெண்ணையும் நெய்யும் மட்டும் தின்றே வளர்ந்திருப்பாளோ என எண்ண வைக்கும்படியான மிக அழகான நிறம். கூர்மையான விழிகள். நல்ல கறுப்புப் பட்டுத் தாவணியின் நுனிகள் இரண்டில் முடிச்சுக்களிட்டு நேராகக் கொடியில் காயப்போட்டது போல ஒரு சுருக்கம் கூட இல்லாமல் நீண்ட அழகிய, அடர்த்தியான கூந்தல். இந்த மாதிரியான கூந்தல் சீனப்பெண்களுக்கே வாய்க்கக் கேள்விப்பட்டிருக்கிறேன். அதை அவிழ்த்து விட்டிருந்தாள். அவளைப் பார்த்த கணம் முதல் நாங்கள் மூவரும் அவளைக் காதலிக்கத் திட்டமிட்டோம். தனக்குத்தானெனச் சொல்லி அப் பதின்ம வயதில் ஒருவரையொருவர் அடித்துக் கொண்டோம். இறுதியில் ஒரு தீர்வுக்கு வந்தோம். மூவரும் போய் தினமும் அவளை வளைய வருவதும், அவள் யாரை விரும்புகிறாளோ அவனுக்கு மற்றவர்கள் விட்டுக் கொடுக்கவேண்டுமெனவும் ஒற்றுமையாகத் தீர்மானமெடுத்துக் கொண்டோம்.

எங்களூருக்கு கிழமைக்கு ஒரு முறை தயிர்க்காரன் வருவான். ஊரிலுள்ளவர்கள் அவனிடமே எப்பொழுதும் தயிர்

வாங்கிக்கொள்வார்கள். கடனுக்கும் தந்துசெல்வான். மாதம் முடியப் பணம் கொடுப்போம். கத்தியால் வெட்டியெடுக்கும்படியான நல்ல, சுத்தமான கெட்டித்தயிர். அப் பெண்ணைப் பார்க்கப் போகவேண்டுமென்றால், அவளுடன் பேச வேண்டுமென்றால் அவர்களிடம் போய் தயிர் வாங்கவேண்டும். தயிர்க்காரனிடம் வாங்கிப் பழகிப் போயிருந்த எனது வீட்டிலும், நண்பர்கள் வீட்டிலும் அப் பெண்கள் தயாரித்து விற்கும் தயிரை வாங்கத் தயாரில்லை. அப்பொழுதுதான் நாங்கள் தயிர்க்காரனுக்கு ஒரு துரோகம் செய்தோம். தான் தயாரிக்கும் தயிர் கெட்டியாக, கிழவன் ஏதோ தீயதைக் கலக்கிறானென ஊருக்குள் பரப்பிவிட்டோம். கிணற்றடியிலிருந்த ஒரு வாயாடிக் கிழவியிடம் 'அது உண்மையா?' என்பதுபோல விசாரித்தும் பார்த்தோம். அதன்பிறகு அவ் வதந்தி இலகுவாக ஊருக்குள் பரவிவிட்டது.

இப்பொழுது எனது வீட்டுக்கு, அயல் வீட்டுக்கு, இன்னும் ஊருக்குள்ளிருந்த சில சொந்தக்கார வீடுகளுக்கென்று தயிர் வாங்கிவரும் பொறுப்பை நானெடுத்துக் கொண்டேன். அப்படியே நண்பர்களும் ஒவ்வொரு வீடாகப் பொறுப்பெடுத்திருந்தார்கள். மூவரும் தினமும் வேளைக்கொருவராகப் போய் தயிர் வாங்கி வந்துகொடுத்துச் சமூக சேவையாற்றிக் கொண்டிருந்தோம். நான் தயிர் வாங்கப் போகும்வேளை எப்பொழுதுமே முறைத்துப் பார்த்தபடி அவளது மாமாவும் கூடவே இருப்பார். அவள் ஏதாவது புத்தகம் வாசித்தபடி இருப்பாள். என்னைக் கண்டதும் மெலிதாகச் சிரித்தபடியே, காசை வாங்கிக் கல்லாவில் போட்டு விட்டுத் தானியங்கிக் கதவைப் போலத் திரும்பி தயிர்ச் சட்டிகளை அலுமாரியிலிருந்து எடுத்துவைப்பாள். மாமா அதை நாரில் கட்டிப் பின் சைக்கிளின் பின்பகுதியில் பிணைத்துத் தருவார். இனி எடுத்துக் கொண்டு வரவேண்டியதுதான். சைக்கிளில் ஏறும் கணத்தில் அவளைப் பார்ப்பேன். அவள் என்னைக் கண்டுகொள்ளாமல் திரும்பவும் புத்தகத்துக்குள் மூழ்கிப் போயிருப்பாள். அவள் முதுகுக்கும் கதிரைக்கும் சிக்காத தலைமுடியில் சில காற்றிலாடி நாளைக்கும் வா என்கும்.

இவ்வளவுதான் எனக்கும் அவளுக்கும் நடந்திருக்கும். ஆனால் இரவில் நண்பர்கள் மூவரும் கூடிக் கதைக்கும்பொழுது இச்சம்பவத்துக்குள்

பல பொய்கள் வந்துவிழும். அந்தப் பெண் தனியே இருந்தாள் என்றும், என்னைப் பார்த்துச் சிரித்தாள் என்றும் என்னை விரும்புவதாகச் சொன்னாளெனவும் நான் சொல்வேன். நண்பர்களும் இதேபோலக் கதையளப்பார்கள். அவள் தனக்குத்தானென ஒவ்வொருவரும் உள்ளுக்குள் மருகி சிலிர்த்துக் கொள்வோம். இப்படிச் சில நாட்கள் கழிந்திருக்கும். ஒருநாள் தயிர் வாங்கப் போனவேளை அவளில்லை. தயிரும் அன்று விற்கப்படவில்லை. என்றுமே வெளியில் வந்து கண்டிராத அவளின் தாய், அன்று வெளியே வந்தார். கோட்டுப் போல மெலிந்த அந்த மனுஷி வெளியே வந்து தன் மகளை விஷப்பாம்பு கொத்திவிட்டதென்றும் நாட்டுமருந்துக்கும் விஷம் இறங்காமல் நகரத்திலிருந்த வைத்தியசாலையில் அனுமதிக்கப்பட்டிருப்பதாகவும் கவலையோடு சொன்னார். நான் சைக்கிளை மூச்சு வாங்க வாங்க வேகமாக மிதித்துவந்து நண்பர்களிடம் தகவலைப் பரிமாறினேன்.

அவர்களும் பதறிப்போனார்கள். நாங்கள் மூவரும் பஸ் பிடித்து வைத்தியசாலைக்குப் போய் அவளைப் பார்த்துவருவது எனத் தீர்மானித்துக் கொண்டோம். அவ்வேளை ஊருக்குள் பஸ் காலையும் மாலையும் மட்டுமே வந்துபோகும். நாங்கள் அடுத்த நாள் காலை பஸ் பிடித்துப் போய்க் காத்திருந்து நோயாளர் பார்வை நேரத்தில் வைத்தியசாலைக்குள்ளே போனோம். முறைத்துப் பார்த்தபடி மாமா நின்றிருந்தால் தற்செயலாக, வேறு யாரையோ பார்க்கவந்தது போல காட்டிக் கொள்ளவேண்டுமென முன்பு பேசிக் கொண்டிருந்தோம். நல்லவேளையாக அவள் மட்டுமே அங்கு இருந்தாள். மிகுந்த கரிசனையோடு வந்திருக்கும் எங்களைப் பார்த்ததும் ஒருவித வெட்கத்தோடு புன்னகைத்தாள். எழுந்து உட்கார முயற்சித்தாள். விடிகாலையில் மாட்டிடம் பால் கறக்கும் போது ஏதோவொரு மண்ணிறப் பாம்பு அவள் காலைக் கொத்திவிட்டதாகச் சொல்லிக் கொண்டிருந்தாள். அன்றுதான் அவளது குரலைக் கேட்டோம். மிக இனிமையான குரல்.

நாங்கள் மூவரும் எதிர்பார்க்காச் சமயம் கையில் தேனீர்ப் போத்தலோடு நன்கு வளர்ந்து, உயர்ந்த, திடகாத்திரமான ஒரு இளைஞன்

எங்களருகில் வந்து நின்றான். அவள், எங்களை 'ஒரு ஊருக்கே தயிர் வாங்க வருபவர்கள்' என அவனுக்கு அறிமுகப்படுத்தி வைத்தாள். அவன் புன்னகைத்தான். பிறகு எங்களிடம் அவள், அவர் தன் மாமாவின் மகன் என்றாள். அவளைத் திருமணம் செய்யப்போகிறவர் என்றாள். எங்கள் மூவர் முகமும் பேயறைந்து வாடிப் போயிற்று. மாமாவின் முறைத்த கண்கள் இப்பொழுது அவன் முகத்திலிருந்தது போலப்பட்டது. அன்று அவளிடம் சொல்லிக்கொண்டு வெளியே வந்த நாங்கள் 'அந்த விஷப் பாம்பு ஏன் அவனைக் கொத்தியிருக்கக் கூடாது?' எனப் பாம்பின் மேல் கோபப்பட்டோம். அதன்பிறகு அந்த ஊர்ப்பக்கமே எட்டிப் பார்க்கவில்லை. திரும்பவும் தயிர்க்காரக் கிழவன், கெட்டித் தயிரோடு ஊருக்குள் வந்துபோகத் தொடங்கினான்.

இப்பொழுது கட்டிலடியில் ஒளிந்திருப்பது தண்ணீர்ப் பாம்பென்றால் அவ்வளவு பயம் இல்லை. தண்ணீர்ப் பாம்புக்கு அவ்வளவு விஷமில்லை எனக் கேள்விப்பட்டிருக்கிறேன். தண்ணீருக்குள் இருக்கும் போது அது தீண்டினால் கரைக்கு வந்துவிட வேண்டுமென்றும், கரையிலிருக்கும்போது தீண்டினால் தண்ணீருக்குள் இறங்கிவிட வேண்டுமென்றும் ஊரில் சொல்லிக் கொண்டிருந்தார்கள். எனக்குத் தெரிந்த நண்பனொருவன் ஆற்றில் குளித்துக் கொண்டிருக்கும்போது தண்ணீர்ப் பாம்பொன்று கால் சுண்டு விரலைத் தீண்டிவிட்டது. உடனே கரைக்கு ஏறித் துடைத்தது பாதி, துடைக்காதது மீதியென அவசர அவசரமாக உடுத்துக் கொண்டு வீட்டிற்கு ஓடினான். 'பயப்படாதடா..விஷமெல்லாம் இப்ப இறங்கியிருக்கும்டா' என்று சொல்லச் சொல்லக் கேட்காமல் 'போற உசுரு வீட்லயே போகட்டும்' என்று வீட்டுக்கு ஓடிப் போனான். பிறகு உடனே வைத்தியரிடம் போய் ஊசியெல்லாம் போட்டுக் கொண்டான். அதுபோல இப்பொழுது ஒரு ஊசியோடு போகுமென்றால் பயப்படாமல் நிலத்தில் காலை வைக்கலாம். உயிரோடு போகுமென்றால் எப்படிக் காலைக் கீழே வைப்பது? அதில் வேறு தங்கை போட்டு விட்டுப் போன தும்புத்தடி, பாம்பைப் போலவே உருவெடுத்துத் தோன்றிக் கொண்டிருந்தது.

அறை முழுதும் பெற்றோல் வாசனையைப் பரவவிட்டால் ஒளிந்திருக்கும் பாம்பு எங்கிருந்தாலும் வெளியே ஓடி வந்துவிடுமென ஒருவர் சொன்னார். அந்த விடிகாலையில் நகரத்துக்கு ஓடிப்போய் பெற்றோல் வாங்கிவருவது சாத்தியப்படாது என்பதனால் அந்த யோசனை கைவிடப்பட்டு எனது அறை காப்பாற்றப்பட்டது. 'சரி..பெற்றோலுக்குப் பதிலாக மண்ணெண்ணெய் பாவிப்போம்' என இன்னொருவர் கூறினார். மண்ணெண்ணெய் வீட்டிலிருந்தது. இப்பொழுது மண்ணெண்ணெயை எப்படி அறை முழுதும் ஊற்றுவதா, விசிறுவதா, தெளிப்பதா எனச் சிறிய ஆலோசனை நடந்தது. இறுதியில் நீண்ட மூங்கில் கழியொன்றின் முனையில் ஒரு புடவையைச் சுற்றி அதில் மண்ணெண்ணெய் ஊற்றி கட்டிலுக்கடியில் அங்குமிங்குமாக ஆட்டினால் ஒளிந்திருக்கும் பாம்பு, அதன் வாடை தாங்காமல் எப்படியும் வெளியே ஓடிவந்துவிடுமெனும் முயற்சி நடைமுறைப்படுத்தப்பட்டது. அதற்கும் முதலில் வாசலில் எட்டிப் பார்த்துக் கொண்டிருந்த பார்வையாளர்கள் அப்புறப்படுத்தப்பட்டார்கள். பிறகு வாசலின் இரட்டைக் கதவில் ஒன்று மூடப்பட்டு மற்றதன் அருகில் மண்ணெண்ணெய்ப் புடவையை எதிர்முனையில் சுற்றியிருந்த நீண்ட கழியை வைத்தபடி ஒருவர் குந்திக் கொண்டிருந்தார். யன்னல்கள் எல்லாம் மூடப்பட்டிருந்ததால் வெளியேறும் பாம்பு எப்படியும் கதவு வழியாகத்தான் வருமென அவர் ஓடத்தயாராக இருந்தபடியேதான் அக் கழியை கட்டிலடிக்கு அனுப்பி ஆட்டிக் கொண்டிருந்தார். சுமார் பதினைந்து நிமிடங்களுக்கு மேலால் ஆட்டியும் பாம்பு வரவில்லை. எனக்குத்தான் அந்த வாசனைக்கு மூக்கரித்துக் கொண்டிருந்தது.

'அதுதான் முன்பே சொன்னேன்..பாம்புக்கென்ன மோப்பம் புடிக்கிற சக்தியா இருக்கு?' என்றபடி வேறொருவர் முன்னே வந்தார். அவரும் அந்த ஆலோசனைக் கூட்டத்தில் இருந்தவர்தான். 'அப்போ மகுடிச் சத்தம் கேட்டா மட்டும் அது ஆடுதே..அதுக்கென்ன காதா இருக்கு?' என்று திருப்பிக் கேட்டார் கழியை வைத்திருந்தவர். 'இப்படிச் சும்மா கதைச்சுக்கொண்டிருக்காம ஆக வேண்டியதைப் பார்ப்போம்' என்றார் ஆலோசனைக் கூட்டத்தின் மற்றவர். அவர் எனது அப்பா. அப்பாவுக்கு

பாம்புடனான அனுபவங்கள் நிறைய இருந்திருக்கும். இருந்திருக்கின்றன என அவரே சொல்லியுமிருக்கிறார். அவரது சிறிய வயதிலெல்லாம் ஊரில் இந்தளவுக்கு நெருக்கமாக வீடுகளோ, கடைகளோ இருந்ததில்லையாம். வீட்டுக்கு முன்னாலுள்ள வயல்..அதைத்தாண்டிக் காடு..அதையும் தாண்டினால் தூரத்தே தெரியும் மலை. முன்னரெல்லாம் காட்டுக்குள் இரவு நரிகள் ஊளையிடுவது கேட்குமாம். ஊருக்குள் கோழிகளை வேட்டையாட காட்டுப் பூனைகள் வந்து போகுமாம். இப்பொழுதும் மலை இருக்கிறது. காடுமில்லை. வயலுமில்லை.

அப்பொழுது அப்பம்மாவுக்குச் சொந்தமான பெரிய வயலில் ஒரு பெரிய, நீள நாகம் இருந்திருக்கிறது. அதைக் காவல் நாகமென அப்பா சொன்னார். அது நீளமானது. எலிகளிலிருந்தும், இன்னும் விஷ ஜந்துகளிலிருந்தும், திருடர்களிடமிருந்தும் அவ் வயலைக் காத்து வந்தது. தண்ணீர் செல்லும் வாய்க்காலின் மூலையொன்றில் படுத்து ஓய்வெடுக்கும் அதனை அப்பா நிறையத் தடவை பார்த்திருக்கிறார். அவரை அது எதுவும் செய்யாதாம். அந்த வயலுக்குச் சொந்தக்காரர்களை அது எதுவுமே செய்யாதாம். பல பரம்பரைகளாக அது இருந்து வந்ததாம். பிறகு அப்பம்மா, அப்பாவுக்கு அவ் வயலை எழுதிக் கொடுத்த பொழுதும் அங்கேயே இருந்திருக்கிறது. அப்பா, அப்பம்மாவின் விருப்பத்துக்கு மாறாக வயலை மூடி, மண் நிரப்பி, கட்டிடங்கள் கட்ட விற்ற பின்னர் ஓர் நாளில் அப் பாம்பு அவ் வாய்க்காலில் செத்துக் கிடந்ததாம். அது செத்த அன்று அப்பம்மா சாப்பிடக் கூட இல்லையாம். அன்றோடு வயலுக்கும் காவலற்றுப் போயிற்று. இயற்கைக்கும் காவலற்றுப் போயிற்று.

இப்பொழுது திரும்பவும் ஆலோசனைக் கூட்டம் கூடியிருந்தது. 'ஒரு கீரிப் பிள்ளையை அறைக்குள் விட்டால் அது பாம்பை எப்பாடு பட்டேனும் வெளியே இழுத்துக் கொண்டுவந்து விடும்' என தெருமுனைப் பெரியவர் சொன்ன யோசனைதான் அந்த யோசனைகளிலேயே மிகவும் அபத்தமான யோசனையாகப்பட்டது. பாம்புக்கு நிஜமாகவே காதிருந்தால், அதற்கும் நம் மொழி தெரிந்திருந்தால் ஊர்ந்து ஊர்ந்து சிரித்திருக்கும்.

அறைக்குள் பாம்பு எப்படி வந்திருக்குமென பெண்கள் கூடிக் கதைத்துக் கொண்டிருந்ததுவும் வேடிக்கையாக இருந்தது. சிலர் விறகுக் கட்டுடன் சில சமயம் காட்டுப் பாம்புகள் சேர்ந்து வருமென்றார்கள். அப்படி ஒரு சமயம் அதைச் சொல்லிக் கொண்டிருந்த பெண்ணின் மாமியாரை விறகுக்கட்டோடு வந்த ஒரு பாம்பு கடித்துவிட்ட செய்தியை பாம்புக்கு நன்றி கலந்த புன்னகையோடு பகிர்ந்துகொண்டாள். பிறகு பாம்புதான் செத்ததாம். மாமியாரே அதை அடித்துக் கொன்றுபோட்டாராம். அப்போது அவர் பாம்பைத் திட்டிய வசவுகளில் பாதி தனக்கென்றாள். அத்தோடு நின்றுவிடாமல் தூரத்துக்குக் கொண்டுபோய் மண்ணெண்ணெய் ஊற்றி எரித்துவிட்டு வந்தாராம். பாம்புகள் பற்றியெரியும் வாசனை கூட மனிதர்களுக்கு ஆகாது என அப்பெண் சொன்னாள். இச் சமயம் எங்கள் வீட்டுக்குப் புதிதாக விறகுக்கட்டு எதுவும் வந்திருக்கவுமில்லை. இப் பாம்பெப்படி வந்திருக்கும்?

அடுத்து அப்பாவுக்கு வந்த யோசனையை செயல்படுத்திப் பார்த்தார்கள். அடுத்த வீட்டுக்குப் போய் வீழ்ந்துகிடந்த தென்னமோலையின் கீற்றுக் கீற்றாக உருவியெடுத்து வந்து மூங்கில் கழியின் ஒரு முனையில் கட்டினார்கள். கதவடியில் அமர்ந்தபடி அந்த நீண்ட மூங்கில் கழியின் ஒரு முனையைப் பற்றியபடி இப்பொழுது அப்பா. மறுமுனையில் எண்ணெய்த் துணிக்குப் பதிலாக நீளநீளமான தென்னமோலைக் கீற்றுக்கள். அதன் மூலம் கட்டிலடியை அவர் கூட்டுவது போல அங்குமிங்குமாக உசுப்பிவிட்டார். அதற்குப் பலனிருந்தது. கட்டிலடியைக் கூட்டுவதற்கு இடம் விடுவோமென பாம்பு நினைத்ததோ என்னவோ வெளியே ஓடி வந்துவிட்டது. அது மண்ணிறம் அல்லது அழுக்கு மஞ்சள் நிறமென இப்பொழுது நன்றாகத் தெரிந்தது.

ஈரடியுமல்ல, ஆறடியுமல்ல. எல்லோரையும் பதைபதைக்க வைத்த அது, ஒரு அடிக்கும் குறைவாக இருந்த ஒரு புல்லுப் பாம்பு. ஒரு குஞ்சுப் பாம்பு. முற்றத்தில் உலாத்தியிருந்தால் புழு என எண்ணி மைனாப் பறவை தூக்கிப் போகக் கூடிய அளவான சின்னப்பாம்பொன்று. நேற்று முற்றத்தில்

பதிக்கவென மைதானத்திலிருந்து சதுரம் சதுரமாக வெட்டிக் கொண்டு வந்து சுவரோரமாகப் போட்டிருந்த சிறு புல்லுப் பாத்தித் துண்டுகளோடு சேர்ந்து வந்துவிட்டிருக்கிறது. பின்னர் தனித்திருக்கப் பயந்து முன்னிரவில் யன்னல் வழியே அறைக்குள்ளே வந்து விட்டிருக்கிறது.

வாசலடியிலிருந்தவர்கள் கூப்பாடு போட்டபடி அப் பாம்பு ஓட வழி விட்டார்கள். அடியடா..பிடியடா எனச் சத்தங்கள் வேறு. நானும் இப்பொழுது கட்டிலிருந்து தைரியமாக இறங்கிவிட்டேன். பெரும் வீரர்களைப் போல பாம்பின் பின்னாலேயே விரட்டிப் போனோம். அது ஊர்ந்து ஊர்ந்து போய் நாங்கள் என்றுமே தேடி மீளப் பெற்றுக் கொள்ளமுடியாதபடிக்கு புதுக் கட்டடங்கள் கட்டக் கொண்டு வந்து போட்டிருந்த பெரிய கருங்கல் குவியலின் இண்டு இடுக்குகளுக்குள் ஒளிந்து கொண்டது, எங்கள் வயலைப் போல.

பின்னற்தூக்கு

ஒரு தற்கொலைச் செய்தியோடு அன்றைய காலை விடிய வேண்டியதாகியிருந்ததற்கும் வீட்டுப் பின்கட்டில் காகமொன்று அதன் தொண்டைத் தண்ணீர் வற்ற இரைந்து இரைந்து கத்தியதற்கும் என்ன சம்பந்தம் இருக்கப் போகிறது. அம்மா அதுவும் அபசகுனத்தின் அறிகுறியென, செய்தி கொண்டு வந்த செல்வியிடம் சொல்லிப் பெருமூச்சு விட்டாள்.

செல்விக்கு நீண்ட பின்னல். முழங்கால் வரை நீண்ட பின்னல். எப்பொழுதும் பின்னிவிட்டு அதன் நுனியில் கறுப்பு றப்பர்பேண்டால் முடிச்சுப்போட்டு விட்டிருப்பாள். மருத்துவத் தாதிப் பயிற்சிக்கென வந்திருந்த பெண்கள் தங்கியிருந்த விடுதியில் ஒரு பெண் தூக்குப் போட்டுத் தற்கொலை செய்துகொண்டதாக அந்த மழைக்காலக் காலைப்பொழுதில் அவள் செய்திகொண்டு வந்தபொழுது அப் பின்னலும் முடிச்சும் தூக்குக் கயிறு போலத்தான் தோன்றியது.

எந்தப் பெண் எனத் தெரியவில்லை. வெளியூர்ப் பெண். ஆனாலும் இந்த வீதியில் பழக்கப்பட்ட ஒரு பெண்ணாகவே இருப்பாள். அருகிலிருந்த நகரத்தின் மையத்திலிருந்த மருத்துவத் தாதிகள் பயிற்சி நிலையத்தில் பயிலச் சேர்பவர்கள் அவர்களுக்காக ஒதுக்கப்பட்ட இந்த விடுதியில் இறுதி ஆண்டுகளில் தங்கிப் பயிலவேண்டுமென்பது ஒரு விதிமுறை. அந்த விதிக்கமையவோ, அல்லது தங்கிப் படிக்க வேறு வசதியான இடம் அந்த நகரத்தில் அமையாததாலோ பல

ஊர்களிலிருந்தும் வந்திருந்த எல்லா இறுதியாண்டு மாணவிகளும் அங்கு வந்து தங்கியிருந்தனர்.

அம்மாவுக்கு எல்லாப் பெண்களையும் பரிச்சயம். வீட்டின் முன்னால் அம்மா ஒரு சிறிய பெட்டிக் கடை வைத்திருந்தாள். சின்ன ஷாம்பூ பாக்கெட், சவர்க்காரம், கடித உறைகள், கூந்தல் பின்கள், ஊக்குகள் எனப் பெண்கள் வந்து வாங்கிப் போவார்கள். சில சமயங்களில் அவர்கள் விடுதியின் வயதான காவல்காரனுக்கு வெற்றிலையும் சுண்ணாம்பும் கூட வாங்கிப் போவார்கள். அம்மாவுடனான இந்தச் சிறிய வியாபாரங்களின் பொழுது அவர்கள் சிந்தும் புன்னகைகள் இடையில் ஒரு பாலம் போலப் பரவி அம்மாவுக்கு அவர்களுடனான பரிச்சயத்தை இலகுவாக ஏற்படுத்தி விட்டிருந்தது.

மருத்துவத் தாதிகள் என்றால் அவர்களுக்கே உரிய வெள்ளைச் சீருடையையும், தொப்பியையும் கற்பனை பண்ணக் கூடாது. இவர்கள் எல்லாவற்றையும் பயின்று பின் வேலை பார்க்கச் செல்லும்பொழுதே அவற்றை அணிபவர்களாக இருக்கக் கூடும். இப்பொழுதைக்கு வெள்ளைச் சேலைதான் அவர்கள் சீருடை. வீதியில் காலை ஏழு மணிக்கே அவர்கள் சோடி சோடியாய் பஸ் நிலையம் நோக்கி நடப்பதைப் பார்க்க வெள்ளைக் கொக்குகளின் அணிவகுப்பைப் போல அழகாக இருக்கும்.

செல்வி இப்பொழுது எழுந்துகொண்டாள். செய்தியை இன்னொருவரிடம் எத்திவைத்த திருப்தியோடு ஏதோ வர்ணிக்கமுடியாத சோகமொன்றும் அவள் முகத்தில் படிந்திருந்ததைப் பார்க்க முடிந்தது. அவள் எழுந்துகொண்டதோடு அம்மாவும் எழுந்துகொண்டாள். செல்வி கொண்டு வந்த பாலைப் பாத்திரத்தில் ஊற்றி அடுப்பில் வைத்துக் காய்ச்சத் தொடங்கினாள். செல்விதான் அந்த விடுதிக்கும் பால் விற்பவள். முக்கால்வாசிப் பால் சுமந்த பெரிய பாத்திரத்தைத் தூக்கமுடியாமல் தூக்கிக் கொண்டு அடுத்த வீட்டுக்கு நகர்ந்தாள். அங்கேயும் அந்தத் தற்கொலைச் செய்தியை முதலில் இவள்தான் சொல்ல வேண்டியிருக்கும். இல்லாவிடில் அந்த வீட்டிலிருந்து விடுதிப் பக்கம் யாரேனும் போய் வந்திருந்தால் அவர்களுக்கு முன்னமே தெரிந்திருக்கும்.

அம்மாவுக்குத்தான் ஒரே யோசனையாக இருந்தது. எந்தப் பெண்ணாக இருக்கும்? நேற்று மாலையில் மழைக்கு ஒரு மஞ்சள் பூப்போட்ட குடையை எடுத்து வந்து பேனையும், பிஸ்கட்டும், வாழைப்பழமும் வாங்கிப் போனதே ஒரு சிவந்த ஒல்லிப்பெண். அதுவாக இருக்குமோ? சாக நினைத்த பெண் பிஸ்கெட்டெல்லாம் வாங்கிச் சாப்பிட்டு விட்டுச் சாகுமா என்ன? அதுவும் முழுதாக எழுதித் தீராத வரைக்கும் வாழ நினைக்காத பெண் கொஞ்சம் கூடுதல் விலைகொடுத்து அழகான பேனை வாங்கிப் போக மாட்டாளே? அதுவும் நட்ட நடுஇரவில் அறைத் தோழியருக்கு எந்த அரவமும் ஏற்படா வண்ணம் எழுந்து விடுதியின் முன் சாலைக்கு வந்து தன்னை முழுதும் நிர்வாணமாக்கி, தனது வெள்ளைச் சேலையில் தூக்குப் போட்டுச் சாக ஒரு பெண்ணுக்கு எந்தளவுக்கு தைரியம் இருக்கவேண்டும்? அந்தச் சிவந்தபெண் அந்தளவுக்கு தைரியமானவளா என்ன?

நிச்சயமாக அந்தப் பெண்ணாக இருக்கமாட்டாள் எனத் தோன்றியது. அவ்வாறெனில் இறந்த பெண் யார்? செத்தவள் இறுதியாக வந்து என்ன வாங்கிப் போனாள்? அம்மா கடைக்கு வந்த பெண்களின் ஒவ்வொரு முகமாகத் தன் நினைவுக்குக் கொண்டுவர முயன்று தோற்றாள். நேற்று வந்த பெண்ணின் மஞ்சள் கலரில் அழகான பூப்போட்ட குடை ஞாபகத்திலிருந்த காரணம் அதே மாதிரியான குடை அம்மாவிடமும் இருந்ததுதான். அந்தக் குடையை யாருக்கோ இரவல் கொடுத்துப் பின் வாங்க மறந்துவிட்டதாகத் தோன்றிய கணம், பொங்கிய பாலை இறக்கி வைத்துவிட்டு எழுந்துபோய் அலமாரியின் மேலே பார்த்தாள். குடை அதன் பாட்டில் இருந்தது. ஆனால் எப்பொழுதோ, எதுபோன்றோ குடை அல்லது வெயில் சுமந்துபோன பெண்ணொருத்தி இன்று உயிருடன் இல்லை. நிச்சயமாக இந்தக் கடையில் சின்னச் சின்னதாகக் குவிந்திருக்கும் பொருட்களில் ஏதோ ஒரு பொருளை வாங்கிப் போனவளாகத்தானே இருப்பாள். அப்பொழுது சிந்திய புன்னகையும், சிதறவிட்ட மூச்சுக்காற்றுகளும் இந்த பெட்டிக் கடையின் மூலைகளைத் தேடி ஓடியிருந்திருக்குமே?

வாசல் வீதியினூடாகப் போலிஸ் வண்டி விடுதியை நோக்கிப் போவது தெரிந்தது. இனி விசாரணை தொடங்கக்கூடும். அவளது பிணம்

எம்.ரிஷான் ஷெரீஃப்

அறுக்கப்பட்டுப் பரிசோதனைகள் நடக்கும். தற்கொலைக்கான காரணம் பலவிதங்களில் அலசப்படும். அந்தப் பெண் குறித்தான ஒழுக்கமும், அந்தரங்கமும் கூடப் பரிசீலிக்கப்படும். இனி வண்டி,வண்டியாக அவளது உறவினர்கள் வந்து கதறலோடு விடுதியை நிறைக்கக்கூடும். காலை நேரங்களில் வீதியில் அணிவகுக்கும் கொக்குச் சோடிகளில் ஒன்று குறையும். அம்மா தன் கடையை அன்று மட்டும் மூடப்போவதாக உத்தேசித்துக் கொண்டாள். இன்றைய துக்கத்தில் எப்படியேனும் பங்குகொள்ள வேண்டும்போல இருந்தது அவளுக்கு.

தானாகச் சாவதை விடவும் அகால மரணங்கள் என்பவை பெரிய தாக்கத்தை ஏற்படுத்துபவைதான். ஒவ்வொரு நாளும் சிரிக்க நினைப்பதைப் போல, அழ நினைப்பதைப் போல, பசியை நினைப்பதைப் போல, குளியலை நினைப்பதைப் போல மரணத்தை தினமும் நினைப்பவர்கள் இல்லை. ஒருவரைச் சார்ந்தே வாழப் பழகியவர்கள் அல்லது அவரோடு நெருக்கமாகப் பழகியவர்கள் அல்லது தெரிந்தவர்கள் அவரது அகால மரணத்தின்போது பெரிதும் பாதிக்கப்படுவார்கள்.

பின்னொருநாளில் யாரிடமோ ஏமாந்து செல்வியும் தற்கொலை செய்துகொண்ட பொழுது அவளிடம் பாலை இழப்பதற்காகக் காத்திருந்த அவளது பிரியத்திற்குரிய மாடுகளும், அவள் கொண்டுவரும் பாலைப் பெறுவதற்காகக் காத்திருந்த அம்மாவும் மீண்டும் சோகத்தில் மூழ்கினர். அம்மா தனது துயரத்தை வெளிக்காட்ட அன்றும் முன்போலக் கடையைப் பூட்டினாள்.

தனது தாவணியில் தூக்குப்போட்டுச் செல்வியின் தலை துவண்டு தொங்கிக் கொண்டிருந்த பொழுது அவளது நீண்ட பின்னல் அவளது முழங்காலை முன்புறமாகத் தொட்டபடி தனியாகத் தொங்கிக் கொண்டிருந்தது. அப்பொழுதும் அப்பின்னலும் கறுப்பு றப்பர்பேண்ட் முடிச்சும் தூக்குக் கயிறு போலத்தான் தோன்றியது.

தண்டனை

அன்றைய திங்கட்கிழமையும் வழமை போலவே அலுவலகத்தில் எனது பணிநேரம் முடிந்ததன் பிற்பாடு நேராகப் பக்கத்திலிருந்த மதுபானசாலையில் கொஞ்சம் மதுபானம் அருந்திவிட்டு எனது வீடிருந்த குடியிருப்பிற்குக் காரில் வந்து சேர்ந்தேன். எனது தளத்திற்கான மின்னுயர்த்தியில் என்னுடன் பயணித்த எனது பக்கத்து வீட்டு இளம்பெண் மென்மையாகச் சிரித்து நலம் விசாரித்ததற்கான எனது பதில், மதுவாடை கலந்த ஏப்பத்துடன் வெளியானதில் அவள் முகம் சுளித்தது இன்னும் ஞாபகத்திலிருக்கிறது. எல்லா அழகிகளும் ஒன்று போல மதுவாடையை ஏற்றுக் கொள்பவர்களல்லர். அல்லது அஸ்விதாவைப் போல எல்லா உணர்ச்சிகளையும் முகத்தில் காட்டாவண்ணம் மறைக்கத் தெரிந்தவர்களுமல்லர்.

வீட்டு வாசலில் இரண்டு நாட்களாகத் தண்ணீர் ஊற்றப்படாதிருந்த போகன்வில்லாச் செடிகள் வாடியிருந்தன. வெண்ணிறப்பளிங்குத் தரையில் அதன் செம்மஞ்சள் நிறப்பூக்கள் உதிர்ந்து வீழ்ந்து குப்பையாகிக் கிடந்ததைக் கவனிக்காமல் அஸ்விதா என்ன செய்கிறாளெனக் கோபம் வந்தது. வழமையாக இதன் பராமரிப்பு எல்லாம் அவள் பொறுப்பில்தான். இதில் நீங்கள் ஆச்சரியப்பட ஏதுமில்லை. உங்கள் வீட்டிலும் பெண்கள் இது போன்ற வேலைகளைத் தாங்களே பொறுப்பெடுத்துச் செய்பவர்களாக இருப்பார்கள்.

அழைப்பு மணியை மூன்று முறை விட்டு விட்டு அடித்தேன். அது எனது வருகைக்கான சங்கேதமொழி. அஸ்விதாவிற்கு மட்டுமே தெரிந்த பாஷை. ‘ஆறு மாதத்திற்கு முன்னர் உன்னழகிய சங்குக்கழுத்தில் தாலி கட்டிய உன் கட்டிளம் கணவன் வந்திருக்கிறான்’ என அவளிடம் ஓடிப்போயுரைக்குமொலி. வழமையாக ஒரு அழைப்பிலேயே ஓடி வந்து கதவைத்திறந்து ஒதுங்கி வழிவிட்டு நிற்பவள் இன்று நான்கைந்து முறை அழைப்புமணியை அழுத்தியும் திறப்பவளாக இல்லை. எனக்கு மிகவும் எரிச்சலாக வந்தது.

ஒருவேளை தூங்கிக் கொண்டிருப்பாளோ என்றும் நினைத்தேன். ஆனால் இதுவரையில் அவளை எனக்கு முன்னதாகத் தூங்கியவளாக நான் கண்டதில்லை. இறுதிச் சனிக்கிழமை காலை வரையில் நேரம் கிடைக்கும் போதெல்லாம் ஏதாவது எழுதியபடியே இருந்தவள். இப்பொழுதும் ஏதாவது எழுதிக்கொண்டிருப்பாளோ எனத் தோன்றிடினும் அவளுக்கு அதற்கான எந்த எழுதுகருவியையோ, காகிதத் தாள்களையோ நான் விட்டு வைக்கவில்லையே என்பதுவும் நினைவில் வந்தது.

கதவின் பக்கத்திலிருந்த ஒற்றை யன்னல் வழியே கையை நுழைத்து கதவின் உள்கொக்கியை விடுவித்துத் திறந்தேன். எனது வீட்டுக் கதவு திறக்கப்படும்போதும் , மூடப்படும்போதும் சன்னமாக ஒலியெழுப்பும். நீங்கள் கேட்டீர்களானால் அடுத்த முறை வரும் போது ஏதேனும் எண்ணெய்ப் போத்தலை எடுத்து வந்து கதவின் மூலையில் பூசிவிடுவீர்களென நினைக்கிறேன். அந்தளவுக்கு அகோரமான சப்தம் அதிலிருந்து வரும். இந்தச் சத்தத்திற்கு அவள் எங்கிருந்தாலும் வாசலுக்கு வரவேண்டுமென எதிர்பார்த்தேன். ஆனால் வரவில்லை. மிகவும் அழுத்தக்காரி என நினைத்துக் கொண்டேன்.

வீட்டின் உள்கூடத்தில் சனிக்கிழமை காலையில் நான் எரித்த காகிதங்களினதும் அவை சார்ந்தவற்றினதும் கரிக்குவியல் அப்புறப்படுத்தட்டிருந்தமை எனது கோபத்தையும் எரிச்சலையும் மட்டுப்படுத்தியதோடு , தீயின் கரங்கள் கரும்புகை ஓவியங்களாய்ப்

பளிங்குத்தரையில் வரைந்திருந்த எல்லாத்தடயங்களையும் அவள் கழுவிச் சுத்தம் செய்திருந்தமை எனக்கு மகிழ்வினைத் தந்தது.

அவள் நல்லவள்தான். அமைதியானவள்தான். எனது முன்னைய காதலிகளைப் போல எனது பணத்தினைக் குறிவைத்து அது வேண்டும், இது வேண்டும் என்று நச்சரித்துக் கேட்பவளல்ல. கண்ணியமானவள். நாணம், ஒழுக்கம் நிறைந்தவளும் கூட. எனது பிரச்சினைகளெல்லாம் அவளது எழுத்துக்கள் சம்பந்தமானதாகவே இருந்தன. எப்பொழுது பார்த்தாலும் ஏதாவது எழுதிக் கொண்டே இருந்தாள். எழுத்தின் அத்தனை பரிமாணங்களும் அவளது விரல்களினூடே தாள்களில் கொட்டப்படவேண்டுமென்பது போல ஏதாவது எழுதிக் கொண்டே இருந்தமைதான் எனக்குப் பிடிக்கவேயில்லை.

அவளைப் பெண் பார்த்து நிச்சயிக்கும் முன்பே வீட்டில் சொல்லியிருந்தார்கள். மணப்பெண்ணுக்குப் பொழுதுபோக்கு எழுத்துத்தானென்று கட்டாயம் மணமகனிடம் சொல்லச் சொன்னாளாம். அதை இந்த மணமகன் மிகச் சாதாரணமாகத்தான் எண்ணியிருந்தேன். பணமும் சொத்துக்களும் நிறைந்தவளுக்கு எழுத்து ஒரு பொழுதுபோக்காக இருப்பதென்பது கல்யாணத்தை நிறுத்தும் அளவிற்குப் பெரிய பிரச்சினையாக நான் கருதாததால் பெரியவர்கள் பார்த்து முடிவு செய்த ஒரு சுபயோக சுபதினத்தில் அஸ்விதா என் மனைவியென்றானாள். திருமணத்திற்குப் பின் கொஞ்ச நாட்களுக்குள்ளேயே அவளது ஆறாவது விரலாகப் பேனா இருப்பது புரிந்தது.

எல்லாவற்றையும் எழுதிவந்தாள். நகரும் ஒவ்வொரு கணத்தையும் ஏன் மூச்சையும் கூடத் தன் தினக்குறிப்பேட்டில் பதிந்து வருபவளாக இருந்தாள். கடந்த மாதம் இந்தத் திகதியில், இந்த மணித்தியாலத்தின் இந்த நிமிடத்தில் நீங்கள் என்ன செய்துகொண்டிருந்தீர்களென உங்களால் இப்பொழுது கூற முடியுமா? ஆனால் அவளிடம் கேட்டால் அவளால் முடியும்.

அதற்காக அவள் தனது நேரங்களனைத்தையும் எழுதியபடியேதான் செலவழிக்கிறாளென நீங்கள் எண்ணக்கூடாது. வழமையாக இந்த

சமூகத்தில் பெண்களுக்கென ஒதுக்கப்பட்டிருக்கும் வேலைகளனைத்தையும் ஒழுங்கு தவறாமல் நிறைவேற்றுவாள். ஒவ்வொருநாளும் விதம்விதமாக எனக்குப்பிடித்தமான உணவுகளாகட்டும், அலங்காரமாகட்டும், எல்லாவற்றிலும் மிகச் சிரத்தையெடுத்து அழகாகச் செய்தவள் அவள். சொல்ல மறந்துவிட்டேன். அவளது கண்கள் மிகவும் அழகியவையாக இருந்தன. அந்தக் கண்களின் மாயசக்திதான் என்னை அவள் பக்கம் ஈர்த்தனவோ என்னவோ...?

நான் சொல்லவந்ததை விட்டு எங்கெங்கோ போகிறேனென நினைக்கிறேன். இப்பொழுது என்னைப் பற்றியும் தெரிந்துகொள்ளுங்கள். எனக்குப் பயங்கரமாகக் கோபம் வரும். எதற்கென்றில்லை. ஒருமுறை வீதியில் ஒளிச்சமிக்ஞை அனுமதிக்காக வாகனத்தை நிறுத்திவைத்துவிட்டுக் காத்திருக்கையில் பக்கத்து வாகனச் சாரதி மிகச்சத்தமாகவும் உல்லாசமாகவும் தனது வானொலியை முடுக்கிவிட்டு இலேசாக நடனமாடிக் கொண்டிருந்ததைப் பார்க்கப்பார்க்க எனக்குக் கோபம் பொங்கிற்று. எனது பக்கத்திலிருந்த அஸ்விதாவின் அழகிய கரத்தினை சிகரெட்டால் சுட்டுத்தான் என்னை ஆசுவாசப்படுத்திக் கொள்ளமுடிந்தது.

அவள் மகா பொறுமைசாலி. எனக்கு வரும் கோபத்தையெல்லாம் நான் அவளிடம்தான் காட்டவிழைந்திருக்கிறேன். கையில் கண்டதைத் தூக்கியெறிந்திருக்கிறேன். அவள் எழுதிவைத்த காகிதங்கள் கண்ணில் பட்டால் கிழித்தெறிந்திருக்கிறேன். சில சமயங்களில் அவளைச் சிகரெட்டால் சுட்டிருக்கிறேன். சரி விடுங்கள். முகஞ்சுளிக்கிறீர்கள். அதற்கு மேல் வேண்டாம்.

எனக்கும் அஸ்விதாவிற்குமான இறுதிச்சண்டை கடந்த சனிக்கிழமை காலையில் வந்தது. சண்டையென்றும் சொல்வதற்கில்லை. இருவரும் பலசாலிகளாகவும் இறுதியில் ஒருவர் வெற்றி கொள்வதும் மட்டுமே சண்டையெனப்படுமெனில் அது சண்டையே இல்லை. எனது கரம் மட்டுமே மேலோங்கும் ஒரு கோபத்தின் ஆதிக்கம் எனக் கொள்ளலாம். சனி, ஞாயிறு வழமை போலவே எனக்கு விடுமுறை

தினங்கள். சனியன்று பகல் வரையில் நன்றாகத் தூங்கியெழுவேன். அன்றைய சனியும் வழமை போலவே தூங்கிக் கொண்டிருக்கும் போது விடிகாலையில் தூக்கத்தில் எனது கைபட்டு கட்டிலுக்கருகில் வைத்திருந்த தண்ணீர்ப்பாத்திரம் நிலத்தில் விழுந்து சிதறிய அந்தச் சத்தத்தில் நான் விழித்துக் கொள்ள வேண்டியவனானேன்.

எனது தூக்கம் கலைந்ததற்கான கோபமும் எரிச்சலும் மிதந்து பொங்கிற்று. அருகில் படுத்திருக்க வேண்டிய அவளைத் தேடினால் அங்கு அவள் இருக்கவில்லை. அவள் பெயர் சொல்லி இயன்றவரை சத்தமாகப் பலமுறை அழைத்துப் பார்த்தும் பயனற்ற காரணத்தால் மூடியிருந்த என்னறைக் கதவைத் திறந்து அவளைத் தேடினேன். அவள் மாடியின் வெளிப்புற வராந்தா ஊஞ்சலில் அமர்ந்து தன் நீண்ட ஈரக் கூந்தலை உலர்த்தியவளாக ஏதோ எழுதிக் கொண்டிருந்தாள்.

மிதமிஞ்சிய கோபத்தோடு அவளை நெருங்கிய நான் அவளது கன்னத்தில் அறைந்ததோடு நிற்காமல் அவளது கையிலிருந்த தினக்குறிப்பேடு, மையூற்றும் பேனா, அதன் நீலக் கறை துடைக்கும் வெள்ளைத் துணி, இன்னும் அவ்வளவு காலமாக அவள் எழுதிச் சேர்த்து வைத்திருந்த அத்தனைக் காகிதங்களையும் சேகரித்து வீட்டின் உள்கூடத்தில் போட்டு எரித்தேன். அதனை எரிக்கும் வரையில் அவள் கண்ணீர் நிறைந்த கண்களோடும் , சிவந்த கன்னத்தோடும் எனது செய்கையைத் தடுக்க முனைந்தவாறு என் பின்னாலேயே சுற்றிச் சுற்றி வந்ததுவும் நான் அவளை உதறியதில் இரு முறை வீசப்பட்டுப் போய் நிலத்தில் விழுந்ததுவும் இன்னும் நினைவிலிருக்கிறது.

உங்கள் தோளில் ஒரு எறும்பு ஊர்கிறது பாருங்கள். அதனைத் தட்டிவிடுங்கள். ஆம். இந்த எறும்பைப் போலத்தான் அன்று அவளும் தூரப்போய் விழுந்தாள். கோபத்தின் வெறியில் அன்று நான் முற்றிலுமாக என்னிலை மறந்தவனாக இருந்தேன். பாருங்கள். இப்பொழுது கூட உங்களிடம் அவள் வரையும் ஓவியங்களைப் பற்றிச் சொல்லமறந்து விட்டேன். அவள் மிகவும் அழகாக ஓவியங்களும் வரைவாள். திருமணமான இரண்டாவது நாள் ஒரு மாலை வேளையில் அவள் வரைந்த

ஓவியங்களை எனக்குக் காட்டினாள். அவை மிகவும் அழகானவையாகவும், வண்ணமயமான காட்சிகளாகவுமிருந்தன. ஆனால் நான் எனக்கவை பிடிக்காதவை போன்ற பாவனையோடு முகத்தினைத் திருப்பிக் கொண்டேன். அன்றிலிருந்துதான் அவள் வரைவதை விட்டிருக்க வேண்டும்.

அன்று அந்தக் காகிதக் குவியல்கள் முற்றிலுமாக எரிந்து முடிக்கும்வரை அங்கேயே நின்றிருந்தேன். நிலத்தில் விழுந்த இடத்தில் உட்கார்ந்தவாறே எரிவதைப் பார்த்துச் சோர்ந்திருந்தாள் அவள். சிவந்த கன்னத்தினூடே கண்ணீர் நிற்காமல் வழிந்தபடி இருந்தது. அது முற்றாக எரிந்து முடிந்ததும் நான் எனது தூக்கத்தைத் தொடரப் போனேன். அறைக் கதவைத் தாழ்ப்பாளிட்டுக்கொண்டு அன்று நிம்மதியாக உறங்கினேன்.

அவள் சிறிது நேரம் அழுதுகொண்டிருந்திருப்பாள். நான் எழும்பிக் குளித்து முடிக்கையில் சாப்பாட்டு மேசையின் மீது எனக்குப் பிடித்தமான உணவு காத்திருந்தது. அவள் எழுதுவதையும், அந்தக் கரிக்குவியலை அப்புறப்படுத்துவதையும் தவிர்ந்த மற்ற எல்லாக் காரியங்களையும் வழமையைப் போலவே மிகவும் அமைதியாகவும் இயல்பாகவும் நிறைவேற்றினாள். அந்தக் கரிக்குவியலை அப்புறப்படுத்த நான் சொல்லவுமில்லை. அவளாக அப்புறப்படுத்துவாளென்றே எண்ணியிருந்தேன்.

அன்றைய மதிய உணவிற்குப் பின்னரும் வழமையான ஒவ்வொரு சனிக்கிழமையைப் போன்றே எனது பெண் சினேகிதியைச் சந்திக்கச் சென்று அவளுடன் தங்கியிருந்துவிட்டு ஞாயிற்றுக்கிழமை இரவு வீடு திரும்பும் போதும் அந்தக் கரிக்குவியல் அப்படியே இருந்தது. மிகுந்த களைப்புடனிருந்த நான், அஸ்விதா எனக்காகச் செய்திருந்த இரவுச் சமையலையும் புறக்கணித்தவனாகத் தூங்கி எழுகையில் எனது காலுறைகள் அகற்றப்பட்டிருப்பதையும் அலுவலகத்துக்கான ஆடை நேர்த்தியாக மடித்து வைக்கப்பட்டிருப்பதையும் கண்டேன். அன்று காலையில் வழமையாகக் கிளம்பும் நேரத்துக்கு முன்னதாகவே

கிளம்பவேண்டியவனாக இருந்தேன். எனது கைத்தொலைபேசியை சினேகிதி வீட்டில் மறந்து விட்டுவந்திருந்தேன். அதை எடுத்துக் கொண்டு அலுவலகம் கிளம்புவதாகத் திட்டம்.

காலையில் நான் வெளியேறும் போது அகற்றப்படாமலிருந்த கரிக்குவியல் இப்பொழுது சுத்தமாக அப்புறப்படுத்தப்பட்டிருந்தமை எனக்கு மகிழ்வினைத் தந்தது. வழமையாக எனது ஒவ்வொரு அசைவிற்கும் என் முன்னே வந்து நிற்பவள் அன்று முன்னாலேயே வராதது எனக்கு மிகவும் ஆச்சரியத்தை வரவழைத்தது. முதன்முறையாக மெல்லிய குரலில் அவளை வீடு முழுவதும் தேடத் தொடங்கினேன். அவளுக்குப் பிடித்தமான ஊஞ்சலிலோ, சமையலறையிலோ கூட அவளிருக்கவில்லை. இந்த இடத்தில் இதனையும் நான் சொல்ல வேண்டும். என் முதல் காதலி பரிசளித்து நான் ஆசையாக வளர்த்துவந்த என் ஒற்றைக் கிளியை அஸ்விதா கூண்டை விட்டும் திறந்து பறக்கவிட்டிருந்தாள். அதனாலேயே எனக்கு அவள் மேல் மீண்டும் அளவுகடந்த கோபம் வந்தது.

மிகக் கடுமையாக வீடுமுழுதும் அவள் பெயரெதிரொலிக்கச் சத்தமெழுப்பியபடி படுக்கையறையைத் திறந்த போது அவள் அழகிய விழிகளை மூடிப் படுக்கையிலிருப்பது தெரிந்தது. நான் அவ்வளவு பலமாகச் சத்தமெழுப்பியும் எழும்பாததால் கோபம் மிதமிஞ்சி அவளை நோக்கிக் கையில் அகப்பட்ட பூச்சாடியால் வீசியடித்தேன். அது அவள் நெற்றியில் பட்டுக் கீழே விழுந்து பெருஞ்சத்தத்தோடு சிதறியது. ஆனால் அவளிடமிருந்து எந்தச் சலனமுமில்லை. எனக்கு வந்த ஆத்திரத்தில் அவளருகே போய் பலங்கொண்ட மட்டும் பிடித்துலுக்கினேன்.

அவள் மிகவும் குளிர்ந்து போனவளாக இருந்தாள். இதழோரமாக வெண்ணிற நுரை வழிந்து காய்ந்து போயிருந்தது. மூக்கினருகே விரல் வைத்துப் பார்த்தேன். இறுதியாக, அவள் இறந்து போயிருந்தது புரிந்தது. மனதின் மூலையில் அதிர்ச்சி தாக்க உடனே எனது பெண் சினேகிதிக்குத் தொலைபேசி, விபரத்தைச் சொன்னேன். சனியன் ஒழிந்துவிட்டதெனச் சொல்லி அட்டகாசமாகச் சிரித்தவள் உடனடியாக என்னைக்

காவல்துறைக்கு அறிவிக்கும் படியும் இல்லாவிட்டால் பின்னால் சிக்கல் வருமென்றும் பணித்தாள். அவள் சொன்னபடியே காவல்துறைக்கு அறிவித்ததுதான் எனது தப்பாகப் போயிற்று.

அவர்கள் வந்து பல விசாரணைகள் மூலம் என்னைத் திணறடித்தனர். நான் இது தற்கொலையென உறுதிபடச் சொன்ன போதும் இறப்பிற்கான காரணம் எதையும் எழுதி வைக்காமல் இறந்துபோனதால் கொலையாக இருக்கக் கூடுமெனச் சொல்லி என்னைச் சந்தேகித்தனர். பாவி.படுபாவி.. 'வாழப்பிடிக்கவில்லை. ஆதலால் நான் தற்கொலை செய்துகொள்கிறேன்' என ஒரு வரியெழுதி வைத்துவிட்டுச் செத்தொழிந்திருந்தாலென்ன? மரணவிசாரணை அறிக்கைகளும், பிரேதப் பரிசோதனை அறிக்கைகளும் எனக்கெதிராகவே இருந்தன.

நான் அவளைத் தள்ளிவிட்டு விழுந்த அன்று அவளது வலது கை விரல்களிலொன்று எலும்பு முறிவிற்காளாகியிருந்திருக்கிறது. இரண்டு நாட்களாக அவள் எதுவும் சாப்பிடாமல் பட்டினியிலிருந்திருக்கிறாள். விசாரணையின் போது நான் காலையில் வீட்டிலிருந்து சென்றதாகப் பொய்யாய்ச் சொன்ன நேரத்துக்குச் சற்றுமுன்னர்தான் அவள் விஷத்தினை அருந்தியிருந்திருக்கிறாள். கதவின் தாழ்ப்பாள்க் கொக்கியில் இறுதியாப் பதிந்த கைரேகை எனதாக இருந்ததோடு , இறுதியாக பிணத்தின் தலையில் பூச்சாடியால் அடித்திருந்ததும் என்னைக் கொலைகாரனெனத் தீர்ப்பெழுதப் போதுமானதாக இருக்கிறது. எனினும் இன்னும் தீர்ப்பு வரவில்லை. அதுவரையில் விசாரணைக் கைதியாகச் சிறையிலடைக்கப்பட்டிருக்கிறேன்.

எனது பெண் சினேகிதி சாட்சியங்களோடு எனக்கு உதவிக்கு வருவாளென நினைத்தேன். ஆனால் அவள் இதுவரை வரவில்லை. அவள் தனது கணவனுக்குப் பயந்திருக்கக் கூடும். எனது சிறைத் தோழனே... இப்பொழுது நீங்கள் சொல்லுங்கள். என்ன குற்றத்தைச் செய்துவிட்டு நீங்கள் சிறையிலிருக்கிறீர்கள் ?

மீண்டுமொன்றை ஆரம்பத்தில் சொல்ல மறந்துவிட்டேன். அஸ்விதா ஒரு பிறவி ஊமைப் பெண்.

கசிவு

'நாயோட வாலுல புடிச்சுக் கட்டிவுட்டாப்புலல்ல இந்தப் பய நாலு தெரு சுத்தறான். எதுக்குங்குறே. ஒண்ணுத்துக்கும் பிரயோசனமில்ல. சும்மாச் சும்மா தெரு அளந்துட்டுத் திரியுறான். நீ ஒருக்காப் போய் தேடிப் பார்த்துட்டு வாயேன் ராசா. காலைல வெளிய இறங்கினவன். பசி தாங்கமாட்டானே புள்ள'

வழமையாக சோறு வடித்து, பானையை இறக்கி வைக்கும்போதே பசியெனக் கத்திக் கொண்டு வந்து நிற்பவனை இன்னும் காணவில்லை என்று புலம்பிக் கொண்டிருந்த வள்ளித்தாயி, வாசலோடு ஒட்டிய உள்தரையில் அமர்ந்திருந்தாள். அவள் ஏவிய மூத்தவன், அவளது பேச்சே தன் காதுகளில் விழாதது போல சாக்குக் கட்டிலில் படுத்து, கூரைத் தகரத்தைப் பார்த்துக் கொண்டிருந்தான். அந்திப் பொழுதை அந்தக் குடிசைக்குள் தள்ளிச் சென்றது போல மழை இருட்டு மதியம் தாண்டிய அப் பிற்பகல் வேளையை சற்று இருளாக்கியிருந்தது. கண்ணுக்கெட்டிய வரை வெளியே எட்டி தெருவைப் பார்த்தாள். எப்பொழுதும் பழைய சைக்கிள் டயரை உருட்டியபடியோ, கூட்டாளிகளோடு விளையாடியபடியோ அத் தெருவே பழியெனக் கிடப்பவனை இன்று காணவில்லை. தூரத்திலிருந்து மழையின் பெருஞ்சத்தம் மிகுந்த வெறியோடு யாரையோ விரட்டிவருவது போலக் கேட்டது. பின் அப்படியே அவளது குடிசையின் தகரக் கூரையிலும் சத்தத்தோடு விழ ஆரம்பித்தது. அவள் தெருவிலிருந்து தூரத்தே தெரிந்த மலைத் தொடருக்கு பார்வையை நகர்த்தினாள்.

‘இந்த மழயப் பாரு. எங்கிட்டோ போற மழ. இங்க வந்து கொட்டித் தீக்குது ஆகாசமே பொத்துக்கிட்ட மாதிரி. அந்த மலயக் கூட மூடல. முத்தம் இருட்டல. வுட்டதத் தேடி வர்றாப்ல மழ பேஞ்சு கொட்டுது பாரு. இந்தப் பய நனஞ்சிட்டு வந்து நிப்பானோ, பத்திரமா புத்தி யோசனையா எங்கிட்டாவது நிழல்ல குந்தியீந்துட்டு மழவுட்டாப்புல ஓடு வந்து சேருவானோ? தடுமக் காச்சல்னா தாங்கமாட்டானே ராசா. பச்சபச்சயாச் சளி கட்டிக்கும் அவனோட அப்பனுக்குப் போல. இருமி இருமியே சீவன் தேஞ்சிடும். ஏலே போய் எங்கிட்டிருக்கான்னு ஒருக்காப் பாத்துக் கூட்டி வாயேண்டா’

மூத்தவன் அதையும் காது கொடுத்துக் கேட்கவில்லை. காதில் விழுந்ததுதான். ஆனால் சொல்லப்படுவது தனக்கில்லையென்பது போல அமைதியாக இருந்தான். ஏதோ இவள் மட்டும் தன்னைச் சுற்றியிருக்கும் நான்கு சுவர்களுக்கும் கேட்கும்படி புலம்பிக் கொண்டிருந்தாள். தகரக் கூரையின் ஓட்டைகளிலிருந்து துளித்துளியாக சொட்டிய நீர் களிமண் பூசிய தரையில் விழுந்து, விழுந்த இடத்தைக் குழியாக்கியது. விட்டு விட்டுப் பெய்யும் மழையின் காரணமாக நிலமே ஈரலித்துக் கிடந்தது. மூலையில் அடுக்கியிருந்த சில மண் சட்டிகளைக் கொண்டுவந்து கூரையிலிருந்து தண்ணீர் ஒழுகும் இடங்களைப் பார்த்துத் தரையில் வைத்தவள், அப்படியே சாக்குக் கட்டிலருகே போய் மூத்தவனை தோளில் பிடித்து உசுப்பிவிட்டாள்.

‘ராசா..மின்னல் வெட்டுது..இடி விழுது..சின்னவன் எங்கிட்டிருக்கானோ..பயப்புடுவான்..போய்ப் பார்த்துட்டு வாயேண்டா’ என்றாள் திரும்பவும்.

‘சும்மா போம்மா..நேத்துத்தான் பொறந்தாம் பாரு மடியில வச்சுப் பாத்துக்கிடறதுக்கு. பத்து வயசாச்சு. நாலு ஆடு கண்டுகளப் புடிச்சுக் குடுத்து மேச்சுட்டு வான்னு அனுப்பியிருந்தாலும் அர வயித்துக்காவது தேறும். வேலயத்துப்போன கண்ட கண்ட தெருப்பசங்களோட வெளையாட அனுப்பிட்டு என்னவுட்டு தேடச் சொல்றியா?’

அவன் சலிப்போடு கத்திக் கொண்டு அடுத்த பக்கம் திரும்பி ஒருக்களித்துப் படுத்துக் கொண்டான். திடீரென நினைவு வந்தவன் போலவும், குளிரெடுத்தவன் போலவும் திரும்பவும் மல்லாந்து படுத்து, உடுத்திருந்த சாரத்தை அவிழ்த்து கழுத்துவரை இழுத்துப் போர்த்திக் கொண்டு, திரும்பவும் அடுத்த பக்கம் திரும்பிப் படுத்துக் கொண்டான். இனி அவனை எழுப்ப முடியாது என உணர்ந்தவள், மீண்டும் வாசலுக்கு வந்து தெருவை எட்டிப் பார்த்தாள். முகத்தில் மழைச் சாரலடித்தது. அது அவளை உசுப்பிவிட்டது.

'ஆமா. சின்னவனை வேலைக்கனுப்பித்தா இந்தக் கெழவி பட்டும், மூக்குத்தியுமாப் போட்டு மினுக்கிக்கப் போறேம் பாரு. வெளாடுற வயசுல அப்படி இப்படித்தா இருப்பான். யேன் நீ இருக்கல? உன் தம்பிதான.. நீ கூட்டிட்டுப் போ.. பட்டற வேலைய அவனுக்கும் கத்துக் குடு. நானா வேணாங்குறே?' அவிழ்ந்த தலைமுடியைச் சுருட்டிக் கொண்டை கட்டியவாறே மீண்டும் வாசலோரச் சுவரில் சாய்ந்து அமர்ந்தபடி குரலெழுப்பிச் சொன்னாள் வள்ளித்தாயி.

'க்கும். தெருவுல போற ஆனக்கிச் சாப்பாடு கொடுக்குறது இருக்கட்டும்..முதல்ல வளக்குற பூனக்கி மீதியைக் கொடுங்குற கதையா, இருக்குற ஒரு பட்டறக்கே அப்பவோ இப்பவோன்னுதா வேலை வருது. எல்லாத்துக்கும் மெஷினுன்னு வந்தபொறவு எவன் வாறான் அருவா செய்ய கோடரி செய்ய மம்பட்டி செய்யன்னு. இதுல இவனயும் கூட்டிட்டுப் போய் வெட்டியா சோறு போடச் சொல்றியா?'

இதுவரையிலும் நிலத்திலமர்ந்து, சுவரின் மூலையில் சாய்ந்து, கிழிந்த துணியொன்றைத் தைத்துக் கொண்டிருந்த மருமகள் முதன்முதலாக வாயைத் திறந்து சொன்னதைக் கேட்டதும் ஆவேசம் வந்தவளைப் போலானாள் அவள்.

'எண்ட ராசா எங்கிட்டும் போய்ச் சோத்துக்குக் கெஞ்சப் போறதில்ல. இந்தக் கெழவிக்கு ஒடம்பு குளுந்து போகாம இருக்குற மட்டும் அவன நா பாத்துப்பே. பெத்தவளுக்கு வளக்கத் தெரியாது? வக்கப்போருல மழக்கி

மொளச்ச காளானப்போல நேத்து வந்தவளுங்கெல்லாம் அவனுக்குப் பொங்கிப் போடத் தேவல்ல. நடு முதுகுல வந்த கட்டி மாதிரி சொமையா நெனக்கத் தேவயுமில்ல. நா எதுக்கிருக்கே. நா ஆக்கிப் போடுறே..நா பார்த்துப்பே'

இதைக் கேட்டதும் மருமகளுக்கு இப்பொழுது கோபம் வந்துவிட்டது. தைத்துக் கொண்டிருந்த துணியைச் சுருட்டி ஒரு மூலைக்கு எறிந்தாள். குளித்த தலை காய, அவிழ்த்துப் போட்டிருந்த கூந்தலைக் கொண்டையாகக் கட்டிக் கொண்டு, வலுத்த மழை தகரக் கூரையில் எழுப்பும் சத்தத்தை விட அதிகமான சத்தத்தோடு அவளும் குரலுயர்த்தினாள். அவளுக்குக் கீச்சுக் குரல். தகரத்தில் கம்பியால் கீறுவதைப் போல அது மாறியிருந்தது இப்பொழுது.

'நேத்து வந்தவளாம்ல..சூடு சொரணயிருக்குறவங்க இதுக்கு மேல இங்க இருப்பானுங்களா? இதுக்குத்தா நா இதுக்கிட்ட படிச்சுப் படிச்சுச் சொன்னே. நம்மள மதிக்காதவோ வூட்டுக்கு எதுக்குப் போவணும்னு...கேட்டுச்சா இது? ஏதோ வூட்டுல மூட்ட மூட்டயா பொதையல் கட்டி வச்சிருக்காப்புலல்ல வூட்டுக்குப் போவணும்னு அடம்புடிச்சுக் கூட்டி வந்துச்சு?'

அவளுக்கு தன் மாமியார் வீட்டுக்கு வர விருப்பமே இருக்கவில்லை. ஊரில் கல்யாண காலம் இது. சமையல், கூலி வேலைகளுக்குப் போனால் கொஞ்சம் பணம் சம்பாதித்துக் கொள்ளலாம். உடுத்துக் கொள்ளப் பழந் துணிகளும் கிடைக்கும். போதாதற்கு மாமியார் வீட்டுக்கு மூன்று பஸ்கள் மாறி மாறி வரவேண்டும். அவன் எங்கே கோபித்துக்கொண்டு தனியே போய்விடுவானோ என்ற பயத்தில் அவன் தன் அம்மா வீட்டுக்குக் கூப்பிடும்போதெல்லாம் முடியாதென அடம்பிடித்துச் சண்டை போட்டுவிட்டுப் பின்னர் அவனுடன் சேர்ந்து வந்து விடுவாள்.

'ஏம் புள்ள என்னப்பாக்க வராம வேற எங்கிட்டுப் போவான்? இந்த வூட்டுல பொதையல் இல்லாமப் போனாலும் அவன் பொறந்து வளந்த வூடு. அவன் மண்ணள்ளித் தின்ன வூடு. இந்த வூட்டுல நா பொணமா வுழுற வரைக்கும் அவன் வரத்தான் செய்வான்..நீ இவன முந்தானைல முடிஞ்சிக்க

நெனச்சாக் கூட எண்ட வூட்டுப் புள்ள அதுக்கெல்லாம் ஒத்துவர மாட்டான். போக்கிடமில்லாத சோம்பேறிக் கழுதயப் புடிச்சுக் கொண்டு வந்து அவன் கட்டிக்கிட்டதுக்கு இதுவும் பேசுவ இன்னமும் பேசுவ'

நகரத்தில் இரும்புப் பட்டறை வேலைக்கெனப் போனவன் ஒரு நாள் அவளைக் கோயிலில் வைத்துத் தாலி கட்டிக் கையோடு கூட்டிக்கொண்டு வந்து நின்றான். வள்ளித்தாயி வாசலருகே இருந்து முதலில் கத்திப் பார்த்தாள். அவனை எப்படியெல்லாம் தான் கஷ்டப்பட்டு வளர்த்த கதையைச் சொல்லி, ஒப்பாரி வைத்து அழுதாள். அக்கம்பக்கத்து வீட்டு ஆட்களெல்லாம் வந்து சமாதானம் செய்த பிறகுதான் அவர்களை உள்ளே விட்டாள். முதல் சில நாட்களுக்கு மகனையோ, மருமகளையோ ஏறெடுத்தும் பார்க்கவில்லை. மூலைக்கு மூலை அமர்ந்து புலம்பி அழுதுகொண்டிருந்தாள். வீடுகளுக்கு பாத்திரம் கழுவப் போகையில், விஷயம் கேள்விப்பட்டு விசாரிப்பவர்களிடமெல்லாம் வசியம் வைத்து, மருந்து கொடுத்து தன் மகனை மயக்கிவிட்டதாக மருமகளைக் குறைசொல்லி திட்டியபடியே இருந்தாள்.

'ந்த.. கழுத கிழுதன்ன..அப்றம் நடக்குறதே வேற..தோ..இந்தக் கழுததான் எம்பின்னால வந்துச்சு.. மொளகாயக் கடிச்சேனோ..கஞ்சியக் குடிச்சேனோன்னு அர வவுறு நெறஞ்சாலும் எம் பாட்டுல நிம்மதியாக் கெடந்தேன். புலாலுக்குப் பின்னால போற பூன மாதிரி சத்தமில்லாம வந்து தாலியக் கட்டிக்கிட்டதுக்கு சொத்தக் கண்டேனா..சொகத்தக் கண்டேனா..ஆஸ்தியக் கண்டேனா..அந்தஸ்தக் கண்டேனா'

சத்தமாக ஆரம்பித்தவள், இறுதிவரிகளைச் சொன்னபோது விசும்ப ஆரம்பித்தாள்.

'ஆமா.. பெரிய ராசா வூட்டு மக பாரு. வரிசயாக் கெடந்தானுங்க இவளத்தான் கட்டிக்கணும்னு..கேக்கப் பாக்க நாதியத்துக் கெடந்தவளுக்கு வாழ்க்க கொடுத்தேம்பாரு..என்னச் சொல்லணும்'

இவ்வளவு நேரமும் கண்ணை மூடியவாறு தூங்கியது போல படுத்துக் கொண்டிருந்தவன் ஓட்டுக்குள்ளிருந்து தலையை நீட்டும் ஆமையைப்

போல தலையை உயர்த்திப் பார்த்து அங்கிருந்தபடியே கத்தினான். அவளை முறைத்துப் பார்த்துவிட்டு திரும்பவும் கண்ணை மூடிக் கொண்டான்.

'ராசா மகளோ இல்லயோ..எங்க அப்பன் என்ன ராசா மக போலத்தான் வளத்தாரு..செறப்பாத்தானே இருந்தேன்..மகராசா ஒரு நாளாச்சும் என்னப் பட்டினியில போட்டிருக்குமா..இப்படி எங்கிட்டோ வந்து கதறத்தான் விட்டிருக்குமா..செருப்புக்கு அளவா கால வெட்டிக்கிடற மாரி வெட்டிக்கிட்டு ஓடி வந்து கானல் தண்ணிய நம்பிப் பாழுங்கெணத்துக்குள்ள குதிச்ச கதயாப் போச்சு யேன் வாழ்க்க'

'பெத்தவன் மேல அம்புட்டுப் பாசமிருக்குறவ இப்படி எதுக்கு எவன் கூடவாவது ஓடியாரணும்..? ஒலப்பாயில நாய் ஒண்ணுக்கடிச்ச மாதிரி சலசலன்னு பொலம்பிட்டுக் கெடக்கணும்..? அவன வுட்டுப் போயிட வேண்டியதுதான?'

இப்பொழுது வள்ளித்தாயி குரலுயர்த்த, தனக்கு இரு புறத்திலிருந்தும் ஆதரவில்லை என்பதை உணர்ந்தவள் வாய்க்குள் ஏதேதோ முணுமுணுத்தபடி வெடித்து அழுதாள். அவள் இவனுடன் வந்ததிலிருந்து, அவளது வீட்டில் அவளைச் சேர்க்கவில்லை. திரும்பிக் கூடப் பார்க்கவில்லை. அவளுக்கு மூத்தவளும் இளையவள்களுமாக வீட்டில் 5 பேர். அம்மா இல்லை. அப்பாவும் மற்றவர்களும் கூலி வேலைகளுக்குப் போய் எப்படியோ சீவனம் நடத்திக் கொண்டு போக, இவளால் ஏற்பட்ட அவப்பெயர் மற்றப் பெண்களின் திருமணத்திற்குப் பெறும் குறுக்கீடாக இருந்தது. அவனது அம்மாவுடன் சண்டை போட்டுக்கொண்டு போன பிறகு அவளிடம் இருந்த தோடுகளையும் வளையலையும் விற்று, அவளது ஊரில் வாடகைக்கு ஒரு சிறிய வீடு தேடிக் குடியேறியிருந்தார்கள்.

'வுட்டுப் போறதுக்கா நம்பிக் கழுத்த நீட்டினேன்? எத்தன சொம வந்தாலும் கண்ண மூடுற காலம் மட்டும் ஒண்ணாச் சேந்திருப்போமுன்னுதான் இந்தக் கழுத மஞ்சக் கெழங்கச் சொமந்து வாக்கப்பட்டுச்சு. பாத்துக்க. பெத்த பயலுக்கு பொஞ்சாதியக் காலம் பூராம்

110 அடைக்கலப் பாம்புகள்

நல்லபடியா வச்சுக் கஞ்சி ஊத்துன்னு சொல்லிக் குடுக்காம கெழவி என்னெல்லாம் சொல்லிக் குடுக்குது. சோத்துக்கு வக்கத்த குடும்பம்னாலும் கெட்டது சொல்லிக் குடுக்க மட்டும் நல்லாத் தெரிஞ்சிருக்கு பூராத்துக்கும்'

அவள் விசும்பிக் கொண்டே இருந்தாள். அமர்ந்திருந்த இடத்திலேயே காலை நீட்டிப் படுத்துக் கொண்டாள். ஈரலித்த மண் தரை குளிர்ந்திருந்தது. உடல் சிலிர்த்தது.

'க்கும்.. செவப்புத் தோலுக்கு மயங்கினானோ..முழிக்குற முழிக்கு, ஆட்டுற நடக்கி மயங்கினானோ..நோய்காரின்னு தெரியாம கட்டிக்கிட்டு வந்து நின்னவன் எம் பேச்சக் கேட்டானா? உண்டதுமில்ல..கொண்டதுமில்ல..பூ வச்சுக் கட்டக் கொண்டயுமில்ல..நாலு சுத்து சுத்திக் கட்ட சேலயுமில்லங்குற கதயா உருப்படியில்லாத மலட்டுச் சிறுக்கியக் கட்டிக் கூட்டிக்கிட்டு வந்தான். அப்பவே அத்துட்டிருந்தா நாறச் சிறுக்கி மக இப்படிப் பழிபோட்டுப் பேசுவாளா?'

நான்கு வருடங்களுக்கு மேலாகியும் தனக்குக் குழந்தையில்லையென்ற கவலை உள்ளூர ஊறிப் போயிருந்தது அவளுக்குள். அந்தப் புண்ணைக் கிளறிவிட்டது வள்ளித்தாயியின் பேச்சு. வலிக்க வலிக்கக் கீறப்படும் ரணம். போகுமிடமெல்லாம் அன்பான விசாரிப்புக்கள் போலப் புறப்படும் முட்கள். புண்ணைக் கீறி, மேலும் மேலும் ரணமாக்கி, பெரும் வலியில் வெளிப்படும் அவளது அழுகையைக் காணும் உள்ளூர ஆவலுடனான விசாரணை அது. அவளுக்குப் பின்னால் ஊர் முழுதும் அவளைப் பற்றிப் பேசப்படும் பேச்சுக்கள் குறித்து அவள் அறிந்திருந்தாள். கணவனிடம் சொல்லிப் பல தடவை அழுதிருக்கிறாள்.

'ந்த..ஒண்ணுமில்லாத விஷயத்துக்குத் தொண தொணன்னுக்கிட்டு..செத்த கண்ணசர வுடுறீங்களா..முட்ட போட்ட கோழிங்க மாரி கொக்கரிச்சுக்கிட்டு...மனுச இருப்பானா இந்த வூட்டுல'

மழை விட்டிருந்தது. கட்டிலிலிருந்து லேசாகக் கழுத்தை உயர்த்தியவன் இருவரையும் பார்த்துக் கத்தினான். அவனது சத்தம் பலமாக இருந்தது. இடி இடிப்பதைப் போல. பெரிய மரமொன்று உடைந்து விழுவதைப் போல.

வாசலருகே அமர்ந்திருந்த வள்ளித்தாயியின் குரல் அடங்கியது. ஏதோ வாய்க்குள் முணுமுணுத்தாள். மருமகளது விசும்பல் தொடர்ந்தும் கேட்டது.

மழைக்குச் சாத்தியிருந்த கதவைத் தள்ளிக்கொண்டு அவள் இவ்வளவு நேரமும் தேடிக் கொண்டிருந்த அவளது இளைய மகன் 'அம்மா..பசிக்குது' எனக் கத்திக் கொண்டு உள்ளே வரும் வரை அந்த நிலையே நீடித்தது. பின்னங்கால்களில் பொட்டுப் பொட்டாய்ச் சேறு. தலை, உடலெல்லாம் மழை ஈரம். கைகளில் நெளிந்த சைக்கிள் டயர். ஒரு நீளக் குச்சி. அவனைக் கண்டதும் அவ்வளவு நேரமும் புகைந்துகொண்டிருந்த தணல் பற்றியெரிவது போல ஆவேசத்தோடு எழுந்த வள்ளித்தாயி, அவன் கையிலிருந்த குச்சியைப் பிடுங்கி தாறுமாறாய் அவனை அடிக்கத் தொடங்கினாள்.

'பசிக்குதாம்ல..இம்புட்டு நேரம் தெரு நாய் மாரி எங்க போய்ச் சுத்திட்டு வரே...அங்கயே போய்ச் சாப்டுக்க வேண்டியதுதான..இங்க எதுக்கு வரே? உனக்கு இன்னிக்குச் சோறு கெடயாது..பட்டினி கெட எரும மாடு..உன் காலு ரெண்டையும் முறிச்சுப் போடுறேம் பாரு..எங்கிட்டுச் சுத்தப் போறேன்னு பாக்குறேன் நானு இனிமே'

வலி தாங்காமல் அவன் கத்தியழ ஆரம்பித்தான். வள்ளித்தாயி இப்பொழுது குச்சியை விட்டுவிட்டு கையால் அவன் முதுகில் ஓங்கி ஓங்கி அறைய ஆரம்பித்தாள். அவன் 'அம்மா அம்மா' என்றே கத்தியழுதான். மூத்தவன் திரும்பிப் பார்த்துத் திரும்பவும் கண்ணை மூடிப் படுத்துக் கொண்டான். மருமகள் எழும்பி ஓடி வந்து சின்னவனை இழுத்தெடுத்துத் தனக்குப் பின்னால் மறைத்துக் கொண்டாள்.

'சின்னப் புள்ளயப் போட்டு மாட்டுக்கு அடிக்கிற மாரி அடிக்குற? பெத்த அம்மாவா நீயி?'

மிகச் சத்தமாய் மருமகள் கத்தியதும், வள்ளித்தாயியின் ஆவேசமெல்லாம் அடங்கிப் போனது போல, அப்படியே தரையில் அமர்ந்துகொண்டாள். மருமகள், அவன் முகத்தில் வழிந்த கண்ணீரை

அழுந்தத் துடைத்துவிட்டாள். தான் கட்டியிருந்த சேலை முந்தானையெடுத்து அவன் தலையைத் துவட்டிவிட்டாள். பின்னர் உள்ளே போய்த் தட்டெடுத்து அதில் சோறு, ரசமென ஊற்றிப் பிசைந்து எடுத்துவந்தாள். அவன் இன்னும் கத்தி அழுதுகொண்டே தன் அண்ணியின் முந்தானையைப் பிடித்துக் கொண்டு அவள் பின்னால் நின்றுகொண்டிருந்தாள். வள்ளித்தாயி தன் அழுகையை மறைக்கப் போல முற்றத்துச் சகதியைப் பார்த்துக் கொண்டிருந்தாள்.

'பாரு மேலெல்லாம் எப்படி வீங்கியிருக்குன்னு...அழுவாத ராசா..அண்ணன் தூங்குதில்ல..இந்தா சாப்டு ராசா'

அவனை அருகிலமர்த்தி, அவளும் அமர்ந்து, விம்மிக் கொண்டே சோற்றைப் பிசைந்து அவனுக்கு ஊட்டிவிட ஆரம்பித்தாள்.

பட்சி

'உண்மையாச் சொல்லணும்னா எனக்கு உன்கிட்ட இந்த எழுத்துத்தான் ரொம்பப் பிடிச்சிருக்கு. எவ்ளோ உணர்வுபூர்வமா எழுதுற பாரு..அப்றம் அன்னிக்கு ஒரு பேட்டியில உன்னோட போட்டோ பார்த்தேன்..யப்பா..சான்ஸே இல்ல..அழகு, திறமை, பணிவு, அடக்கம் எல்லாம் சேர்ந்து ஒரு பெண்ணா உருவானதுபோல...அதிலும் உன் கண்கள் இருக்கே..காந்தம்..அவ்ளோ அழகு.. பக்கத்துல இருந்து பார்த்துட்டே இருக்கணும்போல'

அவள் ஒரு கவிதாயினி. அப்படித்தான் எல்லோரும் சொன்னார்கள். அவள் அதை இயல்பாக வரும் புன்னகையோடு மறுத்துவந்தாள். இணைய உரையாடல்களின் போதும், மின்னஞ்சல்களிலும், நேரடியாகவும், கடிதங்களிலும் பலர் இதனைச் சொல்லும்போதும், பாராட்டும்போதும் முறுவலித்தாள். தான் மனதில் தோன்றுவதை மட்டுமே கிறுக்கிச் செல்வதாக விடைபகர்ந்தாள். பதில்கள் கண்டும் கேட்டும் சிலர் இது குறித்து, அருமையாக எழுதிவருவதாக வலியுறுத்திச் சொல்லும்போது ஏதும் சொல்லாமல் தொடர்ந்த புன்னகையோடு மௌனம் பேசினாள். அவளுக்குத் தெரியாமலேயே அவளது எழுத்துக்கள் ஒரு சிலந்தியைப் போல அவளைச் சூழவும் புகழை, ஒரு வலையாகப் பின்னியிருந்தன.

‘நான் நேரடியாவே சொல்லிடுறேன்..உன்னய எனக்கு ரொம்பப் பிடிச்சிருக்கு..இவ்ளோ நாளா நான் தேடிட்டிருந்த தேவதை கிடைச்சிட்டான்னு மனசு சொல்லுது.. என்னை உனக்குப் பிடிக்குமான்னு தெரியல.. ஆனா ஒண்ணு தெரியும்..நீ எப்பவும் அழகுக்கு முக்கியத்துவம் கொடுக்குறவ இல்லன்னு தெரியும்.. நான் இதுவரை யாரையும் லவ் பண்ணதில்ல.. ஆனா உன்னப் பார்த்ததும் விழுந்துட்டேன்.. நீ என்ன சொல்ற?’

உண்மையாகவே அவள் மனதில் தோன்றுவதை மட்டும்தான் எழுதிவந்தாள். நிறைய வாசிப்பாள். தனிமை, அது தரும் துயரங்கள் நிரம்பி வழிவதைப் போல உணர்கையில் அதனைப் பக்கங்களில் வழியவிட்டாள். அவளது எழுத்துக்கள் எப்பொழுதும் உணர்ச்சி மயமாகவும், அழுகை தரக் கூடியதாகவும், சிலவேளை தன்னைப் பொறுத்தி உணரக்கூடியதாக இருப்பதாகவும் வாசகர்கள், ரசிகர்கள் சொல்லிக் கொண்டிருந்தார்கள். இணைய இதழ்களும் பிரபல பத்திரிகைகள் மற்றும் சிற்றிதழ்களும் அவளது படைப்புக்களைக் கேட்டு வாங்கிப் பிரசுரிக்கும் தரத்தில் அவளது எழுத்துக்கள் இருந்தன.

‘ப்ளீஸ்..ஒரு பொண்ணுக்கிட்ட கெஞ்சுறது கஷ்டமாத்தான் இருக்கு.. நீ என்னை லவ் பண்ணக் கூட வேண்டாம்..ஆனா இப்படி பேசாம இருக்காதே. நீ இப்படி இருக்குறது எனக்கு இன்னும் ரொம்பக் கஷ்டமா இருக்கு..சாப்ட முடியல..தூங்க முடியல.. எதுவுமே பண்ணத் தோணல..வேலைக்குப் போகணுமேங்குறதுக்காக போய் வந்துட்டிருக்கேன்.. நான் உனக்கு அனுப்பணும்னு விரலக் கிழிச்சி ரத்தத்துல ஒரு கடிதம் கூட எழுதி வச்சிருக்கேன்..ஸ்கேன் பண்ணி அனுப்புறேன் பாரு..அதப் பார்த்தும் நீ மனசிறங்கலைன்னா, நான் என்னையே எரிச்சுப்பேன்..அப்றம் சந்தோஷமா இரு’

அவளுக்கென்று யாருமற்று தனித்திருந்தாள். பெரும் மகிழ்வோடு இணைய நண்பர்களைக் குடும்பமெனக் கொண்டு எல்லோருடனும் வித்தியாசமெதுவுமின்றி அன்பானவளாகவே இருந்துவந்தாள்.

அவளுக்கென இணையமும் எழுத்தும் கூட இல்லையெனில், அவள் பெரிதாகப் பாதிக்கப்பட்டிருக்கக் கூடும். முதலில் தனிமை, ஏகாந்தம் குறித்துத் துயரமாக எழுதி வந்தவள் பின்னர் காதல் கவிதைகளும் எழுத ஆரம்பித்தாள். அவளது மின்னஞ்சலை நிறைத்த, அவள் நிராகரித்த காதல் விண்ணப்பங்களை அறிந்தவர்களெல்லாம் அவளை ஆச்சரியத்தோடு பார்க்கத் தொடங்கினர். யாரிடம் அவள் காதல் வயப்பட்டாள் எனக் கேட்டவர்களிடம் அவள் சொல்லவுமில்லை. யாருக்கும் தெரிந்திருக்கவுமில்லை. ஓட்டைகள் எதுவுமின்றி மூடிய ஒரு பெட்டிக்குள் அடைத்ததைப் போல, அவள் அந்த இரகசியத்தைக் காத்து வந்தாள். வெளியேற வழியற்ற இரகசியம் அந்த இருளுக்குள்ளேயே புதைந்தபடி உயிருடன் கிடந்தது.

'ம்ம்..ஊருல எனக்கொரு பொண்ணு பார்த்து வச்சிருக்காங்க..அண்ணாக்கிட்ட சொல்லிட்டேன்..அவன் புரிஞ்சுக்கிட்டான்..ஊருக்குப் போய் அம்மாப்பாக்கிட்டத்தான் சொல்லிப் பார்க்கணும்.. அவங்க எப்படியும் உன்னை மறுக்கமாட்டாங்க..பேரழகி நீ..மகாலட்சுமி ஒருத்தி வீட்டுக்கு வரும்போது வேணான்னு சொல்வாங்களா? எதுக்கு நீ யோசிக்கிற? ஹேய்..அழக்கூடாது..அவங்க உன்னை வேணான்னு சொன்னாங்கன்னாலும் நான் உன்னைக் கை விட்டுட மாட்டேன்..என்னை நம்பு ப்ளீஸ்..ஏன் எப்பப் பார்த்தாலும் எப்பவோ நடக்கப் போறதையெல்லாம் நெனச்சு நெனச்சு மனசப் போட்டுக் குழப்பிக்கிறே? இப்ப..இந்த நிமிஷம் சந்தோஷமாயிரு பெண்ணே..இங்க வா'

அவளது காதல் குறித்தான மகிழ்வான எழுத்துக்கள் தொடர்ந்தன. பின்னர் ஓர் நாள் திடீரென்று அவை நின்றன. அவள் எழுதுவதை விட்டிருந்தாள். இணையம் வருவது குறித்தும் எழுத்துக்களைப் பக்கங்களில் மேயவிடுவது குறித்தும் பெரிதும் அஞ்சினாள். முன்னர் பார்த்துப் பரவசப்பட்ட புத்தகங்களைப் பார்க்கையில் கலவரப்பட்டாள். அவற்றினிடையில் எப்பொழுதோ கிறுக்கிவைத்த காதல் குறிப்புகள் கொண்ட கடதாசிகள் சிக்குகையில் தீயிலிட்டு எரித்தாள். சிலவேளை

அழுதாள். பசித்திருந்தாள். அவள் வளர்த்துவந்த பூச்செடிகளைப் பராமரிக்காது வாடவிட்டாள். ஈற்றில் ஒழுங்குமுறைப்படி அழகாக எல்லாம் செய்பவள் ஏனோதானோவென இயங்கத் தொடங்கினாள். முன்னைய வாழ்க்கையிலிருந்து முழுவதுமாகத் தப்பித்து வாழ முயன்றாள்.

'நீ எழுதுறது எனக்குப் பிடிக்கல..இதையெல்லாம் நீ விட்டுறணும்..ஏன் எப்பப் பார்த்தாலும் உனக்கு மட்டும் இவ்ளோ மெயில் வருது நல்லா எழுதுறேன்னு பாராட்டி..? நானும்தான் எழுதுறேன்..ஒருத்தன் சீண்ட மாட்டேங்குறான்..பர்ஸனலா உன்னோட போட்டோஸ் அனுப்பிவெச்சியா? பார்த்து வழிஞ்சுட்டு ஒவ்வொருத்தனும் பாராட்டுறானா? நம்ம கல்யாணத்துக்கு முன்னாடியே இதையெல்லாம் நிறுத்திடு. எனக்கு நீ எழுதுறது பிடிக்கல.. அப்றம் இந்த அழகு..எதுக்கு நீ மட்டும் இவ்ளோ அழகா..? சினிமால நடிக்கப் போறியா? பக்கத்துல நான் கறுப்பா, குண்டா நிக்கும்போது ஜோடிப் பொருத்தமே இல்லாத மாதிரி தோணுது'

அவளது நண்பர்கள் அவளைத் தேடத் தொடங்கினர். அவளைக் குறித்த விசாரிப்புக்கள் அவளைத் தெரிந்தவர்கள், அறிந்தவர்கள் எல்லோரிடத்திலும் சுற்றிச் சுற்றி வந்தன. அவள் பிறரைச் சந்திக்கும் வாய்ப்புக்களைத் தரும் எல்லாத்திசைகளையும் அடைத்து தன்னை ஒளித்துக்கொண்டாள். வெளிச்சத்துக்கு வரப்பயந்தாள். அவளைச் சுற்றியிருந்த ஒளிவட்டம், அவளது எழுத்துக்கள் சென்ற வழியெங்கும் போய் அவளைத் தேடி அலைந்து கொண்டே இருந்தது.

'இங்க பாரு..ஊருக்குப் போறப்ப எதுக்கு அழறே? எதுவும் யோசிக்காத..நான் உனக்குத்தான்.. உனக்குத்தான்.. உனக்குத்தான்.. உனக்கு இல்லன்னா வேற யாருக்கும் இல்ல..ப்ச்..எனக்கே கூட இல்ல..என்னைய நம்பு.. எப்பவும் சந்தோஷமா இரு..வீட்டு வேலயெல்லாம் கத்துக்கோ..சரியா?..ஊருக்குப் போன உடனே ஃபோன் பண்றேன்..'

அவள் அழைக்கப்படும் குரலொன்றுக்காக மட்டும் நெடுநாட்கள் காத்திருந்தாள். முன்னர் அவள் எழுதிவந்த இதழ்கள், பத்திரிகைகள்,

இன்னும் சில புது இதழ்கள் எல்லாம் தங்கள் புதிய பக்கங்களை அழகுபடுத்தவென அவளது படைப்புக்களைத் தருமாறு மின்னஞ்சல் வழி கேட்டுக்கொண்டே இருந்தன. அவள் அவ்வேண்டுகோள்களை இறந்துபோய்ப் புழுத்த எலியை அப்புறப்படுத்துவது போன்ற அறுவெறுப்போடும் அலட்சியத்தோடும் குப்பைக்கூடைக்குள் கொட்டியபடி இருந்தாள். முடியாப்பட்சத்தில் மின்னஞ்சல் முகவரியை வேறு பெயரில் மாற்றிக்கொண்டாள். அதையுமொரு நெருங்கிய சினேகிதி மோப்பம் பிடித்துக் கண்டுபிடித்து 'எப்படியிருக்கிறாய்?' என வினவியபோது அதிர்ந்தாள்.

அன்பான நண்பர்களை இழக்கவும் முடியாது. திரும்பவும் எழுத்துக்களின் கைப்பிடித்து நடக்கவும் முடியாது. தோழிக்கு நலமெனப் பொய்யாகப் பதிலனுப்பினாள். பின்னர் யாரும் அறியாமல் முற்றாக இருள் சூழ்ந்த வெளியொன்றில் தொலைந்துபோவதெப்படி எனச் சிந்திக்கத் தொடங்கினாள். பதில் தெரியாச் சிந்தனை அவளைச் சூழ இருந்த புகழெனும் மாயவலையில் சிக்கித் தொங்கியது. விடுவிக்கமுடியாமல் வருந்தினாள். நகரும் எல்லாப் பாதைகளும் யாராலோ கண்காணிக்கப்படுவதுபோலப் பயந்து அவள் தன் பாதங்களை ஒருவித யோசனையோடே எப்பொழுதும் எடுத்துவைத்தாள்.

தோழியின் மூலமோ, எப்படியோ அவளது மின்னஞ்சலை அறிந்துகொண்ட ஒரு சிற்றிதழ், அவளது கவிதைபாடல் குறித்தான ஒரு நேர்காணலை அவளிடமிருந்து பெறவிரும்பி மடலிட்டுக் கேட்டது. அச் சிற்றிதழ்தான் அவளை உலகுக்கு முதன்முதல் வெளிக்காட்டியது. அவளுக்கென்று வாசகர்களை உருவாக்கியது. அவளது எழுத்துக்களின் மீதான முதல் வெளிச்சத்தை அவ்விதழே எட்டுத் திக்கிலும் ஒளிரச் செய்தது. இவ் வேண்டுகோளை ஏற்றுக்கொள்ளவும் முடியாமல் மறுக்கவும் முடியாமல் அவள் தவித்தாள். பின்னர் வேறு வழியற்று ஓர்நாள் ஏற்றுக்கொண்டாள்.

தனக்கான கேள்விகளை விடுவிப்பவர் குரல்வளையிலிருந்து தனக்குத் தெரிந்தவைகள், இக்கட்டில் மாட்டிடாதவைகள், நல்லவைகள், சுயமும்,

இருப்பும், எழுத்தும், காதலும், ஆழ்மௌனமும் குறித்த சந்தேகங்களைக் கொண்டிராதவைகள் மட்டுமே வெளியே வரவேண்டுமென அவள் மனதுக்குள் பிரார்த்தித்தபடி இருந்தாள். அவளுக்குத் தெரியும். ஒரு கலைஞரிடம் மேற்கூறியவை தொடர்பான கேள்விகள் தவிர்த்து வேறெதுவும் வந்து கைகுலுக்காதென அவளுக்கு நன்றாகவே தெரியும். எனினும் பிரார்த்தித்துக் கொண்டாள்.

பல கேள்விகள் அவளைச் சூழ்ந்தன. புகழ் வலையின் துளைக்கொன்றாக வந்து அவளைச் சேர்ந்தன. அவள் பயம் உதறி, உறுதியைப் போர்த்திக்கொண்டாள். வராத புன்னகையை இழுத்தெடுத்து இதழ்களில் சூடிக்கொண்டாள். ஒரு கவிஞருக்குரிய மென்மனதையும், அப்பொழுது தனக்கிருந்த படபடப்பையும் காட்டிக்கொள்ளாவண்ணம் அவள் தனது மொழியினை உதிர்க்கத் தொடங்கினாள். எல்லாக் கேள்விகளுக்கும் உண்மையைப் பதிலாகச் சொன்னாள். அவளது காதல் குறித்த கேள்வியின் போது மட்டும் பதிலெதுவும் சொல்லாமல் கேள்வியை அந்தரத்தில் நழுவவிட்டு அடுத்த கேள்வியின் முனையைப் பற்றிக்கொண்டாள்.

அவளே எதிர்பாராத வண்ணம் இறுதிக்கேள்வி இலகுவாக இருந்தது. அவளுக்குப் பிடித்த பறவை என்னவென்றும் ஏனதனைப் பிடித்திருக்கிறதென்றும் அக் கேள்வி அவளை வந்து சேர்ந்தது. அவள் சிறிதும் யோசிக்கவில்லை. முன்னைய கேள்விகளுக்குப் பதிலளிக்க, யோசிக்க எடுத்துக்கொண்ட நேரத்தைக் கூட அவள் இதற்காக எடுத்துக்கொள்ளவில்லை. அக் கேள்வி அவளது உள்ளங்கையில் வந்து உட்கார்ந்து கொண்டதைப் போல, அவள் ஒரு கணம் தன் கைகளைப் பார்த்துக் கொண்டாள். விழிகளில் துளிர்த்த நீரினை எச்சிலோடு விழுங்கிக் கொண்டாள். உதடுகளை நாவால் ஈரலிக்கச் செய்து பின்னர் ஒரு புன்னகையோடும் உறுதியான, நேர்பார்வையோடும் பதிலளித்தாள்.

'எனக்கு லவ்பேர்ட்ஸ் பிடிக்கும். அவை எப்பொழுதும் காதல் செய்துகொண்டே சோடியாக வாழும் காதல் பறவைகள். எவ்வளவு மூப்பெய்தினாலும் ஒன்றையொன்று பிரியாது, ஒருபோதும் நம்பிக்கைத்

துரோகம் செய்யாது, உண்மையாகக் காதலித்துக் கொண்டே இருக்கும். தமக்கிடையே புதிதாக ஒருவர் நுழைந்தாலும் துரத்தியடிக்கும். காதலுக்கெனச் சண்டையிடும். இறுதிவரை போராடும். காதலுக்காகவே இறந்தும் விடும். முக்கியமாக ஆண் பறவை மட்டும் அவ்வளவு நாளும் கூடி வாழ்ந்த துணையை விட்டுவிட்டு ஊருக்குப் போய் அம்மா, அப்பா சொன்னார்களென அன்பான காதலியைக் கைவிட்டு வேறொரு இணையைத் தேடிக்கொண்டு முன்னைய காதலிக்கு 'என்னை மறந்துவிடு' என மெயிலனுப்பாது.'

காக்கைகள் துரத்திக் கொத்தும் தலைக்குரியவன்

காக்கைகள் எப்பொழுதும் அவன் தலையைத்தான் குறி வைத்தன. அவன் பகல் வேளையில் வெளியே வந்தால் போதும். தெருவின் கரண்ட் கம்பிகள், தொலைபேசிக் கம்பிகளில், வேலியோரப் பூவரச மரங்களில், வீட்டுக் கூரைகளில், மீன் வாடியிலெனக் காத்திருக்கும் காக்கைகள் அல்லது ஒற்றைக் காக்கையேனும் அவனது தலையைக் குறி வைத்துப் பறந்து வந்து கொத்திவிட்டுச் செல்லும். ஒரு முறை கொத்திவிட்டுப் போன காக்கை, திரும்ப அவன் வெளியில் அலைந்து வீடு திரும்பும் வரை கொத்துவதுமில்லை, துரத்துவதுமில்லை. அவன் வீட்டுக்குத் திரும்பி, மறுபடியும் வெளியே வரும் சமயம் வந்து கொத்திவிட்டுப் பறக்கும். அதை அவன் கவனித்திருக்கிறான். ஒருமுறை கழுத்துப்பகுதியில் சிறகுதிர்ந்த, சற்று சாம்பல் நிறம் கலந்த காக்கை இப்படித்தான் செய்தது. எல்லாக் காக்கைகளும் இப்படித்தானென அதிலிருந்து அவன் புரிந்து கொண்டான். தங்களுக்குள் முறை வைத்துக்கொண்டு வந்து கொத்துகின்றனவோ என்று கூட ஐயப்பட்டான்.

காக்கை கொத்திவிட்டுப் பறக்கும்போதுதான் அவன் ஆதி முதல் கற்றறிந்த வசவு மொழிகளை வெளியில் உதிர்ப்பதைக் காணக் கிடைக்கும். ஓங்காரமான குரல், தெருவெல்லாம் அலறும். தலையைக் கொத்திப் போன வலி மறையும் வரை மிகக் கொச்சையான சொற்கள் எல்லாம் அவனிலிருந்து காக்கைகளுக்குப் பறந்துகொண்டே இருந்தன. தெருவின் பெரியவர்கள் தமக்கிடையே திட்டிக்கொண்டும், வீட்டுக் கதவு

ஜன்னல்களை அடைத்தபடியும் தாங்கொணா அவனது வசவு மொழிகள் தமது வீடுகளுக்குள் நுழைந்திடாதபடி தடுத்துக்கொண்டனர். சிறுவர்களுக்கு அவனது தலையை காக்கைகள் கொத்திவிட்டுப் பறப்பது மிகப் பெரும் வேடிக்கையாயும், அவனுதிர்க்கும் சொற்கள் அவனை மீண்டும் மீண்டும் உசுப்பியும் குழப்பியும் விடப் போதுமானதாயும் இருந்தன. காக்கைகளெல்லாம் கொத்திவிட்டுப் பறந்த பின்னர் அவன் திட்டித் திட்டி ஓய்ந்து, தலையைத் தடவிய படியும், தடவிய விரல்களில் இரத்தச் சிவப்புகளேதேனும் ஒட்டியிருக்கிறதா எனப் பார்த்தபடியும் வரும்போது சிறுவர்கள் 'கா..கா' எனக் காக்கையின் மொழியைக் கத்திவிட்டு ஓடுவார்கள். அவன் விந்தி விந்தி ஓடித் துரத்துவான். அவன் ஓடுவதைப் பார்க்க, தவளையின் பாய்ச்சல் போலவும் நண்டின் நகர்வினைப் போலவும் இருக்கும்.

ஒழுங்காக ஓட முடியாமல் அவனது முழங்கால்கள் இரண்டும் பிறப்பிலேயே வளைந்திருந்தன. இன்னும் அவன் மிகவும் ஒல்லியானவன். அவனது முகம் போஷாக்கேதுமற்று மெலிந்த ஒரு இரண்டு வயதுக் குழந்தையைப் போன்று சிறியது. நெடிய இமைகளைக் கொண்ட சிறிய விழிகளைப் பார்க்கப் பாவமாகவும் இருக்கும். கருத்த சருமம் உடையவனல்ல. அதற்காக சிவப்பானவனாகவும் இல்லை. ஒரு மாதிரியாக வெள்ளைக் காகிதத்தில் செம்மண் தூசு அப்பியதைப் போன்ற வெளிறிப் போன நிறம். நெற்றியிலிருக்கும் சுருக்கக் கோடுகளை வைத்து மட்டுமே அவனது வயது முப்பதுக்கும் நாற்பதுக்குமிடையிலிருக்குமென அனுமானிக்கலாம். குட்டையானவன். வளைந்த கால்கள் அவனை இன்னும் குட்டையாகக் காட்டின. ஒருபோதும் அச் சிறுவர்கள் எவரும் அவனிடம் அகப்பட்டதில்லை.

சாதாரணமாகவே அவன் யாரிடமும் பேசுவதில்லை. எந்தக் கொம்பனாலும் அவனது நாவசைய வைத்து, வாயிலிருந்து ஒற்றைச் சொல்லை உருவியெடுக்க முடியாது. எல்லாக் கேள்விகளுக்கும் 'ஆம்,இல்லை' என்ற ஆமோதிப்பு அல்லது மறுப்புக்களைக் குறிக்கும் தலையசைவுதான் அவனிடமிருந்து வெளிப்படும். மிகவும்

முக்கியமென்றால் மட்டும் கைகளால் கூடச் செய்கை செய்வான். அவனுக்கு அவர்கள் புரட்டிப் புரட்டிப் பேசும் மொழிகளெல்லாம் நன்கு தெரிந்திருந்தது. அவை அவனிடமிருந்து ஏதோ ஒன்றைக் காற்றுக்கு எடுத்துப்போவதாக நினைத்தானோ என்னவோ அவன் ஏனோ சொற்களை உதிர்க்கப் பயந்தான். ஒருவேளை அவனிடம் நிறைந்திருக்கும் சொற்களையெல்லாம் உதிர்க்க வைப்பதற்காகத்தான் காக்கைகளும் வந்து கொத்திவிட்டுப் பறக்கின்றனவோ என்னவோ? வானொலிப் பெட்டிக்கு அதன் தலையில் ஒரு அழுத்தி இருக்கும். அதை அழுத்திவிட்டால் பேசும். ஒலிக்கும். பாடும். அதுபோல அவனது பேச்சுப் பெட்டிக்கும் தலையில்தான் அழுத்தி இருப்பதாகவும் காக்கைகள் வந்து அழுத்திவிட்டுச் சென்றால்தான் அது பேசுமெனவும் குழந்தைகளுக்குக் கதை சொன்னபடி தாய்மார் உணவூட்டினர்.

அவன் ஒரு அநாதை என்றே ஊரில் எல்லோரும் பேசிக்கொண்டனர். எங்கிருந்தோ வந்து சேர்ந்தவன் அவ்வூரில் நீண்ட காலமாக வாழ்ந்து வந்தான். காக்கைகள் துரத்திக் கொத்துமெனக் கண்டறிந்த நாள் முதல் அவன் பகல்வேளைகளில் வெளியே வரத் தயங்கினான். மிக முக்கியமான தேவைகள் இருந்தால் மட்டுமே பகலில் வெளியே வருவான். அவன் அவ்வூரில் பெரிய ஹோட்டல் வைத்திருக்கும் பெரியவர் ஹோட்டலிலேயே வேலைக்கிருந்தான். அவனுக்கென்று சிறு குடிசையொன்றை ஹோட்டலுக்கருகிலேயே கட்டிக் கொள்ளும் அனுமதியைப் பெரியவர் அவனுக்கு வழங்கியிருந்தார். அவன் அதில்தான் வசித்தான். ஒரு தண்ணீர்க்குடம், இரண்டு அலுமினியப் பீங்கான்கள், ஒரு கேத்தல், ஒரு சிறுகுவளை, ஒரு சாக்குக் கட்டில், ஒரு தலையணை, இரண்டு வெள்ளைச் சாரன்கள், முன் பக்கத்தில் இரண்டு பாக்கெட்டுக்கள் வைத்த இரண்டு வெள்ளை அரைக்கைச் சட்டைகள் அவனது உடைமைகளென அக் குடிசையை நிரப்பின. அடுத்த நாள் ஹோட்டலில் வழங்கும் ரொட்டிக்காக இரவில் மா பிசைந்து ரொட்டி தயாரிப்பது அவன் வேலை. காக்கைகளுக்குப் பயந்து அவையெல்லாம் கூடடைந்த பின்னரான முன்னிரவில் அவன் ஆற்றுக்குப் போய்க்

குளித்துவருவான். பிறகு ஹோட்டலுக்குப் போய் பகல் சமைத்து மீதமிருக்கும் சோற்றை உண்டு விட்டு ரொட்டி தயாரிக்கத் தொடங்குவான். வேலை முடிந்த விடிகாலையில் காலை மற்றும் பகலுணவுக்கென சில ரொட்டிகளைப் பார்சலாக எடுத்துக்கொண்டு அவன் குடிசைக்கு வந்தால் இனி அந்தி சாயும் நேரம் வரை உறக்கம்தான். உணவுக்கும் தண்ணீருக்குமென மட்டும் எழும்புபவன் மீண்டும் உறங்கிப்போவான்.

எப்பொழுதாவது மிகவும் முக்கியமாகத் தேவைப்பட்டு, பெரியவர் உத்தரவிட்டால் மட்டுமே அவன் பகல்வேளையில் வெளியே வருவான். ஒருமுறை இப்படித்தான் பெரியவர் வீட்டில் விறகு வெட்டித் தரும்படி அவனைக் கூப்பிட்டிருந்தார். வீதி தோறும் விரட்டிக் கொத்திய காக்கைகள், பெரியவர் வீட்டுமுற்ற மாமரத்தில் வசித்த காக்கைகளெனப் பல காக்கைகள் கொத்தியதில் விறகு வெட்டும்போது அவனது வியர்வையோடு சொட்டு இரத்தமும் நெற்றியிலிருந்து கோடாய் வழியலாயிற்று. வசவு மொழிகள் வாயிலிருந்து பெருஞ்சத்தமாக உதிரலாயிற்று. வீட்டின் கன்னிப்பெண்கள் யன்னல் வழி விசித்திரமாகப் பார்த்திருந்தனர். பெரியவரின் தாய்க்கிழவி அவனை விறகுவெட்ட வேண்டாமெனச் சொல்லி அவனது வீட்டுக்கு அனுப்பிவைத்தாள். அவனது சிறுவயதில் குஞ்சுகளிருந்த காக்கைக் கூடொன்றைக் கைகளால் பிய்த்தெறிந்தாகவும் அதற்காகத்தான் காக்கைகள் எப்பொழுதும் அவனைப் பழி வாங்குவதாகவும், காக்கைகள் அவனைக் கொத்துவது குறித்து ஊருக்குள் நிலவி வந்த கதையைக் கிழவி அப்பெண்களோடு பகிர்ந்துகொண்டாள். வரும்வழியில் கொத்தி ஓய்ந்த எந்தக் காக்கையும் அவனைக் கொத்தவுமில்லை. துரத்தவுமில்லை. அவன் அமைதியாகக் குடிசை வந்து சேர்ந்தான். தலையைத் தடவியபடியே உறங்கிப்போனான்.

ஹோட்டலில் வெளியே அனுப்ப ஆளில்லாச் சமயங்களில் பெரியவர் அவனை மீன் வாங்க அனுப்பிவைப்பார். அதுதான் அவனுக்கு அவனது வேலைகளிலேயே மிகவும் வெறுப்பான வேலை. மீன் வாடிக்கருகில் எப்பொழுதும் நிறைந்திருக்கும் காக்கைகள் குறித்து அவன் பயந்தான். மீனின் உதிரிப்பாகங்களைக் கொத்தித் தின்று பழகிய அவைகளின்

124 அடைக்கலப் பாம்புகள்

சொண்டுகள் மிகக் கூர்மையானவை என்பதனை அவன் உணர்ந்திருந்தான். அவனைக் கண்டதும் சொண்டிலிருக்கும் உணவுப்பாகத்தைத் துப்பிவிட்டு, அவை ஒரு கடமையை நிறைவேற்றுவது போல அவனது தலையைக் கொத்திவிட்டுப் பறந்தன. சந்தைக்கு வந்திருக்கும் அவனையறியாத புதிய மனிதர்களெல்லாம் அவனை ஒரு அதிசயப்பிராணியாகப் பார்த்தனர். இடுப்பில் குழந்தைகளைச் செருகியிருக்கும் அம்மாக்கள், குழந்தைகளுக்கு அவனை வேடிக்கை காட்டினர். சந்தையிலிருக்கும் ஒரு விசித்திர, வேடிக்கைப் பொருள் என்பதுபோல அக்குழந்தைகளும் அவற்றின் கண்கள் மின்னவும், வாய் பிளந்தும், சிரித்தும் அவனைப் பார்த்து ரசித்தன.

இப்படித்தான் ஒருமுறை அவன் சந்தையிலிருந்து மீன் வாங்கி வரும்வேளை பள்ளிக்கூடச் சீருடையோடு ஒரு சிறுமி, புளியங்காட்டுக்குள் தனியாக அழுதுகொண்டிருந்ததைப் பார்த்தான். அவளது இதழ்கள் கோணி, எச்சிலும், மூக்குச் சளியும், கண்ணீரும் ஒரு சேர வடிய கைகளில் இரு புளியம்பழங்களோடு அந்த அத்துவானக் காட்டுக்குள் அவள் தனித்திருந்ததைப் பார்த்தான். நின்று அருகில் போய் என்னவென்று கைகளால் விசாரித்தான். யாருமற்ற காட்டுக்குள் வெண்ணிற ஆடையோடு கால்கள் வளைந்து குட்டையான இவனைப் பார்த்ததும் முதலில் அச்சமுற்ற சிறுமி பின்னர் தான் பழம் பறிக்க வந்து வழி தவறிப் போனதைச் சொல்லி விசித்தழுதாள். அவளை அழைத்துக்கொண்டு மீண்டும் சந்தைப்பகுதிக்கூடாக வந்து அடுத்த ஊருக்கான தெருவிலுள்ள அவளது வீட்டுக்கு அவளைக்கொண்டு சேர்த்தான். இடையில் புளிய மரக் காக்கையொன்று அவன் தலையைக் கொத்திவிட்டுப் பறந்தது. அந்தத் தெருவிலுள்ள ஒன்றிரண்டு காக்கைகளும் அவனது தலையைக் கொத்திப் பறந்தன. காக்கை பறந்துவரும் 'விஸ்க்' எனும் ஒலியைக் கேட்டபோதெல்லாம் சிறுமி விம்மியபடி திரும்பி காக்கையைப் பயத்தோடு பார்த்தவாறிருந்தாள். சில சிறுவர்கள் 'கா..கா' எனக் கத்திவிட்டு ஓடினர். மிகவும் அதிசயப்படத்தக்கதாக அவன் அச்சிறுமி முன்னால் காக்கைக்கெதிரான வசவு வார்த்தைகள் எதையும் உதிர்க்கவில்லை. அச் சிறுவர்களைத் துரத்தி

ஓடத் துணியவில்லை. மௌனமாக, அத்தோடு அச் சிறுமியிடம் கேட்காமலேயே அவளது வீட்டுக்கு அவளை மிகச் சரியாகக் கொண்டு வந்து சேர்த்திருந்தான். அன்றிலிருந்துதான் ஊரில் எல்லோரையும் அவன் நன்றாக அறிந்து வைத்திருக்கிறானென்ற செய்தி ஊருக்குள் பரவியது. காக்கையன் என ஊருக்குள் அழைக்கப்படுபவன் சிறுமியைப் பத்திரமாகக் கொண்டு வந்து சேர்த்த செய்தி அவன் பற்றிய நல்லெண்ணத்தை ஊருக்குள் விதைத்தது.

அன்றிலிருந்து ஊருக்குள் அவனைக் காணும் சிலர் அவனின் நலம் விசாரித்தனர். பதில்களெதுவும் வராது எனினும் அவனைக் காக்கைகள் கொத்தாமலிருக்க வெளியே வரும்போது தொப்பி அணிந்துகொள்ளும் படியும் அல்லது காக்கைகள் பார்த்து மிரளும்படியாக மினுங்கும் ஏதாவதொரு நாடாவைத் தலையைச் சுற்றிக் கட்டியபடி வெளியே வரும்படியும் சிலர் ஆலோசனைகள் கூறினர். சிலர் பலாப்பழத்தோலைப் போல கூறு கூறாய் மேல் நோக்கி வளர்ந்திருந்த அவனது தலைமுடியினை முழுவதுமாக அகற்றி மொட்டையடித்துக் கொள்ளும்படியும், அல்லது நீண்ட கூந்தல் வளர்க்கும்படியும் கூடச் சொல்லினர். இன்னும் சிலர் இது ஏதோ செய்வினை, சூனியமெனச் சொல்லி அவர்களுக்குத் தெரிந்த மாந்திரீகர்களிடம் தாயத்து வாங்கிக் கட்டிக் கொள்ளும்படி கூறினர். அவன் எதுவும் பேசாமல் தலையை அசைத்து ஏற்றுக்கொண்டதாகச் செய்கை செய்தான். அடுத்த முறை பகலில் வெளியே வருகையில் அவர்கள் சொன்னவற்றை நடைமுறைப்படுத்தப் பார்த்தான். எதற்கும் அசையாக் காக்கைகள் அதன் பின்னால் தொப்பியைக் கொத்திப்பறந்தன. ஒரு முறை கொத்திய காக்கைகள் கூட மீண்டும் மீண்டும் சுற்றிவந்து திருப்பித் திருப்பிக் கொத்தின. கூடி நின்று ஒரு சேரக் கொத்தின. அவ்விடத்திலேயே பெருத்த ஓசையுடனான வசவு வார்த்தைகளோடு தொப்பியையும் நாடாவையும் கழுத்தில் ஏறியிருந்த கறுப்புத் தாயத்தையும் கழற்றி வீசியெறிந்தான்.

ஒரு இரவில் அவன் ஹோட்டலுக்கு ரொட்டி தயாரிக்க வராததைக் கண்டு பெரியவர் அனுப்பிய ஆள் அவனது குடிசை திறந்து

தேடிப்பார்த்தான். தண்ணீர் குடத்தையும், இருந்த ஆடைகளையும் காணப் பெறாதவன் அவன் ஊரை விட்டு எங்கோ போய்விட்டதாக வந்து சொன்னான். அவனைத் தேடிப்போக அலுத்தவர்கள் ஓரிரண்டு நாள் பொறுத்துப்பார்க்கலாம் என இருந்தனர். ரொட்டி தயாரிக்கும் பொறுப்பு நெடுங்காலமாக ஆவலாகக் காத்திருந்த, வேலை தேடிப்போயிருந்த ஒருவனுக்குக் கொடுக்கப்பட்டது. மறுநாள் விடிகாலையில் குளிக்கப்போன அவ்வூர் மருத்துவச்சிக் கிழவிதான் கரையோரப் பாறையொன்றில் வழுக்கிவிழுந்து மண்டை உடைந்து பெரிய சிவப்பு எறும்புகள் மொய்க்க, குருதி காயச் செத்துக்கிடந்தவனைக் கண்டு அலறினாள். ஆற்றங்கரையின் மருத மரத்தில், அயல்மரங்களிலென எல்லாவற்றிலும் கருப்புத் திட்டுக்களாய்க் காக்கைகள் அவனைச் சுற்றிலும் கரைந்தபடி இருந்தன. அவன் எழவில்லை. எனினும் அவ்வூர்க் காக்கைகளெல்லாம் ஒன்று சேர்ந்தாப்போலக் கூட்டமாக இருந்து அவனைப்பார்த்துக் கரைந்தன. இரை தேடி அலைதல் மறுத்து அப் பிணம் அகற்றப்படும் வரையில் அங்கேயே கிடந்தன. இனிமேல் அவனது தலை வானொலிப்பெட்டியை அழுத்தி, ஒலிக்கவைக்கச் செய்யமுடியாதென அறிந்தோ என்னமோ, அவை அவனைக் கொத்தவுமில்லை, துரத்தவுமில்லை.

போதி மரம்

கனகனுக்கு இன்று முச்சந்தியைத் தாண்டும்போது அந்தச் சத்தம் கேட்டது. காற்றில் ஏதோவொரு வாடை. கூடவே ஜல் ஜல்லெனக் கொலுசுச்சத்தம். சுற்றுமுற்றும் பார்த்தான். அந்த அமாவாசை இரவில் இருட்டைத் தவிர வேறெதுவும் தெரியவில்லை. கண்கள் பீதியில் மருண்டன. கறுப்பு மையை யாரோ வானிலிருந்து கொட்டிவிட்டதுபோல மேலும் இருள். விழிகளை மூடி மூடித் திறந்தான். கால்கள் சீவனற்றுப் போய் உதறலெடுக்க பற்களும் நடுங்கத் தொடங்கின.

அது முச்சந்தி. பகலெல்லாம் இருக்கும் சனநடமாட்டத்தின் சத்தங்களையும், வாகனங்களின் இரைச்சல்களையும் அந்தியாகிவிட்டால் எந்தத் துளைக்குள்ளோ ஒளித்துக் கொண்டு நிச்சலனத்தை எங்கும் வழியவிட்டு அமைதியாக அடங்கிவிடும் கிராமமது. அச் சந்தியில் ஆட்களின் நிழலுக்காக நடப்பட்ட அல்லது முன்னெப்போதோ தானாக முளைவிட்டு இப்பொழுது செழித்து வளர்ந்து பரந்திருக்கும் ஆலமரம், மாமரம் மற்றும் அரச மரங்களின் நிழல்தான் பகற்பொழுதில் அக்கிராமத்துக்கான சந்தைத் தளம், ஊருக்கு வந்து போகும் ஒரே பஸ்ஸுக்கான பஸ் தரிப்பு நிலையம். மற்றும் முக்கியமாக ஒரு நாள் நள்ளிரவில் கனகனின் முதல் மனைவி தூக்குப்போட்டுக் கொண்டு செத்த இடம்.

இவன் கொடுத்த அடிகாயங்களோடு கால்கள் காற்றில் அலைய, நாக்குப் பிதுங்க அவள் செத்துத் தொங்கிய அதே மாமரத்திலிருந்துதான்

கொலுசுச் சத்தம் கேட்கிறது. ஒருவேளை அவளது ஆவியாக இருக்குமோ ? இன்று அந்த மாமரத்தைத் தாண்டி, கள்ளு குடிக்கப் போகப் பயமாக இருந்தது அவனுக்கு. பயம். பேய்ப்பயம். பேய்கள், பிசாசுகள், மோகினிகள், ஆவிகள் குறித்தான எல்லாச் சிறு வயதுக் கதைகளும் இன்னும் போதை ஏறாத அவனது தலைக்குள் ஊசலாடத் தொடங்கின. ஒரு தடவை இது போல அமாவாசை இரவொன்றில் வெள்ளைச் சேலை காற்றிலாட கையில் குழந்தையும் நீண்ட பற்களுமாக இதே சந்தியில் சாமிப்பிள்ளையின் சைக்கிளை வழி மறித்ததாக ஊருக்குள் சொல்லப்பட்ட மோகினிப் பெண்ணின் கதை நினைவுக்கு வந்து தொலைத்தது. குளக்கரையிலிருந்து வந்த ஈரக்காற்று காதருகில் ஊளையிடுவதாக எண்ணி மேனி சிலிர்த்தான். ஜல் ஜல் சத்தம் அவனுக்கு மிகவும் அருகில் கேட்டுக்கொண்டே இருந்தது.

முழங்கால் வரை ஏற்றிக் கட்டியிருந்த சாரத்தின் ஒரு முனையைப் பற்றியபடி குடிசைக்கு ஓடிவிடலாமென நினைத்தான். நெஞ்சு திக் திக்கென அடித்துக்கொண்டது. வழமையாக போதையில் தள்ளாடும், குடிசையில் புலியைக் கண்டு மிரண்டு போய் நிற்கும் மான்குட்டியாய் அச்சத்தில் உறைந்திருக்கும் பரஞ்சோதியை எட்டி உதைத்து விளையாடும் கால்கள் இன்று அங்கிருந்து பார்த்தால் தெரியும் தூரத்திலிருந்த அவனது குடிசைக்கு அவசரமாகப் போய்விடக்கூட முடியாமல் தள்ளாடின.

அவனுக்கு பழகிய ஒற்றையடிப் பாதையிது. ஒரு காலத்தில் இவனது அடிகளும் வசவுகளும் தாங்கமுடியாப் பொழுதுகளில், தப்பித்து ஓடும் முதல் மனைவியை விரட்டிப்பிடித்து எல்லோரும் பார்த்திருக்க காட்டுத்தனமான அடி, உதைகளோடு இழுத்துவரும் ஒற்றையடிப் பாதையிது. அவள் பாதைதோறும் அவலக்குரல் எழுப்புவாள். ஓலமிடுவாள். அவன் மேலும் மேலும் அடிப்பான். அவனைச் சபிப்பாள். விஷப்பாம்பு கொத்தட்டும், இடி வந்து அவன் மேல் விழட்டுமெனச் சொல்லிச் சொல்லி அழுவாள். இப்போது கட்டியிருக்கும் பரஞ்சோதி அப்படியில்லை. எவ்வளவு அடித்தாலும் குடிசைக்குள்ளேயே அழுது வழியும் ஊமைப் பெண். விசும்பலைத் தவிர ஒற்றைச் சொல் எழாது.

காற்று சுழன்று சுழன்று அடித்தது. பேயின் கொலுசுச் சத்தமிப்பொழுது அதிகமான சலனத்துடன் கேட்கத் தொடங்கியது. பாதையோடு இழுத்துவைத்து ஆணியறைந்தது போல பாதங்கள் நகர மறுத்தன. வெடவெடத்தன. எட்டி எட்டி நடக்க நடக்க குடிசை விலகி விலகிப்போவதைப் போலவே தெரிந்தது அவனுக்கு. பார்க்கும் திசைகளிலிருந்தெல்லாம் அவனது முதல் மனைவி வெள்ளைச் சேலையோடு கால்களற்று அந்தரத்தில் ஆடியபடி 'இனிமே அடிப்பியாடா நீ?' எனக் கண்களில் கோபம் மின்ன, நாக்கைத் துருத்திக் கொண்டு கேட்பதாக அவனுக்குத் தோன்றியது.

பரஞ்சோதிக்கு ஆச்சரியமாகப் போயிற்று. கனகன் இன்று நேர காலத்தோடு வீட்டுக்கு வந்திருக்கிறான். அதுவும் குடிக்காமல் வந்திருக்கிறான். தான் ஏதும் கனாக் காண்கிறோமா என்ற சந்தேகம் கூட அவளுக்குள் எழும்பி அடங்கிற்று. பெண்களின் உடுத்தாடை போல நெஞ்சு வரை ஏற்றிக் கட்டிய சாரம் எப்பொழுது அவிழ்ந்து விடுமோ என்ற சுரணை சிறிதுமற்று, ஊரே கேட்கும் வண்ணம் புலம்பலும் ஓலமுமாக இரவில் விழுந்து விழுந்து வீடு வந்து, இருக்கிற மிச்சப்பலத்தைக் கொண்டு அவளைத் தாக்காமல் நித்திரை கொள்ளாதவன் இன்று அமைதியானவனாக வீடு வந்து சேர்ந்திருக்கிறானெனில் உலகின் மூலையில் ஏதோவொரு அதிசயம் நேர்ந்திருக்கத்தானே வேண்டும்? இரும்புப் பட்டறையொன்றில் வாரக்கூலிக்கு வேலை செய்யும் அவனது ஊதியம் முழுதும் கள்ளுக்கடைக்கும், பெட்டிக்கடை பீடிச் சுருள்களுக்குமே இரைக்கப்பட்டுக்கொண்டிருக்க, அப்பம், சின்னச் சின்னப் பலகாரங்கள் செய்து சந்தையில் விற்றுவரும் காசில்தான் பரஞ்சோதி குடும்பம் நடத்திக் கொண்டிருக்கிறாள்.

'அடி கெழட்டு மூதேவி', 'முண்டச் சிறுக்கி' போன்ற வசவு வார்த்தைகளோடே வீட்டு வாசலுக்கு வருபவன் இன்று அமைதியாக வந்திருப்பதைப் பார்த்ததில் அவளுக்கு ஆச்சரியம் இன்னும் அதிகரித்தது. ஒருவேளை தன்னைப் போல இவனும் ஊமையாகி விட்டானோ?

இருட்டை விரட்டப் பார்க்கும் குருட்டு வெளிச்சத்தை ஏந்தியிருந்த சிறு விளக்கினடியில் கயிற்றுக்கட்டிலில் உட்கார்ந்திருந்த கனகனின் முகம் பேயறைந்ததைப் போலிருந்தது. வியர்வை வழிந்து சட்டை தெப்பமாக நனைந்திருந்தது. தண்ணீர் கொண்டு வந்துகொடுத்தாள். மடக்கு மடக்கென்று குடித்தவன் கட்டிலில் சாய்ந்துகொண்டு விட்டத்தை வெறித்துப் பார்த்துக் கொண்டிருந்தான்.

யார் அவன் புத்தியைத் தெளியவிட்டது ? அடிவாங்கிக் கண்ணீரோடு புலம்பும் அவளது ஓலங்களிற்கும் பிரார்த்தனைகளுக்கும் பலன் கிடைத்து விட்டதைப் போல மகிழ்ந்தாள். ஒருவேளை குடிக்க இன்று காசிருந்திருக்காதோ? இல்லையே..இன்று வாரக் கூலி கிடைக்கும் நாளாயிற்றே. ஒருவேளை குடிக்கச் சரக்கிருந்திருக்காதோ? அதற்கும் சாத்தியமில்லை. தோட்டத்திலிருந்து கள்முட்டி இறக்கிப் போவதை இன்றும் கண்டாளே. எப்படியோ, இந்த மகிழ்ச்சி தினமும் நீடிக்கவேண்டுமென மனதுக்குள் பிரார்த்தித்துக் கொண்டாள். மிகவும் சந்தோஷப்படவும் பயந்தாள். நாளைக்குத் திரும்பவும் வேதாளம் மரத்தில் ஏறிவிடின், தொடரும் நாட்களில் அடி, உதை, துன்பம்தான்.

நடமாடும் கண்ணாடிப் புகைப்படச் சட்டத்தைப்போல ஒல்லியானவள் பரஞ்சோதி. வாய் பேச வராத ஊமை ஜீவன். எத்தனை அடி, உதைகளைத்தான் தாங்குவாள்? எதிர்த்துக் கேட்க அப்பா, அம்மா இல்லை. சகோதரர்கள் இல்லை. அவளது அப்பாவின் சாவு வீட்டில்தான் அவளது திருமணமே நிச்சயமாயிற்று. கனகனின் மூத்தமனைவி அதிர்ஷ்டக்காரி. அவனது அடி, உதைகளைத் தாங்கமுடியா நள்ளிரவொன்றில் முச்சந்தியிலிருந்த மாமரத்தில் தூக்கில் தொங்கினாள். சில மாதங்கள் கழித்து அயல்கிராமத்திலிருந்த அவளது அப்பாவின் சாவு வீட்டுக்குப் போனவனுக்கு ஊர்ப்பெரியவர்கள் சேர்ந்து நிராதரவாக நின்ற அவளது தங்கை பரஞ்சோதியை நிச்சயித்துக் கட்டிக் கொடுத்துவிட்டார்கள். வேறுவழியின்றி கழுத்தில் மஞ்சள் கயிறு தொங்க, பலியாடு போல அவன் பின்னால் வந்தாள்.

தாலி கட்டி, இந்தக் குடிசைக்குக் கூட்டி வந்து கொஞ்சநாள் வரை நன்றாகத்தானிருந்தான் அவன். பின்னர் பட்டறையில் இரும்படித்த அலுப்பெனச் சொல்லி ஓரிருநாட்கள் குடித்துவிட்டு வந்துபார்த்தான். அவளேதும் சொல்லவில்லை. மிரட்சி நிரம்பிய விழிகளோடும் ஏதும் சொல்லவியலாப் பதற்றத்தோடும் அவள் நின்றிருந்ததை அவளது சம்மதமெனக் கொண்டான் அவன்.

எல்லாம் கொஞ்சநாளைக்குத்தான். தொடர்ந்த நாட்களில் பழகிய தோஷமோ, பிடித்த விஷயமோ மாட்டுக்கு அடிப்பதைப் போல அவளையும் போட்டு அடித்துவந்தான். நல்லவேளை இவனது அடிஉதைகள் குடிசைக்குள்ளே மட்டுமாக நின்றுவிட்டது. அக்காவுக்குப் போல் வீதி வழியே எல்லோரும் பார்க்கக் கூந்தல் பிடித்திழுத்து அடிப்பதில்லை. இவளும் அடிக்கும்போது வெளியே ஓடுவதுமில்லை. இன்று அவளுக்குப் பெருமகிழ்வாக இருந்தது. கணவன் பசியில் வந்திருப்பானென எண்ணி அவசரம் அவசரமாகக் கஞ்சி காய்ச்சிக் கொண்டிருந்தாள்.

கனகனின் கண்களில் மூத்தவள் நடமாடத் தொடங்கினாள். எப்பொழுதோ அவளுக்கு சீதனமாகக் கொடுத்த வெள்ளிக்கொலுசைத் தான் விற்றுக்குடித்ததுவும், இவனது சித்திரவதை தாங்காமல் 'உன்னைச் சும்மா விடமாட்டேண்டா' எனக் கத்திக்கொண்டு வெளியே ஓடியவளை மறுநாள் சடலமாகத்தான் குடிசைக்குக் கொண்டுவந்ததுவும் நினைவுக்கு வந்துதொலைத்தது. ஒருவேளை அவளை வதைத்ததைப் போலவே, தான் இப்பொழுது அவளது தங்கையை வதைப்பதற்காகப் பேயாக உலாவித் தன்னைப் பழிவாங்கக் காத்திருக்கிறாளோ?

கஞ்சி கொண்டு வந்து அருகில் வைத்துவிட்டு நகர்ந்த பரஞ்சோதியை அழைத்தான். கட்டிலில் அமரச் சொன்னான். அணிந்திருந்த சட்டையின் முழங்கை மடிப்பில் செருகிவைத்திருந்த காசுத்தாள்களை அவளிடம் கொடுத்தான்.

'பார்த்துச் செலவழி புள்ள..வயித்துல வேற உண்டாகியிருக்கே..இனிமே எதாச்சும் நமக்குன்னு சேமிக்கணும்' என்றான்.

எவனோ ஒரு வண்டிக்காரன் வீசியெறிந்த, உடைந்து போன தன் வண்டி மாட்டின் ஒற்றைக் கழுத்துச் சலங்கையைச் சுமந்திருந்த அவ்வூர் முச்சந்தி மாமரத்தின் கிளை இப்படியாக ஒரு குடும்பத்தின் நல்வாழ்வுக்குத் தான் காரணமானதை அறியாமல் தொடர்ந்தும் காற்றில் ஆடியாடி ஓசையை எழுப்பிக்கொண்டேயிருந்தது.

கிணற்றிலிருந்து மீண்டவள்

'அதுக்கு உங்களை மாதிரி சீதேவியப் பெத்திருக்கணும்மா. எனக்கு அதுக்கெல்லாம் கொடுப்பின இல்ல.'

தங்கம் என்னைப் பார்த்துக் கொண்டே உம்மாவிடம் சொன்னபோது எனது முகத்தில் என்ன உணர்ச்சியைக் கொண்டு வருவதென்று எனக்குத் தெரியவில்லை. அவள் சொன்னது ஒரு மெல்லிய புகையைப் போல, அந்த இடமெங்கிலும் பரவியது. அந்தச் சமையலறையை அடைத்துக் கொண்டு வெளியேற முடியாமல் தவிப்பதைப் போலத் தோன்றியது. சில்லறைக் காசைச் சுரண்டுவது போல ஒரு குரல் தங்கத்துக்கு. பேசும்போது குரல் பிசிறடிக்கும். மெல்லிய குரலும் பலத்த குரலும் ஒன்றுடனொன்று பின்னிக் கொண்டு வெளியே வரப்பார்க்கும். ஆனாலும் வாய் ஓயாமல் ஏதாவது பேசிக் கொண்டே இருப்பாள்.

எனது சிறு வயதில் தங்கம் இப்படிச் சொல்லி உம்மாவிடம் சலித்துக் கொள்ளும்போதெல்லாம் சிரித்துக் கொண்டே வெட்கத்தோடு உம்மாவின் மடியில் தலை புதைத்துக் கொள்வேன். உம்மா தலைகோதி விடுவாள். அப்பொழுதே எனக்கு நீளமான தலைமயிர். தங்கம் அருகே அழைத்து, காலடியில் அமரவைத்துக் கொண்டு, பொறுமையாக வலிக்காமல் சிக்கெடுத்து, எண்ணெய் வைத்துப் பின்னி ரிப்பனால் கட்டிவிடுவாள். பின் திரும்பச் சொல்லி முகத்தைப் பார்த்து, தனது வலது கை விரல்களால் என் கன்னத்தை வழித்தெடுத்து தனது உதட்டருகே வைத்து விரல்களுக்கு முத்தமிட்டுக் கொள்வாள். இல்லாவிட்டால் எனது

நெற்றியின் இரு பாகங்களிலும் அவளது இரு கை முஷ்டிகளையும் முட்டுக் கொடுப்பதுபோல் வைத்து திருஷ்டி கழிப்பாள். 'ராசாத்தி, யாரோட கண்ணும் படாம செழிப்பா நல்லா இருக்கணும்' என்பாள்.

அவளது மகள் புஷ்பராணிக்கு என்னை விடவும் ஓரிரு வயது குறைவு. சிறுவயதில் அவளது தலைமுடி எண்ணெய் காணாது செம்பட்டைக் கலரில் காற்றில் அலைபாய்ந்தபடியிருக்கும். அதிலும் சுருட்டை முடி. சுருண்டு சுருண்டு மேலும் சுருள வழியற்றுப்போன அளவுக்குச் சுருட்டை முடி. சிக்கலும் ஈரும் பேனும் நிறைந்து இருக்கும். அவளது தோளில், சட்டையிலென சின்னச் சின்னப் பேன் குஞ்சுகள் ஊர்ந்து திரியும். இதனாலேயே உம்மா ஒரு நாளும் அவளுடன் சேர்ந்து விளையாட என்னை அனுமதித்ததில்லை. இப்பொழுது வரைக்கும் ஒரு நாளும் தங்கம் அவளை அருகிலமர்த்திப் பேன் பார்த்து, எண்ணெய் வைத்துத் தலை சீவி விடுவதை நான் கண்டதில்லை.

தங்கம் எங்கள் வாழைத்தோட்டத்துக்கு மத்தியிலிருந்த குடிசையில்தான் வசித்துவந்தாள். எங்கள் வாழைத்தோட்டத்தை யாராவது இருந்து பராமரிக்கவென்று அமைத்த குடிசை அது. நான் பிறக்கமுன்பே அவ் வேலைக்கென்று புஷ்பராணியின் அப்பா வந்துவிட்டாராம். அவராகவே நிர்மாணித்த அக் குடிசையிலிருந்துதான் இப்பொழுதிருக்கும் வாழைக் கன்றுகளின் தாய்வாழைகளை நட்டிருக்கிறார். பிறகு அவர் ஒரு முறை ஊருக்குப் போய் வரும்போது தங்கத்தைத் திருமணம் முடித்து அழைத்து வந்திருக்கிறார். உம்மாவுக்குப் பிரசவநேரம். கையுதவிக்கு ஒரு பெண் கிடைத்தாயிற்று என வாப்பாவும் ஒன்றும் சொல்லவில்லையாம். புஷ்பராணியின் அப்பா தோட்டவேலைகளைக் கவனிக்க, தங்கம் எங்கள் வீட்டுவேலைகளைப் பொறுப்பெடுத்துக் கொண்டாள். பிறகுதான் புஷ்பராணி பிறந்தாள். அவள் பிறந்து ஓரிரு நாளில் தங்கத்தின் அம்மா இறந்துவிட்டதாகச் செய்தி வந்தது. மூத்தது பெண்ணாய்ப் பிறந்ததுவும், அதுவும் பிறந்த உடனேயே தன் உறவு ஒன்றினைக் காவு எடுத்ததுவும் தங்கத்துக்குப் பிடிக்காமல் போயிற்று. புஷ்பராணி பிறந்தது அபசகுனமெனத் திட்டிக் கொண்டே இருந்தாள்.

அவர்களது குடிசை அருகே வாழைக்கன்றுகளுக்கு நீரிரைக்கவென சற்று ஆழமான ஒரு கிணறு இருக்கிறது. அக் காலத்தில் கிணற்றருகே உள்ள சலவைக் கல்லிலமர்ந்து கொண்டே ஒரு கோப்பையால் நீரள்ளி தலையில் ஊற்றிக் கொள்ளலாம். நீர் மிதந்து வழியும்படியான கிணறு. தெளிந்த நீர். ஆற்றிலிருந்து கொண்டு வந்து போடப்பட்ட மீன்குஞ்சுகள் ஆழத்தில் நீந்துவது மேலிருந்து பார்க்கும்போதே தெளிவாகத் தெரியும். அப்பொழுது கிணற்றைச் சுற்றிவர தடுப்புச் சுவரேதும் இல்லை. நடந்து போகையில் அதனருகே சறுக்கினால் கிணற்றுக்குள்தான் விழ வேண்டும். அப்படித்தான் ஒரு நாள் சிறுவயதில் புஷ்பராணி அதில் விழுந்தாள். எவ்வளவு குளிராயினும் விடிகாலையிலேயே எழுந்து தங்கம் திட்டத்திட்ட குளித்துக் கொள்வது அவளது வழக்கம். அப்பொழுது அவளுக்கு பத்து வயதிருக்கும். சறுக்கிவிழுந்தவள் நீருக்குள் அமிழ்வதும் எழுவதுமாய் இருந்தாள். பல் விளக்கிக் கொண்டே எங்கள் வீட்டுக்கொல்லையில் நின்றுகொண்டிருந்த எனது வாப்பா கண்டு ஓடிப் போய் வெளியே இழுத்துப் போட்டுக் காப்பாற்றினார். அப்பா போட்ட சத்தத்தில் நானும் உம்மாவும் ஓடிப் போய்ப் பார்த்தோம். 'ஏனய்யா காப்பாத்தினீக? சனியன் செத்தொழிஞ்சிருக்கணும்' என்று தங்கம் அழுகையினூடே கத்திக் கொண்டிருந்தாள். மகள் உயிர் பிழைத்த ஆனந்தத்தில் அழுகிறாளா, சாகவில்லை என்று அழுகிறாளா என்று தெரியவில்லை. புஷ்பராணி குளிரிலும் பயத்திலும் வெடவெடத்தபடி நின்று தரையைப் பார்த்துக் கொண்டிருந்தாள். அன்றே வாப்பா அந்தக் கிணற்றுக்கு ஆள் வைத்து சுற்றுவர தடுப்புச் சுவர் எழுப்பிக் கட்டினார். எப்படியோ அந்தக் குடிசையிலேயே வசிக்கவந்து கிட்டத்தட்ட இப்பொழுது இருபது வருடங்கள் ஆயிற்று. இடையில் எப்பொழுதாவது அவர்களது ஊருக்குப் போய்வருவார்கள். அப்படிப் போகும்போதெல்லாம் புஷ்பராணியை எங்கள் வீட்டில் விட்டுப்போவார்கள்.

போனமுறை இப்படித்தான். ஊருக்குப் போன இடத்தில் புஷ்பராணிக்கு ஒரு சம்பந்தத்தைப் பேசி முடித்து வந்திருந்தார்கள். தங்கத்தின் அண்ணன் மகன். உறவு விட்டுப் போய்விடக் கூடாது என்பதை

விடவும், தன் குடிகார மகனுக்கு வேறு யாரும் பெண் கொடுக்கமாட்டார்களென்ற யதார்த்தம் புரிந்ததால், அண்ணனாகவே வந்து தங்கத்திடம் பெண் கேட்டிருக்கிறார். தங்கம் பூரித்துப் போனாள். துரதிர்ஷ்டக் கட்டைக்கு வந்த அதிர்ஷ்டத்தைப் பாரேன் என்று தனக்குத்தானே சொல்லிச் சிரித்துக் கொண்டாள். இருந்த சேமிப்பை ஒரு முறை எண்ணிப் பார்த்துக்கொண்டாள். இங்கு வரும்போது பூ, பழம், சேலை என்று ராணிக்குப் பலதும் வாங்கிக்கொண்டு வந்திருந்தாள். சமையலறைத் தரையில் கால்நீட்டி அமர்ந்துகொண்டவள், உம்மாவை அழைத்து 'இம்புட்டுத்தூரம் நானும் வண்டியில வந்தேன். நடந்துவந்தேன். பூரிச்சுப் போய் சிரிச்சி சிரிச்சி வர்றதப்பார்த்துட்டு ஒவ்வொருத்தியும் மூஞ்சிக்கு நேர நின்னு என்னடின்னு கேட்டாளுக. மகராசிக்கிட்டத்தான் முதமுதல்ல சொல்லணும்னு வாயைத் தைச்சவளாட்டம் மூஞ்சத் திருப்பிக்கிட்டு வெரசா வந்தேன்' என்றாள். உம்மா என்ன விஷயமெனக் கேட்டு அருகிலிருந்த கதிரையில் அமர்ந்துகொண்டதும் அவள் மேலும் மகிழ்ந்துபோய் விடயத்தைச் சொன்னாள். புஷ்பராணியும் நானும் அந்த இடத்தில்தான் இருந்தோம். திருமண விடயம் தெரிந்ததும் எனக்கும் மகிழ்வாகத்தான் இருந்தது. திரும்பி ராணியைப் பார்த்தேன். அவள் சோர்ந்துபோயிருந்தாள். இந்தக் கல்யாணவிடயமே வேறு யாருக்கோ என்பதைப் போல தூணில் சாய்ந்து, தூர இருந்த தென்னை மரத்தைப் பார்த்தவாறிருந்தாள். தங்கம் ஆசையாக வாங்கிக் கொண்டு வந்திருந்த, மாடு கண்டால் முட்ட வரக் கூடிய, அடிக்கிற சிவப்பு நிறத்திலிருந்த சேலையை அவள் திரும்பியும் பார்க்கவில்லை. தங்கம், உம்மாவிடம் எல்லாம் பேசி முடித்து இன்ன தேதியில் கல்யாணத்தை கோயிலில் வைத்துக் கொள்ளலாமெனச் சொன்னபோது மட்டும் ராணி தலையை உயர்த்தி சத்தமாக இந்தக் கல்யாணத்தில் தனக்குத் துளியும் இஷ்டமில்லை எனச் சொன்னாள். சொல்லிவிட்டு நிற்காமல் முற்றத்திலிறங்கி தனது குடிசையை நோக்கி நடக்கத் தொடங்கினாள்.

பேய் பிடித்தவள் போல தங்கம் எழுந்து கத்திக் கொண்டே அவள் பின்னால் ஓடினாள். ராணி ஓடவில்லை. இலேசான பள்ளத்தில் நீர்

இறங்குவதைப் போல சிறிதும் சலனமற்ற அமைதியான நடை. தங்கம் ஓடிப் போய் அவளது முழங்கைக்கு மேலால் இறுகப் பிடித்து முதுகில் அடித்தாள். ஏதேதோ கெட்டவார்த்தைகளைச் சத்தமாகச் சொல்லிச் சொல்லி அடித்தாள். ராணி அழவில்லை. இறுகிப் போன பாறை போல முகத்தையும் உடம்பையும் வைத்துக் கொண்டு வளைந்து கொடுத்தாள். உம்மாவும் நானும் ஓடிப்போய் ஒருவரையொருவர் விலக்கியெடுத்தோம். தோட்டத்தைப் பார்க்கப்போன அவளது அப்பா சத்தம் கேட்டு ஓடி வந்ததும் தங்கம் அவரிடம் விடயத்தைச் சொல்லிவிட்டாள். அவரும் தன் பங்குக்கு அவளை அடிக்கும் முன் உம்மா, ராணியைத் தன் முதுகுக்குப் பின்னால் இழுத்து வைத்துக் கொண்டாள். மழை தூற ஆரம்பித்தது. ராணி அன்றும் என் வீட்டில் தங்கட்டுமென அம்மா சொல்லித் தன்னோடு நிறுத்திக் கொண்டாள். தங்கமும், கணவனும் குடிசைக்குப் போனார்கள். பூவும் பழமும் சேலையும் சமையலறையில் விழுந்து கிடந்தது. உம்மா அதை எடுத்து மடித்து வைத்தாள்.

கனத்த மழை பெய்யத் தொடங்கியது. பெருஞ்சத்தத்தோடு தூரத்திலெங்கோ இடி விழுந்த ஓசையும் கேட்டது. வாப்பா வந்ததும் அவரிடமும் உம்மா விடயத்தைச் சொன்னாள். வாப்பா எதுவும் பதில் பேசவில்லை. உம்மா வேறு யாருக்கோ சொல்வதைக் கேட்பதுபோல கேட்டுவிட்டு கையிலிருந்த பத்திரிகையைத் தொடர்ந்தும் வாசிக்கத் தொடங்கினார். இரவு உம்மா கொடுத்த சாப்பாட்டைக் கூடத் தொடாமல் புஷ்பராணி அழுதுகொண்டே இருந்தாள். அம்மா 'அழாதே' என அன்பாகச் சொல்லி இந்தக் கல்யாணம் பிடிக்காத காரணத்தை அவளிடம் வெகு இயல்பாகக் கேட்டாள். உம்மா கேட்பதற்காகவே காத்திருந்தவள் போல ஒரு குடிகாரனுக்கு இரண்டாவது தாரமாக வாழ்க்கைப்பட்டுத் தன் வாழ்க்கையை சீரழித்துக் கொள்ளத் தான் விரும்பவில்லை எனச் சொல்லி மேலும் ஏங்கி ஏங்கி விசும்பத் தொடங்கினாள். அன்று உம்மா ரகசியமாக என்னிடம் புஷ்பராணியை எனது அறையிலே தூங்க வைத்துக்கொள்ளும்படி சொன்னாள். அவள் ஏதாவது செய்துகொள்ளக் கூடுமென உம்மா பயந்திருப்பாள். வெளியே மழை விடிய விடியப் பெய்தது.

மறுநாள் காலை தங்கம் வீட்டுவேலைக்கு வந்தபோதிலிருந்து அவளும் ராணியும் எதிரெதிர் சந்திக்க நேர்ந்தால் கூட இருவரும் எதுவுமே பேசிக் கொள்ளவில்லை. யாரோ தெரியாதவரைக் கடந்துசெல்வதைப் போல ஒருவரையொருவர் கடந்து சென்றனர். இருவருக்குமிடையில் மௌனம் ஒரு செங்குத்துத் திரை போல விரிந்து கிடந்தது. சமையலறையில் இருவரும் வேலையிலிருக்கும்போது புஷ்பராணிக்குக் கேட்பதற்கென்றே உம்மாவிடம் தனது அண்ணன் மகனுக்கு இருக்கும் சொத்துக்கள் பற்றியும் பண வசதி பற்றியும் சொல்லிக் கொண்டிருந்தாள் தங்கம். உம்மா, அவனது மூத்த தாரத்துக்கு என்ன நடந்தது என ஓரிரு முறை கேட்டும் பதிலளிக்காமல் அவள், அவனது வசதிகளைப் பற்றியே சொல்லிக் கொண்டிருந்தாள். புஷ்பராணி அன்று யாருடனும் ஒரு வார்த்தையேனும் பேசவில்லை. நேற்று எதுவுமே நடக்கவில்லை என்பது போலவும், நடந்தவை எதிலும் தனக்குச் சம்பந்தமில்லை என்பது போலவும் அவளது அமைதியான முகபாவனையும் நடவடிக்கைகளும் இருந்தன. தங்கம் வேலைகளை எல்லாம் முடித்து இரவு தனது குடிசைக்குப் போகும்போது உம்மா அவள் விட்டுச் சென்றிருந்த புடவை, பூ, பழங்களை அவளிடம் கொடுத்தாள். பூ வாடிப் போயிருந்தது. அவள் பூவைக் கசக்கி குப்பைத் தொட்டியில் எறிந்தாள். அவள் போன கொஞ்சநேரத்துக்குப் பிறகு புஷ்பராணி பின்னால் போனாள். 'போனால் தங்கம் அடிப்பாள். போகாதே' என உம்மா சொல்லிப் பார்த்தாள். அவள் கேட்கவில்லை. சாம்பல் மூடிய தணலாய் விடயம் ஓய்ந்திருந்ததென்பதைப் பின்னர்தான் அறிந்தோம். இருள் ஒரு இராட்சஸப் பேயைப் போல எங்கும் பரவத் தொடங்கியது.

இரவு என்ன நடந்ததோ, எந்த நேரத்தில் குதித்தாளோ மறுநாள் விடிகாலையில் உம்மா எழும்பிப் பார்க்கும்போது எங்கள் வீட்டுக் கிணற்றில் புஷ்பராணி மிதந்தாள். நல்லவேளையாக செத்துப் போய் மிதக்கவில்லை. தலையை மட்டும் ஒரு தாமரை இலையைப் போல வானம் பார்க்க வைத்தபடி அவள் மிதந்து மேலே பார்த்துக் கொண்டிருந்தாள். தண்ணீரள்ளப் போன உம்மா பார்த்துவிட்டு

அலறினாள். வாப்பாவும் நானும் எழுந்து ஓடிவந்தோம். வாப்பா கயிறு கொண்டுவரும்படி போட்ட சப்தத்தில் தங்கமும் அவள் கணவனும் எங்கள் வீட்டுப் பக்கம் ஓடிவந்தார்கள். உம்மா பயந்து நடுங்கிக் கொண்டிருந்தாள். தங்கம் பார்த்துவிட்டு ‘இதையெல்லாம் பார்க்க நான் இன்னும் உசிரோடு இருக்கேனே’ என்று மாரோடு அடித்துக் கொண்டாள். அவள் கணவன் கோபத்தில் உறுமிக் கொண்டே வாப்பாவுடன் சேர்ந்து நன்கு தடித்த கயிற்றை கிணற்றுக்குள் விட்டு அவளை அதைப் பிடித்து ஏறி வரச் சொன்னான். எவ்வளவு நேரமாக நீரினுள்ளே கிடந்தாளோ, கை விரல்களெல்லாம் ஊறிப்போய் வெளிறி சுருங்கிக் கிடந்தன. வெளியே வந்தவளை தங்கம் அடிக்கவெனப் பாய்ந்தாள். நான் தடுத்து புஷ்பராணியை எங்கள் வீட்டுக்குள்ளே எனது அறைக்கு அழைத்துச் சென்று ஈரத்தைத் துடைக்க துவாயைக் கொடுத்தேன். பிறகு ஒரு சல்வாரைக் கொடுத்து அணிந்துகொள்ளச் சொன்னேன். உம்மா அதற்குள் சூடாகக் கோப்பி ஊற்றி எடுத்துவந்தாள். தங்கமும் அவள் கணவனும் சமையலறையில் கோபத்தோடு கத்திக் கொண்டிருந்தது அறைக்குள்ளேயே கேட்டது. உம்மா கோப்பியைத் தந்துவிட்டு அறையை உட்புறமாகத் தாழிட்டுக் கொள்ளச் சொல்லி நகர்ந்தாள்.

வெளியே சத்தம் பலமாகக் கேட்டது. வாப்பா அமைதியாக அவர்களைச் சமாதானப்படுத்தப் பார்த்தார். அவர்களது குரல் பலத்துக் கொண்டே வந்தபோது வாப்பாவின் குரல் ஓங்கியது. அதைத் தொடர்ந்து ஒரு கனத்த மௌனம். எந்த ஓசைகளுமில்லை. அழுதுகொண்டே இருந்த புஷ்பராணியும் நானும் என்ன நடக்கிறது என்பதுபோல ஒருவரையொருவர் பார்த்துக்கொண்டோம். வாப்பாவின் குரல் சாந்தமானதாகவும் உறுதியானதாகவும் வெளியே கேட்டது. ’சே..நான் காப்பாத்துன உசுரு..இப்படிக் கொல்லப் பார்க்குறீங்களே.. இனி ராணியும் எங்க வீட்டுப் பொண்ணுதான். அவளுக்குப் புடிச்சமாதிரி நானே அவளுக்கொரு கல்யாணத்தைப் பண்ணி வைக்கிறேன். அதுவரைக்கும் அவள் இங்கேயே இருக்கட்டும்’ என்று வாப்பா சொன்னதும் தங்கம் அவர் காலில் விழுந்ததாக உம்மா பிறகு சொன்னாள்.

புஷ்பராணி குதித்தது நாங்கள் குடிக்க நீரெடுக்கும் கிணற்றில்தான். அதுவும் சற்று ஆழமானதொரு கிணறு. இனி அதனை இறைக்காமல் நீரெடுக்க முடியாது. இறைக்கும்வரை பக்கத்து வீட்டிலிருந்து குடம்குடமாக நீரெடுத்து வந்து தந்தாள் தங்கம். கிணற்றை இறைக்கும் வேலையை வாப்பா வார இறுதி விடுமுறை நாளுக்கு ஒத்திப் போட்டார். அதுவரை காத்திருக்க முடியாமல், தங்கம் ஒருவனை அழைத்துவந்தாள். கிணற்றை இறைக்கவேண்டுமென அவனிடம் சொல்லாமல் எனது வைரமோதிரமொன்று தவறி அதில் விழுந்ததாகவும் அதனை எடுக்கவேண்டுமெனச் சொல்லி அழைத்து வந்தாள். அவன் வந்து பார்த்து கிணறு ஆழமென்றும் கிணற்றை இறைக்காமல் மோதிரத்தை எடுக்க முடியாதெனவும் இறைப்பதற்குக் கூலியாக தான் அந்த மோதிரத்தை எடுத்துக் கொள்வதாகவும் சொன்னான். இது எதுவும் வீட்டில் தையல் வேலையிலிருந்த உம்மாவுக்கோ எனக்கோ யாருக்குமோ தெரியாது. காலையில் வந்தவன் மதியச் சாப்பாட்டுக்குப் பின்னரும் அவனும் தங்கமும் சேர்ந்து கிணற்றில் ஒரு சொட்டு நீர் கூட இல்லாமல் இறைத்துவிட்டார்கள். இறுதியில் அவன் மோதிரம் கிடைக்கவில்லையென்று கூலி கேட்டு சண்டை பிடிக்கத் தொடங்கினான். பிறகுதான் உம்மா விசாரித்ததில் தங்கத்தின் சூழ்ச்சி புரிந்தது. உம்மா அவன் முன்னால் எதுவுமே பேசாமல் அவன் கேட்ட பணத்தைக் கொண்டுவந்து கொடுத்தாள். அவன் போன பின் என்றுமே தங்கத்தை திட்டியிராத உம்மா அன்று அவள் பொய் சொல்லி வேலை வாங்கியதற்காக நன்றாக ஏசிவிட்டாள்.

வாப்பா ஒரே மாதத்தில் புஷ்பராணிக்கு ஒரு பையனைப் பார்த்துவிட்டார். அவரது அலுவலகத்தில் காவல் வேலை செய்பவரின் மகன். அந்தப் பையனும் ஒரு கல்லூரியில் காவல் வேலை செய்பவன்தான். வாப்பா சொல்லி அந்தப் பையனும் குடும்பத்தாரும் வந்து புஷ்பராணியைப் பார்த்தார்கள். அவர்களுக்கு அவளைப் பிடித்துவிட்டது. அவளுக்கும்தான். தாலி, தோடு என்பவற்றைப் பெண்வீட்டார் செய்துபோட்டு இன்னும் ஒரு மாதத்தில் கல்யாணத்தை கோயிலில்

எளிமையாக வைத்துக்கொள்ளலாமெனச் சொல்லிவிட்டார்கள். அவர்கள் வந்துபோனதிலிருந்து அவள் தனியாகச் சிரித்துக் கொண்டிருந்தாள்.

திருமண விடயம் கேள்விப்பட்டு தங்கத்தின் அண்ணனும் மகனும் வந்து அவளது குடிசைக்கருகே சத்தம் போட்டார்கள். புஷ்பராணி எங்கள் வீட்டிலிருந்தாள். அவளை அறைக்குள் வைத்து நாங்கள் உள்ளே பூட்டிக்கொண்டோம். வாப்பா வேலைக்குப் போயிருந்தார். அவர்கள் வந்து எங்கள் வீட்டு வாசலருகேயும் சத்தம் போட்டார்கள். எல்லோரையும் கொல்லப் போவதாகவும் ராணி எப்படி இன்னொருத்தனுடன் வாழப்போகிறாளெனத் தாங்கள் பார்க்கப் போவதாகவும் கூச்சலிட்டார்கள். எங்களது இதயங்கள் தடதடவென அடித்துக் கொண்டன. உடல் பதற ஒருவரையொருவர் பார்த்துக்கொண்டோம். அதிலும் புஷ்பராணி மிக அதிகமாக வெலவெலத்துப் போயிருந்தாள். பயத்தில் சல்வார் முந்தானையை வாய்க்குள் அதக்கிக் கொண்டு விசும்பினாள். ஒரு பெரும் மலையிலிருந்து கற்கள் தொடராக உருண்டு வந்து ஓய்ந்துவிட்டதைப் போல அவர்களது கூச்சல், சந்தடி ஓய்ந்தபிறகுதான் நாங்கள் கதவைத் திறந்தோம். தங்கமும் அவள் கணவனும் அடிபட்ட காயங்களோடு வந்து எங்களிடம் மன்னிப்புக் கேட்டார்கள். வாப்பா வந்தபிறகு நடந்த விடயமறிந்து அவர்களிருவரையும் கூட்டிக்கொண்டு போய் பொலிஸில் முறைப்பாடு கொடுத்தார்.

இன்று மதியம் உம்மாவின் தூரத்து உறவுமுறையிலிருந்து என்னைப் பெண் பார்க்க வந்திருந்தார்கள். வந்தவர்களுக்கு என்னைப் பிடித்துப் போயிற்றா அல்லது வாப்பா, உம்மாவிற்குப் பிறகு எனக்கு வர இருக்கும் நகைகள், வீடு, காணி நிலபுலன்கள் பிடித்துப் போயிற்றா என்று தெரியவில்லை. பெண் வீட்டாருக்கு எந்தச் செலவும் வைக்காமல் என்னை மணமுடிக்கப் போவதாக வாக்குறுதி தந்தார்கள். அவர்கள் போன பின்பு உம்மா இது பற்றி பெரும் மகிழ்வோடு சொன்னதைக் கேட்டுவிட்டுத்தான் தங்கம்' அதுக்கு உங்களை மாதிரி சீதேவியப் பெத்திருக்கணும்மா. எனக்கு அதுக்கெல்லாம் கொடுப்பின இல்ல.' என்று சொன்னாள். விழிகள் கலங்க

மௌனமாக நின்றபடி நான் புஷ்பராணியைப் பார்த்தேன். கீரையை ஆய்ந்துகொண்டு என்னையே பார்த்தபடியிருந்தவள் தலைகுனிந்து கொண்டாள். அவளுக்கு எல்லாம் தெரியும். ஒரு கல்வியறிவற்ற ஏழைப்பெண்ணுக்கு தனது எதிர்கால வாழ்க்கை நல்லபடியாக அமையவேண்டுமென்ற எண்ணத்தோடு அமைதியாகவும், அதிரடியாகவும் போராடி தனது வாழ்க்கையைத் தீர்மானித்துக்கொள்ள முடிந்திருக்கிறது என்பதைத் தவிர வேறு என்ன சொல்ல இயலும் என்னால்?!

விட்டில் பூச்சிகள்

நானும் அம்மாவும் வைத்தியசாலைக்குப் போவதற்குத் தயாரானோம். யசோதா அத்தையை பெரும் களேபரத்துக்கு மத்தியில் வைத்தியசாலையில் அனுமதித்திருந்தார்கள். நான் எனது பச்சைநிற ரப்பர் செருப்பினை அணிந்துகொண்டேன். அம்மாவுக்குச் செருப்பணியும் பழக்கம் கிடையாது. மழையோ, வெயிலோ எந்தக் காலநிலையானாலும் அம்மா செருப்பணிவதில்லை. ஆனாலும் அம்மாவிடம் செருப்புச் சோடியொன்று இருக்கிறது. அதனை அம்மா யாருடைய வீட்டிலாவது கல்யாணத்துக்கு அழைத்திருந்தால் அணிந்துகொண்டு போவாள். அங்கும் சமையல் வேலைகளை அவள்தான் பார்த்துக் கொள்ளவேண்டியிருக்கும். அணிந்துசெல்லும் செருப்பினை சமையலறையின் மூலையில் கழற்றிவைக்கும் அவள் எல்லா வேலைகளும் முடிந்ததன் பின்னால் மீண்டும் செருப்பினை அணிந்துகொண்டு மணப்பெண், மாப்பிள்ளையைப் பார்த்துவிட்டு வருவாள். அவள் வீடு வரும் போது சாப்பாட்டின் மிச்சம் மீதிகளையெல்லாம் ஒரு காகிதப்பெட்டியில் போட்டு எங்களுக்காக எடுத்துவருவாள்.

அம்மா ஆகாய நீல சேலையொன்றை அணிந்துகொண்டிருந்தாள். எல்லாப் பயணங்களுக்கும் இதே சேலைதான். எங்காவது உடுத்திக் கொண்டுபோய் அழுக்காகி விடும் நாளில் வீட்டுக்கு வந்த உடனேயே கிணற்றடியில் கொண்டு போய் அலசிக் கழுவி காயவைத்து எடுத்து

மடித்து வைப்பாள். சாதாரணமாக வீட்டிலோ, கூலி வேலைக்குச் செல்லும் நாட்களிலோ மேற்சட்டையும், சீத்தைத் துணியும் மட்டும்தான்.

யசோதா அத்தை எங்கள் வீட்டுக்கருகில் வந்து குடியிருக்கத் தொடங்கி அப்பொழுது ஆறுவருடங்களாகி விட்டிருந்தது. எனது மாமா, அம்மாவின் தம்பி எங்கோ தூர இருந்த நகரமொன்றிலிருந்து பதினெட்டு வயதுகளிலிருந்த அவரைத் தன்னோடு கூட்டிவந்திருந்தார். ஆரம்பத்தில் அம்மாவுக்கு இது பிடிக்கவில்லை. பின்னர் போகப் போக யசோதா அத்தையின் நற்குணங்கள் அம்மாவை அவர் பக்கம் ஈர்த்தது.

அவர் வந்த சில மாதங்களில்தான் நான் பிறந்தேனாம். வைத்தியசாலையில் நிரப்பிக் கொடுக்கவேண்டிய பிறப்புச் சான்றிதழ் பத்திரத்தை அவள்தான் பூரணப்படுத்திக் கொடுத்தாளாம். நன்றாகப் படித்த பணக்கார வீட்டுப் பெண். அவளது வீட்டில் சாரதியாக வேலை செய்துகொண்டிருந்த எனது மாமாவிடம் தன் மனதைப் பறிகொடுத்து அவளது நகை, உடுபுடவைகள் அனைத்தையும் சுற்றி எடுத்துக் கொண்டு மாமாவுடன் வந்து ஒருநாள் விடிகாலையில் எமது வீட்டுக்கதவைத் தட்டியிருக்கிறார்கள். கதவைத் திறந்த அம்மாவுக்கு முதலில் ஒன்றும் புரியாமல் பிறகு புரிந்து தன் தம்பியைத் திட்டித் தீர்த்திருக்கிறார். அப்பாதான் சமாதானம் செய்து இருந்த ஒரு அறையையும் அவர்களுக்கு ஒழுங்குபடுத்திக் கொடுத்திருக்கிறார்.

தனது மகள் , வீட்டுவேலைக்காரனோடு ஓடிப் போய்விட்ட சங்கதி அறிந்ததும் அவள் வீட்டில் அவளைத் தலைமுழுகி விட்டிருந்தனர். அவர்கள் உயர்சாதிக்காரர்கள். பெரும்பணக்காரர்கள். இந்தத் தீட்டை அவர்களுக்குள் பூசிக் கொள்ளவிரும்பவில்லை. ஆனால் யசோதா அத்தையிடம் இது குறித்தான எந்தப்பெருமையையும் காணமுடியாது. மிக இயல்பாக இருந்தாள். என்னை அம்மா வளர்த்ததை விடவும் யசோதா அத்தை வளர்த்ததுதான் அதிகம்.

அம்மா எந்நாளும் வீட்டில் இருக்கமாட்டாள். பெரிய இடத்து வீட்டுவேலைகள், கூலிவேலைகள் இப்படி ஏதாவதொரு வேலை அவளைத் தேடி தினசரி வந்துகொண்டே இருக்கும். யசோதா அத்தைதான்

என்னை அன்பாகப் பார்த்துக் கொண்டாள். கிணற்றடிக்குக் கூட்டிக் கொண்டு போய்த் தண்ணீர் இறைத்து என்னைக் குளிப்பாட்டி விடுவதிலிருந்து, அழகாக உடுத்திவிடுவதுவும், உணவு சமைத்து ஊட்டிவிடிவதுவும் அவளது வேலையாக இருந்தது. அது குறித்து அவள் என்றைக்குமே விசனப்பட்டதில்லை. இந்த வேலைகளை அவள் விருப்பத்துடனேயே ஏற்றுக் கொண்டிருந்தாள்.

மாமா, திரும்பவும் ஒரு தொழிலுக்காக அலைந்துகொண்டிருந்தார். கிராமங்களில் பெண்களுக்கு எளிதாகக் கிடைக்கும் கூலிவேலைகள் கூட ஆண்களுக்குக் கிடைப்பதில்லை. நான் பிறந்து சில மாதங்களில் மாமா, அத்தையின் நகைகளை விற்று எமது வீட்டுக்கு அண்மையிலிருந்த அவரது பூர்வீகக் காணியில் ஒரு சிறிய மண்குடிசையொன்றைக் கட்டிக் கொண்டார். அதுவரையில் எனது வீட்டில் தங்கியிருந்த அவர்கள் அன்றிலிருந்து அந்தக் குடிசையில் தங்கள் வாழ்க்கையைத் தொடர்ந்தனர். நான் பெரும்பாலும் அவர்களுடனேயே வளர்ந்தேன்.

எங்கள் வீடு இருந்த மேட்டுப்பகுதியிலிருந்து குறுக்குவழியால் பிரதானவீதிக்கு நடந்தோம். அன்றும் இதே நேரம் தான். உடம்பெல்லாம் எரிந்த நிலையில் உயிர் மட்டும் மிச்சமிருக்க யசோதா அத்தை வேதனையில் ஓலமிட்டார். இதே பாதையில்தான் அவரைப் பாயொன்றில் கிடத்தி நாலுபுறமும் நான்கு அக்கம்பக்கத்து ஆண்கள் தூக்கிவந்து வைத்தியசாலையில் சேர்த்துவிட்டிருந்தனர். வைத்தியசாலைக்கு உடனே போனபோதும் யசோதா அத்தையைப் பார்க்கமுடியவில்லை. அவரை சத்திரசிகிச்சைக்கு உட்படுத்தியிருப்பதாக வெள்ளை வெளேரென உடையணிந்திருந்த தாதியொருத்தி சொன்னாள். நானும் அம்மாவும் அங்கிருந்த வாங்கில் நீண்ட நேரம் காத்திருந்தோம். இருட்ட ஆரம்பித்தபோது அங்கிருந்து வெளியேறி, இரவுச் சாப்பாட்டுக்காகப் பாண் வாங்கிக் கொண்டு திரும்பவும் பஸ் பிடித்து வீட்டுக்கு வந்த பொழுது செய்தி கேள்விப்பட்டு பக்கத்து நகர ஹோட்டல் ஒன்றில் வேலை செய்துவந்த அப்பா வந்திருந்தார். அம்மா அவரிடம் விபரம் சொல்லி அழுதாள்.

யசோதா அக்காவுக்கு அதிர்ந்து பேசத் தெரியாது. அழகான பெண். எப்பொழுதுமே அவர் கண்கள் சிரிக்கும். எந்தக் கஷ்டமானாலும் முகத்தில் ஒரு புன்னகை இழையோடும். மாமாவின் பரம்பரையே அது போன்ற பெண்ணொருத்தியைப் பார்த்திருக்க மாட்டாது. தன்னைப் பள்ளிக்கூடத்துக்குக் கூட்டிவர, கூட்டிப் போக எனது மாமாவைத்தான் சாரதியாகப் போட்டிருந்தார் எனவும் அது பின்னர் காதலாக அரும்பிற்று என்றும் அம்மாவிடம் சொல்லியிருந்தாள்.

அடுத்த கிராமத்தில் மாமாவுக்கு பலகை அறுக்கும் இடமொன்றில் வேலை கிடைத்தது. காலை உணவைச் சாப்பிட்டுவிட்டு, மதிய உணவைப் பொதி செய்து எடுத்துக்கொண்டு அவர் தினமும் புறப்பட்டால் வீடுவர இரவாகிவிடும். அதுவரையில் யசோதா அத்தைக்கு நான்தான் துணை. அம்மா வேலை முடிந்து வீடுவரும் வரைக்கும் அவர் வீட்டில் விளையாடிக் கொண்டிருப்பேன். அம்மா வந்ததும், யசோதா அக்காவும் அவர் வீட்டுக்கதவைப் பூட்டிக் கொண்டு எனது வீட்டில் வந்திருப்பார். இரவில் மாமா வேலை விட்டு வரும்போது எங்கள் வீட்டிற்கு வந்து அத்தையைக் கூட்டிப் போவார். அப்பொழுது அவரிடமிருந்து கடுமையான சாராய வீச்சமடிக்கும்.

அவர்கள் தங்கள் வீட்டுக்குப் போன கொஞ்ச நேரத்திலேயே தாறுமாறான சத்தங்கள் அந்த வீட்டிலிருந்து கேட்கத் துவங்கும். யசோதா அத்தை அடிவாங்கிச் சிவந்திருப்பாள். போதையிலிருக்கும் மாமாவுக்குக் கோபம் வந்தால் கையில் எது கிடைத்தாலும் அதைக் கொண்டு அடிப்பார். யசோதா அத்தை கைகூப்பி மன்றாடுவாள். அவளது பெற்றோர்கள் கூட அவளை இதுவரை அடித்திருக்கமாட்டார்கள். முதல் கொஞ்ச நாளுக்கு அம்மா ஓடிப் போய் என்னவென்று விசாரித்துத் தடுத்தாள். பின்னர் அது வழமையாகி விட்டிருந்தது.

மாமாவுக்கு இன்னுமொரு பெண்ணிடம் தொடர்பு இருந்தது என யசோதா அத்தை சந்தேகப்பட்டாள். அம்மாவிடம் அது பற்றிக் கதைத்தபோது அம்மா யசோதா அத்தையைத் திட்டினாள். தன் தம்பியோ, தனது பரம்பரையோ அப்படிப்பட்டதல்ல என உறுதியாகச் சொன்னாள்

அம்மா. ஆனாலும் யசோதா தனது சந்தேகத்துக்குரிய காரணிகளை எடுத்துச் சொன்னாள். தான் கணவனுக்குச் சமைத்துக் கட்டிக் கொடுக்கும் சாப்பாட்டுப் பொதிகள் ஒருநாள் அவர்கள் போகும் ஒற்றையடிப்பாதையிலிருந்த வேப்பமரத்தடியில் வீசப்பட்டிருந்ததாகச் சொன்னாள்.

அம்மாவுக்குத் தனது தம்பி மேல் சிறிதும் சந்தேகம் எழவில்லை. யசோதா அத்தையைப் போல் அழகான பெண் இந்தச் சுற்றுவட்டாரத்திலோ, பக்கத்துக் கிராமங்களிலோ இருக்கமாட்டாள் என்பது அவளது உறுதியான நம்பிக்கையாக இருந்தது. அவளை விட்டுவிட்டு இன்னுமொரு பெண்ணைத் தன் தம்பி நினைத்துக் கூடப் பார்க்கமாட்டான் என யசோதாவிடம் உறுதிபடக் கூறினாள்.

யசோதா அத்தையின் மனது ஓரளவு சமாதானமாகிவிட்டாலும் தொடர்ந்த மாமாவின் நடவடிக்கைகள் சந்தேகத்தைக் கிளறியபடியே இருந்தன. சில தினங்கள் மாமா வேலைக்குப் போனால் இரவில் வீட்டுக்கு வருவதில்லை. அத்தினங்களில் யசோதா அத்தை அவருக்காகக் காத்திருந்து காத்திருந்து எங்கள் வீட்டில்தான் தூங்கிப் போவாள். அவர் தன் வீட்டுக்கு வந்தநாட்களிலும் அவர்கள் சண்டையிட்டுக் கொள்ளும் சத்தங்கள் எங்கள் வீட்டுக்குக் கேட்கும்.

அன்று அம்மா வேலைக்குப் போகவில்லை. மாமாவை வேலைக்கு அனுப்பிவிட்டு யசோதா அத்தை எங்கள் வீட்டில் வந்திருந்தாள். தனக்கு நன்றாகத் தையல் வேலை தெரியும் எனவும், யாராவது கொஞ்சம் பணம் தந்தால் ஒரு தையல் மெஷின் வாங்கி, வீட்டிலிருந்து துணிமணி தைத்துக் கொடுத்துச் சம்பாதிக்கலாம் எனச் சொல்லிக்கொண்டிருந்த வேளையில் மாமா வந்தார். நன்றாகக் குடித்து விழிகள் சிவந்திருந்த மாமா.

அத்தை, உடனே அவருடன் அவர்கள் வீட்டுக்குப் போனார். போய்க் கொஞ்சநேரத்தில்தான் அந்த மரண ஓலம் கேட்டது. நாங்கள் எல்லோரும் ஓடிப்போய்ப் பார்த்தபொழுது அத்தை தன்னுடலை எரித்துக் கொண்டிருந்த தீக்கு மத்தியிலிருந்து அலறிக் கொண்டிருந்தாள். .தன்னைக்

காப்பாற்றும்படி ஓலமிட்டுக் கொண்டிருந்த அத்தையின் குரல் அயலிலிருந்தவர்களையெல்லாம் அவள் வீட்டுக்குக் கூட்டி வந்திருந்தது. மாமா எங்கோ தப்பிவிட்டிருந்தார்.

பார்வையாளர் நேரமென்பதனால் வைத்தியசாலை நிரம்பிவழிந்து கொண்டிருந்தது. நோயாளிகளைப் பார்வையிட வந்தவர்கள் நோயாளிகள் அருகில் அவர்களுக்கு உணவூட்டிக்கொண்டும் நலம்விசாரித்துக் கொண்டுமிருக்க, அம்மா அவர்களுள் யசோதா அத்தையைத் தேடினாள். பெண்கள் பகுதிக்குப் பொறுப்பாக இருந்த பெரிய தாதியிடம் விசாரித்தோம்.யசோதா அத்தை அவசரசிகிச்சைப் பிரிவில் அனுமதிக்கப்பட்டிருந்தாள்.

யசோதா அத்தையின் உடல் முழுதும் வெள்ளைப் பருத்தித் துணியினால் மூடப்பட்டிருந்தது. அவளது முகத்தைப் பார்த்து அதிர்ந்தேன். அழகான சிவந்த முகம், காதுமடல் என முழுதும் கருகி அதன் மேல் மஞ்சள் களிம்பு ஏதோ பூசப்பட்டிருந்தது. சேலைன் திரவம் சொட்டுச் சொட்டாக அவர் உடம்பில் ஏறிக்கொண்டிருந்தது. அம்மா பார்த்து விசும்பினாள். அம்மாவின் விசும்பல் கேட்டு அத்தை கண் திறந்தாள். வலிக்குதெனச் சொல்லி முனகினாள். பூசியிருந்த மஞ்சள் களிம்பின் மேலால் அத்தையின் கண்ணீர் ஓடியது.

நாங்கள் அத்தையைப் பார்த்துவிட்டு வரும்பொழுது வைத்தியசாலை வாயிலில் அப்பா எதிர்ப்பட்டார். அவரும் ஹோட்டலிலிருந்து நேராக அத்தையைப் பார்க்கவந்திருந்தார். பார்வையாளர் நேரம் முடிந்துவிட்டிருந்த காரணத்தால் அவரால் உள்ளே வரமுடியவில்லை. அம்மா, அவரிடம் நடந்த விபரங்களைச் சொல்லிக் கொண்டே வந்தார்.

அன்று மாமா அத்தையிடம் அவரது காதணியைக் கேட்டுச் சண்டை பிடித்திருக்கிறார். அத்தை கொடுக்க மறுக்கவே போதையின் பிடியிலிருந்த அவர் அத்தையின் மேல் மண்ணெண்ணெய் ஊற்றி எரிய விட்டுவிட்டு ஓடித் தப்பியிருக்கிறார். காலை வைத்தியசாலைக்கு வாக்குமூலம் பெற வந்த பொலீஸாரிடம் குடும்பப் பிரச்சினை காரணமாகத் தனக்குத்தானே தீ

வைத்துக் கொண்டதாக சொல்லியிருக்கிறாள் யசோதா அத்தை. அன்று மாலை நானும் அம்மாவும், அப்பாவும் அவரைப் பார்க்கப் போனபொழுது அத்தை இறந்துவிட்டிருந்தாள்.

அதன் பின்னர் சடங்குகள் எல்லாம் சம்பிரதாயமாக நடந்தன. அத்தையின் பெற்றோருக்குத் தகவல் அனுப்பியும் யாரும் வரவில்லை. அன்று ஓடிப்போன மாமாவும் வரவேயில்லை. அவரைப் பற்றிய தகவல்கள் கூடக் கிடைக்கவில்லை. அருகிலிருந்த நீர்வீழ்ச்சியொன்றிலிருந்து அவரது வயதினை ஒத்த ஒருவரது சிதிலமடைந்த உடல் கண்டெடுக்கப்பட்ட பொழுது மாமா தான் தற்கொலை செய்துகொண்டுள்ளார் என ஊருக்குள் பேசிக் கொண்டார்கள். அம்மா அதற்கும் ஒரு பாட்டம் அழுதுதீர்த்தாள். பின்னர் எல்லாக் கண்ணீரும் வற்றிப் போன ஓர்நாளில் அம்மாவும், அப்பாவும், நானும் சேர்ந்து மாமாவும், யசோதா அத்தையும் வாழ்ந்து வந்த குடிசையினைத் துப்புரவாக்கி, ஒழுங்குபடுத்தினோம். அம்மா அவர்களது குடிசையினைப் பூட்டிச் சாவியினை எடுத்து வைத்துக் கொண்டாள்.

இது நடந்து ஒரு வருடமிருக்கும். ஒரு விடிகாலையில் வீட்டுக் கதவு தட்டப்பட்டது. அம்மாதான் கதவு திறந்தாள். வாசலில் மாமாவும், கரங்களில் மாமாவின் சாயலையொத்த இரு வயதுக் குழந்தையோடு பதினெட்டு வயதுகளிலான ஒரு பெண்ணும் நின்றிருந்தார்கள்.

தூண்டில்

நித்தியின் வேலைகளில் எப்பொழுதுமொரு அவசரமிருக்கும். அவன் எங்களை விடவும் இளையவன். இங்கு எங்களை என்று சொன்னது என்னையும் சின்னுவையும் சேர்த்துத்தான். நித்திக்கு அப்பொழுது பத்து, பதினோரு வயதிருக்கும். எங்களூரின் வண்ணான்காரத் தெருப்பையன். கறுத்துப் போய், துறுதுறுவென இருப்பான். பேச்சும்கூட அப்படித்தான். எனக்கும் சின்னுவுக்கும் ஒரே வயது. அந்தப் பதினாறு வயதுக்கு நான் படிப்பைப் பாதியில் விட்டு எனது அப்பாவின் கடையில் அண்ணனுடன் சேர்ந்து அவருக்கு உதவியாக வேலை செய்துகொண்டிருந்தேன். சின்னுவுக்குக் குறையேதுமில்லை. வசதியான வீட்டுப் பையன். பத்தாம் வகுப்புப் பரீட்சை எழுதிவிட்டு என்னுடன் சேர்ந்து மாலைவேளைகளில் ஊர் சுற்றிக் கொண்டிருந்தான்.

சின்னுவும் என் வீட்டிலிருந்த நேரம், கழுவித் தோய்த்த துணிகளை என் வீட்டுக்குக் கொண்டு தர வந்திருந்த நித்திதான் எங்களிருவரையும் தனியே அழைத்து மிக ரகசியமாக அந்த யோசனையை முதலில் சொன்னான். அவர்கள் துணி துவைக்கும் குளத்துக்கருகில் இன்னுமொரு சிறு குளம் இருப்பதாகவும் அதில் பெரிய பெரிய விரால் மீன்கள் நிறையப் பிடித்துவரலாம் என்றும் அவனோடு வரும்படியும் சொன்னான். 'நீர் மட்டம் கெண்டைக்கால் அளவுதான் இருக்கும், வலை, தூண்டில் எதுவும் தேவையில்லை, மீன்களைக் கைகளாலேயே பிடிக்கலாம்' என அவன் சொன்னபோதே சுதாகரித்திருக்க வேண்டாமோ? அதைச் செய்யத்

தவறிவிட்டோம். சரியென நாங்கள் இருவரும் மீன் பிடித்துவர அவனுடன் கிளம்பிவிட்டோம். இது நடக்கும்போது காலை ஆறுமணி இருக்கும். ஒரு மணித்தியாலத்துக்குள் மீன்களைப் பிடித்து எடுத்துவந்து வீட்டில் கொடுத்துவிட்டு, குளித்துக் கடைக்கு எட்டுமணிக்குக் கிளம்பச் சரியாக இருக்குமெனத் திட்டமிட்டுக்கொண்டேன். கடற்கரைக்குப் போய் மீன் வாங்கிவருவதாக வீட்டில் சொல்லிவிட்டு நடந்தோம்.

இங்கு நித்தியைப் பற்றிச் சொல்லவேண்டும். கொக்கரித்துக்கொண்டே முட்டை அடைகாக்கும் பெட்டைக் கோழி போல நித்தியின் அம்மா எப்பொழுதும் யாருடனாவது சண்டை போட்டுக் கொண்டே இருப்பார். சண்டை போடாவிட்டால் அவருக்கு உண்ட சோறு செரிக்காது, நிம்மதியாகத் தூக்கம் வராது என நினைக்கிறேன். நித்தியின் அப்பாவும் அம்மாவும் பொழுதுபோக்கு போல எப்பொழுதும் சண்டை போட்டுக் கொண்டே இருப்பதனால் இருவரும் சேர்ந்து ஒற்றுமையாக ஒன்றாக எங்காவது செல்வதைக் காண்பின் உலக அதிசயத்தைப் பார்ப்பதுபோல ஊர்மக்கள் பார்த்திருப்பர். ஊருக்குள் நித்தியைப் பற்றி ஒரு கதை உண்டு.

ஒரு முறை நித்தியின் அப்பா, காலையிலேயே அம்மாவுடன் சண்டைபோட்டுக்கொண்டு, ஐந்து வயதான நித்தியையும் கூட்டிக் கொண்டு அருகிலிருந்த காட்டுக்கு விறகு தேடி எடுத்துவரப் போயிருக்கிறார். காட்டுக்குள் போகும் வழியிலெல்லாம் ஒவ்வொன்றையும் காட்டிக் காட்டி 'அது என்ன?' ,'இது என்ன?' என்று அப்பாவைக் கேட்டுக்கொண்டே வந்திருக்கிறான் நித்தி. அப்பாவும் சளைக்காமல் பதில் சொல்லிக் கொண்டே காட்டு மரங்களையும் சுள்ளிகளையும் சேகரித்துக் கொண்டுவந்து ஆற்றங்கரையோரம் அடுக்கிவைத்திருக்கிறார். வேலைக் களைப்பும் வெயிலும் அவருக்குள் எரிச்சலை மூட்டியிருக்க விறகுகளை அடுக்கிவிட்டு நித்தியை அந்த விறகுகளுக்குக் காவல் வைத்துவிட்டு அவர் திரும்பவும் காட்டுக்குள் போகப்பார்க்கையில்,

'அப்பா இது என்ன?' என்று கேட்டிருக்கிறான் நித்தி ஆற்றைக் காட்டி.

'இது ஆறு'

'இந்தத் தண்ணியெல்லாம் எங்க போகுது?'

'ம்ம்..உன் அம்மாவோட வீட்டுக்குப் போகுது..வேலையைப் பார்க்க விடுறியா?' என்று எரிந்து விழுந்துவிட்டு அவர் காட்டுக்குள் போயிருக்கிறார்.

அப்பா திரும்பி வந்து பார்க்க ஒரு விறகுத் துண்டையும் காணவில்லை. நித்தி மட்டும் நின்று கொண்டிருந்திருக்கிறான்.

'எங்கேயடா விறகெல்லாம்?'

'அம்மா இந்நேரம் எடுத்திருப்பா. இந்தத் தண்ணியெல்லாம் வீட்டுக்குத்தானே போகுது. அதனால எல்லாத்தையும் தண்ணிக்குள்ள போட்டுட்டேன்' என்றானாம்.

அப்படிப்பட்ட நித்தி சொன்ன சிறிய குளம் ஊரைவிட்டும் சற்றுத்தள்ளி சிறிது தொலைவில் இருந்தது. மக்கள் அவசரத்துக்கு ஒதுங்குமிடம் போல இருந்த முற்காட்டுக்கு நடுவே இருந்தது. சுற்றிவரச் சாக்கடையோடு கோழி முட்டை வடிவத்தில் பரந்திருந்த அதில் பெரிய விரால் மீன்கள் நீந்துவது கரையிலிருந்தே தெரிந்ததுதான். ஆனால் நீர்மட்டம்தான் அதிகம். முழங்கால் வரையாவது இருக்கும். நீர்ப்பரப்பும் அகன்றது. அதற்குள் இறங்கி கைகளால் மீன்பிடிப்பது சாத்தியமில்லை என்பது நீருக்குள் இறங்கிய பின்னர்தான் தெரிந்தது. தெளிந்த நீர்தான். ஆனால் கால்வைத்தவுடன் சேற்றுக்குள் புதைந்து, முற்றாகக் கலங்கியது நீர். முழங்கால் வரை மடித்துக் கட்டியிருந்த வெள்ளைச் சாறனில் சேற்று நிறம் படியத் தொடங்கியது.

சட்டைகளைக் கழற்றி கரைக்கு எறிந்துவிட்டு, நீண்ட நேரமாக அந்த நாற்றம் பிடித்த அழுக்கு நீருக்குள் நீந்தி நீந்தி மீன்களைக் கைகளால் பிடிக்கமுயற்சித்தோம். அவை எங்களுக்குப் போக்குக் காட்டி ஏமாற்றிக் கொண்டே இருந்தன. மீண்டும் நித்திதான் இன்னுமொரு யோசனையைச் சொன்னான். தண்ணீரையெல்லாம் கரைக்கு இரைத்து வற்றச் செய்தால் நீர்

மட்டம் குறைந்து இலகுவாக மீன்களைப் பிடிக்கலாம் எனச் சொல்லியபடியே கரைக்கு ஏறி குளத்துக்கு அருகிலிருந்த ஒரு வீட்டில் போய் வாளிகள் இரண்டை வாங்கிவந்தான். அதிலொன்று ஓட்டை. 'மீனும் வேண்டாம், ஒரு மண்ணும் வேண்டாம்' என நான் வீட்டுக்குப் போயிருக்கவேண்டும். மீண்டும் அதைச் செய்யத் தவறிவிட்டேன்.

மூவருமாக நீண்ட நேரத்துக்கு நீரை இரைத்துப் பார்த்தோம். அகன்ற குளத்தில் நீர் மட்டம் குறைவதாக இல்லை. கடும் வெயில் வேறு ஏறத் தொடங்கியிருந்தது. மூவருக்கும் பசியும், களைப்பும் வேறு. 'சரி..இன்னுமொரு நாளுக்குப் பார்ப்போம். இப்பொழுது வீட்டுக்குப் போவோம்' என நான் சொன்னதை சின்னு ஏற்றுக்கொள்ளவில்லை. முன் வைத்த காலை, பின் வைத்த மீனை எனப் பழமொழிகளெல்லாம் சொல்லி அடுத்த முயற்சி பற்றி யோசிக்கத் தொடங்கினான். இம் முறை நித்தி எதுவும் சொல்லவில்லை. ஆனால் ஏதோ கொடிய மிருகமொன்று அவனைத் துரத்துவது போல தண்ணீருக்குள்ளிருந்து எழுந்து கரைக்கு ஓடினான். பின்னர் அப்படியே ஈரத்தோடு அவனது வீடிருந்த திசையில் ஓடினான். நாங்கள் இருவரும் செய்வதறியாது தண்ணீருக்குள் நின்று பார்த்திருந்தோம்.

சொற்ப நேரத்தில் அவன் மூச்சிறைக்க ஓடி வந்தான். இப்பொழுது அவனது கைகளில் ஒரு சேலை இருந்தது. அதன் ஒரு முனையின் இரு மூலைகளை விரித்து எனக்குப் பிடித்துக் கொள்ளச் சொல்லிவிட்டு, மறு முனையின் இரு மூலைகளையும் அவன் பிடித்துக் கொண்டான். அச் சேலையை நீருக்குள் போட்டு உயர்த்தும்பொழுது சேற்று நீர் அதனூடாக வடிந்து, சேறு மட்டும் திட்டுத்திட்டாய் சேலையில் எஞ்சியது. தண்ணீருக்குள் நாங்கள் சேலையை விரித்துப் பிடித்துக் கொண்டு சின்னுவை அதை நோக்கி மீன்களை விரட்டும்படி ஏவினோம். அவனும் மாடு மேய்ப்பவன் போலச் சத்தமிட்டுக்கொண்டே தண்ணீருக்குள் அதிர்வுகளைக் கிளப்பி விரட்டிக் கொண்டிருந்தான். இருந்த எல்லாச் சோர்வும், பிடித்த முதல் மீனோடு போயிற்று. அது ஒரு அடி நீளமான பெரிய மீன். பல மணித்தியாலச் சிரமத்திற்குப் பிறகு பல மீன்களைப் பிடித்திருந்தோம்.

எல்லா மீன்களுமே அங்கிருந்த அழுக்குகளைத் தின்று செழித்து வளர்ந்திருந்தன. மீன்களைப் பிடித்து முடித்து கரைக்கு வந்து அவற்றை மூவரும் சமமாகப் பங்கிட்டுக் கொண்டோம். ஒற்றைப்படையாக எஞ்சியிருந்த சின்ன மீனொன்றை நித்திக்குக் கொடுத்துவிட்டோம். அவன் மீன்களையெல்லாம் தான் கொண்டுவந்த சேலையில் சுற்றியபடி, வாளிகளோடு ஈரம் சொட்டச் சொட்டத் தன் வீட்டுக்குப் போய்விட்டான். எங்களிருவருக்கும்தான் பெரும் சிக்கலொன்றிருந்தது. உடுத்து வந்திருந்த வெள்ளை சாரன்கள் ஈரமாகி, திட்டுத் திட்டாய் சேறு படிந்திருந்தது. அப்படியே வீதிவழியே போக வேண்டியிருக்கும். அத்துடன் மீன்களை எடுத்துப் போக எதுவுமில்லை எங்களிடம். வேறு வழியின்றி கரையில் கழற்றிப் போட்டிருந்த எங்கள் பனியன்களால் உடலையும், தலையையும் இயன்றவரை துடைத்துப் பின் அவற்றிலேயே அம் மீன்களைச் சுற்றியெடுத்து, சட்டையை மட்டும் போட்டுக் கொண்டு காண்போரெல்லாம் விசித்திரமாகப் பார்க்க எங்கள் வீடுகளுக்கு நடக்கத் தொடங்கினோம்.

போகும் வழியில் நித்தியின் வீட்டைக் கடக்கும்போது அந்த வீட்டிலிருந்து நித்தியின் கதறல் வெளியே கேட்டது. அவனது அம்மா அவனுக்கு ஒரு புளியமர விளாறால் அடித்துத் துவைத்துக் கொண்டிருந்தார். சலவைக்காரி என்பதால் அடிப்பதுவும் துவைப்பது போலத்தான் இருந்திருக்கும். அவனது தங்கை வாசலில் நின்றுகொண்டு மூக்கு வழிய வழிய சத்தமாக அழுதுகொண்டிருந்தது. மீன்கள் சுற்றப்பட்ட சேலை அப்படியே மீன்களோடு வெளியே வீசப்பட்டுக் கிடந்தது. ஒரு கணம் நின்று பார்த்ததில் சலவைக்கு வந்திருந்த புதுச் சேலையொன்றை நித்தி மீன்பிடிக்க எடுத்து வந்திருந்தது புரிந்தது. அங்கிருந்தால் நமக்கும் அடிவிழுமென ஓட்டமும் நடையுமாக வீட்டுக்கு நடந்தோம். நேரம் மதியப் பொழுதைக் கடந்திருந்தது. அங்கிருந்து முதல் சந்தி தாண்டினால் பூரணம் அக்கா வீடு.

எங்கள் ஊருக்கு முதன்முதல் போலிஸ் வந்தது பூரணம் அக்கா வீட்டுக்குத்தான் என அம்மா சொல்லியிருக்கிறார். அப்பொழுது எனக்கு

மூன்று வயதிருக்குமாம். ஒரு காலைப் பொழுதில் ஊருக்குப் புதிதாக வந்திருந்த பூரணம் அக்காவையும் அவரது கணவரையும் கைது செய்யவெனப் போலிஸ் வந்து ஜீப்போடு அவர்கள் வீட்டு வாசலில் நின்றிருந்ததாம். ஊர் மக்களெல்லாம் திரண்டுபோய் ஒரு வித பயத்தோடு காக்கிச் சட்டைக்காரர்களையும், ஜீப் வண்டியையும், ஒப்பாரியோடு பயந்து அழும் பூரணம் அக்காவையும் பார்த்திருந்தார்களாம். பூரணம் அக்காவுக்கு மேல் உதடு மூக்குவரை பிளந்திருக்கும். இரு உதடுகளையும் மூடிப் புன்னகைப்பது அவரால் இயலாது. பேச்சும் கொன்னையாக இருக்கும். 'சாப்பிட வா' என்பதனை 'ஞாந்நின வா' என்பார். அவருடன் பல ஆண்டுகளாகப் பேசிப் பழகியவர்களுக்கே அவரது மொழியைப் புரிந்துகொள்ளல் இலகு. ஆனால் எப்பொழுதும் சிரித்த முகம். அன்று அழுதபடியே இருந்தாராம். அவரது கணவன் அநியாயத்துக்கு ஒல்லியான மனிதன். உயர்ந்து வளர்ந்தவருக்கு ஒரு காலில் ஊனம். முழங்காலை ஒரு கையால் தாங்கித் தாங்கி நடப்பார். மிகக் கம்பீரமான குரல் அவருடையதாக இருந்தது. ஒரு அரசாங்க அலுவலகத்தில் ஏதோ வேலை பார்த்து வந்தார்.

அவர்களிருவருக்கும் ஒரு பெண் குழந்தை இருந்தது. அப்பொழுது அதற்கு ஒரு வயதுதான் இருக்கும். அவர்களிருவரும் எங்கள் ஊருக்கு வரும்போது அவர்களுடன் கூடவே வந்த அந்தக் குழந்தை அவர்களுடையதல்ல என்றும், அவர்கள் அதைக் கடத்திக் கொண்டுவந்திருப்பதாகவும் போலிஸ் சந்தேகித்து வாசலில் வந்து நின்றிருந்தது. அந்தக் குழந்தை அவ்வளவு அழகு. நல்ல சிவப்பு நிறம். அழகிய சுருண்ட தலைமயிர். அவர்களிருவரது சாயலும் அதனிடம் கிஞ்சித்தேனும் இல்லை. அப்படியே அழகிய குழந்தை பொம்மையொன்றுக்கு உயிர் கொடுத்து நடமாடவிட்டதைப் போல அழகுக் குழந்தை அது. அம் மூவரையும் அள்ளிப் போட்டுக்கொண்டு காவல் நிலையத்துக்கு ஜீப்பில் கூட்டிப் போனார்கள். மாலை பஸ்ஸில் அம் மூவரும் சந்தோஷத்தோடு திரும்பி வந்தார்கள். பஸ்ஸிலிருந்து இறங்கி ஊருக்குள் நடந்துவந்த வழியெங்கும் பூரணம் அக்கா அந்தக்

குழந்தையைக் கொஞ்சிக் கொண்டே வந்தார். பூரணம் அக்காவின் கணவருக்குப் பிடிக்காத எவனோ ஒருவன் போலிஸுக்குத் தவறான தகவல் வழங்கியிருக்கிறான் என்றார்கள்.

இப்பொழுது பிரச்சினை என்னவென்றால் நாங்களிருவரும் உடுத்துப் போன வெள்ளைச் சாறன், வெள்ளைச் சட்டை முழுக்க நாற்றம் பிடித்த சேறு அப்பியிருக்க இந்த அசிங்கமான நிலையில் மீன்களைத் தூக்கிக்கொண்டு பூரணம் அக்கா வீட்டினைத் தாண்டிச் செல்லவேண்டும். எப்பொழுதும் வீட்டுத் திண்ணையில் அமர்ந்து தைத்துக் கொண்டிருக்கும் பூரணம் அக்காவின் கண்களில் ஒன்று தைக்கும் புடைவையில் இருக்கும், மற்றது தெருவில் இருக்கும். அவர் கண்டால் கூடப் பரவாயில்லை. அவரது அழகு மகள் கலைச்செல்வி பார்த்துவிட்டால் எங்களைப் பற்றி என்ன நினைப்பாள்? காலையும், மாலையும், இன்னும் நேரம் கிடைக்கும்போதெல்லாம் அவள் பள்ளிக்கு, வகுப்புகளுக்கு போகும்போதும் வரும்போதும் சைக்கிள்களில் பின்னாலேயே போய் காவல் காத்துத் திரியும் எங்கள் மேல் அவள் வைத்திருக்கும் மதிப்பும் மரியாதையும் (அப்படியொன்றிருந்தால்?!) சரியும்தானே. அவள் எங்களைக் காணக் கூடாதென்று மனதுக்குள் வேண்டியபடி விறுவிறென்று நடந்தோம்.

சின்னு வழியிலேயே அவன் வீட்டுக்குப் போய்விட்டான். நான் அவர்கள் வீட்டையும் தாண்டி இன்னும் ஒரு தெரு நடக்கவேண்டும். அந்தப் பின் மதிய வெயிலில் பலத்த பசியோடு வீட்டுக்குப் போய் பின்வாசல் வழியே நுழைந்தேன். எல்லோரும் சாப்பிட்டுத் தூக்கத்திலிருப்பார்கள் என்ற நம்பிக்கையோடு திருட்டுப் பூனை போல மெதுவாக பின்வாசல் கதவைத் திறந்தால் அம்மாவும், தங்கையும் தூங்காமல் அப்பொழுதுதான் சாப்பிட்டுக் கொண்டிருந்தார்கள். ‘நாற்றம் நாற்றம்... வெளியே போய்க் குளிச்சுக்கொண்டு வா சனியனே’ எனச் சத்தம் போடத் தொடங்கினார்கள். நான் மீன்களைச் சமையலறையில் வைத்துவிட்டு எதுவும் பேசாமல் நல்லபிள்ளை போல கிணற்றடிக்குப் போய் இரண்டு வாளித் தண்ணீரள்ளி தலையிலிருந்து கால்வரை ஊற்றிக்

கொண்டு, கொடியில் காய்ந்துகொண்டிருந்த கழுவிய ஆடைகளை அணிந்து உள்ளே வந்தேன். இல்லாவிட்டால் சாப்பாடு கிடைக்காது எனப் பயந்தேன். அம்மா சாப்பிட்டு முடித்து எனக்குச் சோறு போட்டுத் தந்தார். பின்னர் எழுந்துபோய் பனியனில் சுற்றியிருந்த அந்த மீன்களை கைபடாமல் ஒரு சிறு விறகுக்குச்சியால் திறந்து பார்த்தார். மிகவும் புளித்த மாங்காயை, கூசும் பற்களால் கடித்ததுபோல அறுவெறுப்போடு அஷ்டகோணலாகியது அவரது முகம். 'இதுதான் கடல் மீனா? உடல் முழுக்கச் சொரி பிடித்த மீன்கள். தூக்கியெறி இதை. இரு அப்பா வரட்டும். உனக்கு இருக்கு நல்லா' எனச் சத்தம் போட்டார்.

சத்தம் கேட்டு உள்ளே உறங்கிக்கொண்டிருந்த அண்ணி எழுந்து வந்தார். தம்பி ஏன் இன்று கடைக்கு வரவில்லையென்று அண்ணா மதியச் சாப்பாட்டுக்கு வந்த வேளை கோபமாகக் கேட்டதாகச் சொன்னார். அவரும் போய் மீன்களைப் பார்த்து தன் பங்குக்கு முகத்தைச் சுழித்தார். அப்பாவும் அண்ணாவும் வந்தால் இன்று எனக்கு 'நல்ல' அறிவுரை கிடைக்குமென்பதை நினைத்து ஏதேதோ உளறிக் கொண்டிருந்தேன். மீன் வாங்கி வரக் கடற்கரைக்குத்தான் போனதாகவும், மீனே கிடைக்கவில்லையாதலால், குளத்துக்கு மீன் பிடிக்கப் போனதாகவும் நான் சொன்ன பொய்யை வீட்டில் யாரும் ஒரு கடுகளவு கூட நம்பவில்லை. மீன் விற்கும் கடற்கரையில் மீன் கிடைக்கவில்லை எனப் பொய் சொன்னவன் உலகிலேயே முதன்முதலாக நானாகத்தான் இருக்கும் எனத் தங்கை சொன்னாள்.

சாப்பிட்டு முடித்து அம்மா தூக்கியெறியச் சொன்ன மீன்களை ஒவ்வொன்றாக எடுத்து ஒரு பையில் போட்டுக் கொண்டேன். எவ்வளவு கஷ்டப்பட்டுப் பிடித்த மீன்கள். இவற்றைத் தூக்கியெறிய முடியுமா? இனி இதனைக் கொண்டுபோய் சின்னுவுக்காவது கொடுக்கவேண்டும். அவன் எடுத்துப் போனவற்றோடு போட்டு இதையும் சமைக்கட்டும். நன்றாக உடுத்துக் கொண்டு வாசனையெல்லாம் பூசி, சைக்கிளை எடுத்துக் கொண்டு அவன் வீட்டுக்குப் போனால் அவன் ஒரு பையில் மீன்களைப் போட்டுக்கொண்டு எனது வீட்டுக்கு வரத் தயாராக நின்று

கொண்டிருந்தான். அவன் வீட்டிலும் ஏற்கவில்லையாம். இனி மீன்களை நித்திக்கும் கொண்டுபோய்க் கொடுக்கவியலாது. சேலையைப் பாழாக்கி நாங்கள் செய்த மீன் கொலைகளுக்காக அவன் அம்மா அந்தச் சேலையைத் துவைப்பதுபோல எங்களையும் துவைத்துவிடக் கூடும். இருவரும் சைக்கிளைத் தள்ளிக் கொண்டு நடக்கத் தொடங்கினோம். அடுத்த தெருவில் ஒரு மெலிந்த சிறுவன் ஒரு டயரைக் குச்சியால் தள்ளியபடி வீதியில் விளையாடிக் கொண்டிருந்தான். அவனை யாரென்று தெரியவில்லை. நாங்களிருவரும் ஒருவரையொருவர் பார்த்து ஒரு முடிவுக்கு வந்தோம். அச் சிறுவனின் அருகில் போய் அவன் அப்பா தந்ததாகவும் அம்மாவிடம் கொடுத்துவிடும்படியும் சொல்லி, அம் மீன் நிரம்பிய பைகளை அவனிடம் கொடுத்து சைக்கிளில் ஏறிப் பறந்தோம்.

இது நடந்து இரண்டு, மூன்று மாதங்களிருக்கும். எங்கள் கடை மூடப்பட்ட ஒரு விடுமுறை நாளில் சின்னு எனது வீட்டுக்கு வந்திருந்தான். நாங்கள் அந்த மாலைவேளையில் சைக்கிளை எடுத்துக்கொண்டு உலாத்தப்போனோம். அப்பொழுதுதான் எங்களூரில் வெற்றிலை பீடாக்கடை அறிமுகமாகியிருந்த காலமது. ஒரு பீடா போட்டால் உதடெல்லாம் சிவந்துபோய் ஏதோ சாதித்தது போல இரண்டு நாளைக்கு அப்படியே இருக்கும். பீடா சாப்பிட்டு, உதட்டைச் சிவக்கவைத்து, கலைச்செல்வியை நோட்டமிடப் போகலாம் என்ற யோசனையை பெருமையோடு சின்னுதான் சொன்னான். இப்பொழுதாவது நான் மறுத்திருக்கவேண்டாமா? சரியென பீடாக்கடைக்கு சைக்கிளை விட்டோம். பீடாக்களில் இரண்டு வகை இருக்கிறது. ஒன்று சாதாரண வெற்றிலைக்குள் பாக்குச் சீவல், இன்னுமேதேதோ இனிப்பு வைத்துச் சுற்றியது. இதைச் சாப்பிட்டால் வெறுமனே வாய் சிவக்கும். சுவையாக இருக்கும். மற்றது போதை தருவது. மடித்த வெற்றிலைக்குள் ஏதேதோ பொடிப்பொடியாக இட்டு நிரப்பி போதையை அள்ளித்தருவது. விலையும் கூடுதலானது. சத்தியமாக நாங்கள் இருவரும் சாதாரண பீடா இரண்டுக்குக் காசுகொடுத்து சாதாரண பீடாதான் கேட்டோம். எங்களது கெட்டநேரம் பீடா விற்பவன் அப்பொழுது பார்த்துத் தன் சின்ன மகனைக் கடையில் விட்டு வீட்டுக்குள் போயிருந்தான். அச் சிறுவன் ஏற்கெனவே

சுற்றிவைத்திருந்த சுருள்கள் இரண்டை எங்களுக்கு எடுத்துத் தந்தான். அவை போதை தருவன என்பதனை சாப்பிட்ட பின்னர்தான் அறிந்தோம்.

வெற்றிலை சாப்பிடும்பொழுது ஊறும் சிவப்பு எச்சிலை துப்பிவிடுவது எனது வழக்கம். விழுங்கிவிடுவது சின்னுவின் வழக்கம். அந்த பீடாவை வாய்க்குள் இட்டு மென்று, உதடு சிவக்க ஆரம்பித்த கணம் நாங்கள் கலைச்செல்வி வீட்டுத் தெருவில் சைக்கிளில் போய்க் கொண்டிருந்தோம். பூரணம் அக்கா, வழமை போலத் தைத்துக் கொண்டிருந்தார். கலைச்செல்வி, தன் வீட்டுக் கொடியில் காய்ந்துகொண்டிருந்த ஆடைகளை எடுத்துக் கொண்டிருந்தாள். அவர்களிருவரோடு, அவ் வீடும் திடீரெனத் தலைகீழாய்ச் சுழலத் தொடங்கியது. தெருவில் யாருமே இல்லை. சின்னு சைக்கிளோடு பாதையின் அங்குமிங்கும் போய் சரியாக பூரணம் அக்கா வீட்டு வேலிக்குள் போய்க் கவிழ்ந்து விழுந்தான். நானும் தலைசுற்றிப் போய் சைக்கிளோடு தெருவில் விழுந்தேன். பூரணம் அக்காவும் கலைச்செல்வியும் பதைபதைத்துப் போய் எழுந்து ஓடி வந்தார்கள்.

எங்களைச் சிரமப்பட்டு அவர்களிருவரும் அவர்களது வீட்டுக்குக் கூட்டிப் போனதை உணரமுடிந்தது. கூட்டிக்கொண்டு போய் உட்காரவைத்து இருவரதும் வாய் வழியே வழிந்த சிவப்பு எச்சிலையெல்லாம் துடைத்துவிட்டார் அக்கா. எனக்குச் சற்றுத் தெளிவு இருந்தது. சின்னுவுக்கு கிஞ்சித்தேனும் தெளிவு இல்லை. ஆழ்ந்த தூக்கத்திலிருப்பவன் போல கண்மூடி சரிந்துகொண்டிருந்தான். பிறகு எங்களிருவரையும் கிணற்றடிக்கு அழைத்துச் சென்று சலவைக் கல் மேல் உட்காரவைத்து இருவரதும் சட்டையைக் கழற்றி ஒரு எலுமிச்சம் பழத்தைப் பாதியாக வெட்டி இருவர் தலையிலும் சூடு பறக்கத் தேய்த்து வாளிவாளியாக நீரள்ளி ஊற்றினார் அக்கா. சின்னப் பையன்களை ஏமாற்றி போதைக்குப் பழக்குவதாக அந்த பீடாக்காரனைத் தனது கொன்னை மொழியால் திட்டியபடியே தலை துவட்டியும் விட்டார். சிறு குழந்தைகள் கையில் வைத்து ஆட்டும் கிலுகிலுப்பை போன்ற அவரது பேச்சால் சின்னுவுக்கும் கொஞ்சம் தெளிவு வந்தது. இதற்கிடையில் மகளிடம் எங்களிருவரதும் வீட்டுக்கு செய்தி சொல்லி

அனுப்பிவிட்டிருந்தார். அக்கா, தன் மகள் மேல் மிகவும் அன்பு வைத்திருந்தார். மிகவும் செல்லமாக வளர்த்தவளை தனியே எங்கேயும் அனுப்பாதவர் அந்த மாலைவேளையில் அன்று எங்கள் வீடுகளுக்கு அனுப்பினார்.

இருவர் வீடுகளிலிருந்தும் பதற்றத்தோடு ஆட்கள் ஓடி வந்தனர். சைக்கிள்களைப் பிறகு எடுக்கலாம் எனச் சொல்லி அவர்கள் அவரவர் வீடுகளுக்கு எங்களை அழைத்துச் சென்றனர். அதன் பிறகு வீட்டில் எல்லோராலும் எனக்குப் பெரிய அர்ச்சனைகள் நடந்திருக்கக் கூடும். எனக்கு எதுவும் தெரியவில்லை. அப்படியே தூங்கியவன் காலையில் தான் விழித்தேன். மயக்கம் முழுசாகத் தெளிந்திருந்தது எனினும் வாய்ச் சிவப்புப் போகவில்லை. தங்கை என்னைக் காணும்போதெல்லாம் விழுந்துவிழுந்து சிரித்தாள். இப்பொழுது சைக்கிளை எடுத்து வரப் போகவேண்டும். அங்கு போக ஒரு வித வெட்கமாக இருந்தது. எனினும் அப்பா வந்து சைக்கிள் இல்லாவிட்டால் என்னைப் போட்டு மிதிப்பாரோ எனப் பயந்து சைக்கிளை எடுத்துவரப் போனேன்.

பூரணம் அக்கா தெருவில் என்னைக் கண்டதுமே முகம் முழுதும் சிரிப்போடு அன்பாக உள்ளே வரச் சொல்லி வீட்டினுள்ளே வைத்திருக்கும் சைக்கிளை எடுத்துப் போகச் சொன்னார். அக்காவும் அவரது கணவரும் மட்டும் வீட்டிலிருந்தார்கள். கலைச்செல்வி பள்ளிக்குப் போயிருந்தாள். வந்த நேரம் நல்லதாகப் போயிற்று. சைக்கிளை எடுத்துப் போனால் இனி இந்தத் தெருப்பக்கமே வரக் கூடாது. அவ்வளவு வெட்கக் கேடு என எண்ணிக் கொண்டேன். சைக்கிளின் கம்பிகள் வளைந்திருந்தன. அக்கா கணவர் அதைத் தட்டித் தட்டி நேராக்கிக் கொண்டிருந்தார். இதற்கிடையில் அக்கா தேனீர் ஊற்றித்தந்தார். மறுக்கமுடியாமல் வெட்கத்தோடு வாங்கிக் குடித்தேன். அழகான சிறிய வீடு. வீட்டின் ஒவ்வொரு பாகமும் படுசுத்தம். அக்கா ஏதேதோ பேசிக்கொண்டிருந்தார். எனக்கு எதுவுமே புரியவில்லை. புன்னகைத்துக் கொண்டே இருந்தேன். சின்னுவின் சைக்கிள் வீட்டினுள்ளே அப்படியே கிடந்தது. அவனின்னும் எடுத்துப் போக வந்திருக்கவில்லை.

அன்று அந்தச் சைக்கிளை எடுத்துக் கொண்டு வந்தவன்தான். பிறகு நானும் சின்னுவும் அந்தத் தெருப்பக்கமே போகவில்லை. இரண்டு வருடங்கள் கழித்து பிறகொருநாள் ஒரு விடிகாலையில் அந்த அசம்பாவிதம் குறித்துக் கேள்விப்பட்டோம். நம்பமுடியாமல் நானும் சின்னுவும் உடனே சைக்கிள்களை எடுத்துக் கொண்டு பூரணம் அக்கா வீட்டுக்கருகே விரைந்தோம். தெருவில் எல்லோரும் பார்த்திருக்க பூரணம் அக்கா திண்ணையில் அமர்ந்து கொண்டு சத்தமாக அழுதுகொண்டிருந்தார். 'குடி கெடுக்க வந்தவளே....' என்று வீட்டுப் படலையருகே நின்றபடி மிகக் கொச்சையாகச் சத்தமிட்டுக் கத்திக் கொண்டிருந்த நித்தியின் அம்மாவை நாலுபேர் பின்னுக்கு இழுத்துக் கொண்டிருந்தனர். விட்டால் ஓடிப் போய் பூரணம் அக்காவை அடித்துவிடுவார் போலிருந்தது. அவருக்கருகே நித்தியும் தன் பங்குக்கு ஒரு அரிவாளைக் கையில் வைத்துக்கொண்டு சத்தம் போட்டுக்கொண்டிருந்தான். அவனையும் சிலர் முன்னேறவிடாமல் இழுத்துப் பிடித்துக் கொண்டிருந்தனர்.

'இதுக்குத்தான் ஓடிப்போனவளோட மகளை எடுத்து வளர்க்காதேன்னு அன்னிக்கு படிச்சுப் படிச்சு சொன்னேன்..அம்மா புத்திதானே புள்ளைக்கும் வரும்..இப்ப பாரு..அவ இவ புருஷனோடு ஓடிப்போய்ட்டா.அவன் ரெண்டு புள்ளைக்கு அப்பா வேற' எனத்தன் கம்பீரமான குரலில் கத்தியபடி அவர் கணவர் தனது நன்றாக இருந்த காலால் அக்காவின் இடுப்பில் உதைத்துக் கொண்டிருந்தார். பதினைந்து வருடங்களுக்குப் பிறகு திரும்பவும் அந்த வீட்டுக்கு அன்று மதியம் போலிஸ் வந்தது.

இரை

இரண்டாவது தடவை அந்தத் தண்ணீரை எடுத்துக் குடித்திருக்கக் கூடாது. அதுதான் எல்லாப் பிரச்சினைகளுக்கும் காரணமாகி விட்டது. முதல் தடவை எந்தப் பிரச்சினையும் இல்லை. தாகம் அடங்கவில்லை போலிருந்தது. இரண்டாவது தடவை படுத்துக் கொண்டே, இருட்டில் போத்தலை வாயில் சரித்தபோது அளவுக்கதிகமான தண்ணீர் வாய்க்குள் புகுந்து உடனடியாக விழுங்கிக் கொள்ளமுடியாமல் புரையேறி விட்டது. தொண்டை வழியே உள்ளே சென்ற பாதித் தண்ணீர் மூக்கினூடாக வெளியே வந்துவிட்டது. அத்தோடு இருமலும் சேர்ந்துகொண்டது. கை தடுமாறி போத்தல் நழுவியது. நெஞ்சுப் பகுதியிலிருந்து போர்வையை நனைத்தபடி உருண்டு வந்து கீழே விழுந்தது. நடுச் சாமத்தில் திடீரெனக் கிளம்பிய அந்த ஓசைகளினால் அறையில் தூங்கிக் கொண்டிருந்த எல்லோருக்கும் போல விழிப்பு வந்திருந்தது. முணுமுணுத்தவாறும், சத்தமாகவும் சிலர் அவளைச் சபிக்கத் தொடங்கினர்.

அப்போதுதான் நினைத்தாள். இரண்டாவது தடவை அந்தத் தண்ணீரையெடுத்துக் குடித்திருக்கக்கூடாது. 'செத்துத் தொலையக் கூடாதா?' எனத் திட்டும் அவர்களது வார்த்தைகள் பலிக்கக் கூடாதா என ஏங்கினாள். நடுத்தெருவில், எல்லோருக்கும் முன்பாக அம்மணமாக நிற்பதுபோல கூசினாள். எப்பொழுதும் அந்தத் தண்ணீர் போத்தல் அவளருகே கட்டிலுக்குக் கீழேதான் இருக்கும். ஒரு வளர்ந்த மனிதனின்

கை சாண் அளவேயான பிளாஸ்டிக் போத்தல். எப்பொழுதாவது அவளைப் பார்க்க வரும் சந்திரா ஒரு தடவை கேட்டாள்.

'ஏன் இத்தனூண்டு போத்தல்ல தண்ணி வச்சுக்குற? பெரிய ஒரு போத்தல்ல வச்சுக்க வேண்டியதுதானே? நீ தண்ணி குடிக்கிற அளவுக்கு மூணு, நாலு நாளைக்கு மேல தாங்கும். இந்தச் சின்ன போத்தல்ல தண்ணி ரொப்பிக்கிறதுக்காக நீ தெனமும் கஷ்டப்பட்டுக் கீழ போய்ட்டு வர வேண்டியிருக்குல்ல? வந்துட்டு அப்புறம் மொழங்கால் வலி, தோள்பட்டை வலி அது இதுன்னுட்டு முனகிட்டே இருப்பே. ஏதோ உன் நல்லதுக்குச் சொல்றேன். நான் பக்கத்துல இருந்தேன்னா தெனமும் நானே கொண்டு வந்துருப்பேன். உன்னைப் பார்க்குறதுக்கே வூட்டுக்காரரை ஏமாத்திட்டு வர வேண்டியிருக்கு. இன்னும் எத்தனை நாளைக்குன்னு தெரியல'

அவளுக்குப் பேச்சு வரவில்லை. தண்ணீர் எடுத்து வரும் சாக்கில் கீழே போய், எஞ்சித் தூளாகிப் போன பாண், பிஸ்கட், ரொட்டித் துண்டுகளை சிட்டுக்குருவிகள் கொறிக்கட்டுமென முற்றத்தின் ஒரு மூலையில் கொட்டி விட்டு வருவாள். அவள் மாடியிலிருந்து படியிறங்குவதைக் கண்டதுமே மா மரத்தில், பூக்கொன்றை மரத்தில், நொச்சி மரத்தில் என எங்கெங்கோவெல்லாம் அடைந்துகிடக்கும் குருவிகளெல்லாம் சட சடத்துப் பறந்து கீச் கீச்சென்று கத்தத் தொடங்கிவிடும். ஒருவேளை அவளுக்காகத்தான் காத்திருக்குமோ என்னமோ. மெலிந்து, வெளிறிப் போய், அங்கேயிங்கே எனப் பிடித்துப் பிடித்து மெதுமெதுவாக நடந்துவரும் அவளைச் சுற்றிச் சுற்றிப் பறக்கும். அவளது மனதுக்குள் குதூகலமாக உணர்வாள். அவளை எதிர்பார்த்திருக்கும் சீவன்கள் இந்த உலகில் இன்னுமிருப்பது ஒரு உற்சாகத்தைத் தரும். வயது, வியாதி, வலி எல்லாம் மறந்து அக் கணத்தில் ஒரு சிறுமியாகி விடுவாள். தேயிலைத் தோட்டத்தில், இறப்பர் காட்டில் வெறுங்கால்களோடும் கிளிசல் சட்டையோடும் ஓடித் திரிந்த சிறுமி.

காலம்தான் எவ்வளவு வேகமாக ஓடுகிறது. அவளுக்குக் கல்யாணமானதும், அம்மா செத்துப்போனதும், அப்பா

காணாமல்போனதும், குழந்தை தரித்ததுமென எல்லாமே நேற்றுப் போல இருக்கிறது. எதுவுமே மறக்கக் கூடியதாக இல்லை. ஏதோவொரு வாசனை, வர்ணம், துணியின் மென்மை, காலநிலை, உணவின் சுவை என ஏதாவதொன்று ஞாபகத்தின் முனையைப் பிடித்து மேலே இழுத்துவிடும். பிறகு நாள்தோறும், இரவு தூக்கம் வரும்வரைக்கும் அதையே நினைத்துக் கொண்டிருப்பாள். சில நாட்களில் தூக்கம் கூட வராது. இருட்டில் மேல்நோக்கிப் பார்த்துக் கொண்டேயிருப்பாள். அது ஒரு தவம். உறக்கம் பீடிக்க வேண்டுமென்ற பிரார்த்தனை. உடல் வலி, முழங்கால் நோவு, பழிச் சொற்கள் எல்லாவற்றையும் உறக்கத்திலிருக்கும் சொற்ப நேரத்தில்தான் மறந்துவிட முடியும், பழைய ஞாபகங்களையும் கூட.

அவளுக்குத் திருமணம் நடக்கும்போது பதினைந்து வயது தாண்டி நான்கைந்து மாதங்கள் கூடக் கழிந்திருக்கவில்லை. முதன்முதல் சேலை கட்டியிருந்தாள். தங்க நிற கையகல சரிகையோடு சிவப்பு நிற மணிப்பூர் சேலையை லயக் காம்பிராவுக்குக் கொண்டு வந்தநாளில் அவளது அம்மா கூட தோளில் போட்டு அழகு பார்த்தது இன்னும் நினைவிருக்கிறது. அம்மா, அப்பா, அக்கம்பக்கத்து வீட்டாரோடு நடந்தே கோயிலுக்குப் போய் மாலை மாற்றித் திருமணம் நடந்தது அவளுக்கு விளையாட்டுப் போலிருந்தது. திருமணம் முடிந்த அடுத்த நாளே இடுப்பில் பழைய துணியைச் சுற்றிக் கொண்டு கணவனோடு இறப்பர் பால் வெட்டப் போனாள். போகும் போது இறப்பர் காட்டின் அட்டைக் கடியிலிருந்து பாதுகாத்துக் கொள்ள சவர்க்காரக் கரைசலை அவன்தான் அவளது கால்களில் தடவி விட்டிருந்தான்.

அவளது கன்னத்துக் குழி ஸ்ரீப்ரியாவையும், பெரிய கண்கள் ஸ்ரீவித்யாவையும் நினைவுபடுத்துவாக அவன் சொன்னதும் சிரித்தாள். அப்படியொரு சிரிப்பு. அதற்குப் பிறகு இன்றுவரையில் அப்படியொரு சிரிப்பை அவள் சிரிக்கவேயில்லை. அதுவரை யாருமே அவளிடம் அப்படிச் சொன்னதில்லை. அவன் சொன்னது சந்தோஷத்தைத் தந்தது. உண்மையில் சொல்லப் போனால் அவளுக்கு ஸ்ரீதேவியைத்தான் பிடித்திருந்தது. தலைமுடி சீவுவதெல்லாம் கூட ஸ்ரீதேவியைப் போலவே

செய்து பார்த்திருந்தாள். வெள்ளைப் பாவாடை தாவணியில் 'செந்தூரப் பூவே செந்தூரப் பூவே' எனச் செந்நிற மலர்களோடு ஸ்ரீதேவி ஆடிப் பாடும் காட்சி அவளது மனதை விட்டு அகல மறுத்திருந்தது. அது கணவனோடு அவள் போய்ப் பார்த்த முதல் படம். படத்தின் பெயரைப் போலவே, சொல்லி வைத்தது மாதிரி அப்பொழுது அவளுக்கு பதினாறு வயது. விறுவிறுவென்று வேகமாக நடந்துசெல்லும் கணவனின் பின்னால் நைலெக்ஸ் சேலை அணிந்து ஓட்டமும் நடையுமாக விரைந்து செல்ல வேண்டியிருந்தது. அந்த நகரத்துக்கு அவள் வந்தது அதுதான் முதல் தடவை. வாகனங்களும், விதவிதமான ஆடையணிந்து நடமாடிக் கொண்டிருந்த மனிதர்களும், ஆடம்பரமான கட்டிடங்களும் வீடுகளும் அவளை ஆச்சரியப்படுத்தின.

சந்தைக்குக் கூட்டிக் கொண்டு போய் அவளுக்கு துணி வாங்கிக் கொடுத்தான். வெற்றிலைக் கடையின் வெளிச்சுவரில் ஒட்டப்பட்டிருந்த ஸ்ரீதேவியின் போஸ்டரைக் காட்டி 'போவோமா?' என்றான். திரையரங்குக்குள் இருட்டு, மூட்டைப் பூச்சிக் கடி, பீடியும் சுருட்டுப் புகையும் கலந்த வாடை, காதடைக்கும் சத்தம் எல்லாமே அவளுக்குப் புதியதாக இருந்தன. படத்தின் இடைவேளையில் அவளுக்கு ஐஸ்கிறீம் வாங்கிக் கொடுத்தான். அவளுக்கு அவனை மிகவும் பிடித்திருந்தது, அவனுக்கும்!

இப்பொழுது அவன் இருக்கிறானா அல்லது செத்துப் போய் விட்டானா எனத் தெரியவில்லை. ஒரு தகவலும் இல்லை. நல்லவன். 'எங்கிருந்தாலும் நல்லாருக்கட்டும்' என அடிக்கடி நினைத்துக் கொண்டாள். சந்திராவிடம் கூற முடியாது. வம்புக்கு நிற்பாள். ஒரு தடவை 'ஒரே அவன் நினைப்பாகவே இருக்கிறது' எனச் சொன்னதற்கு ஊரே கேட்கப் போல புலம்பி விட்டாள்.

'ஆமா. நீயே உன் புருஷன மெச்சிட்டிரு. பார்க்க வந்தான்ல. அப்பவே உன்னக் கூட்டிட்டுப் போயிருக்கலாம்ல. ஏதோ ரெண்டு மூணு வருஷம் நானும் நீயும் ஒரு வூட்டுல வேல பார்த்தோம். எனக்கு நெறைய நல்லது பண்ணியிருக்கங்கறதுக்காக நான் வந்து அப்பப்ப ஒண்ணப்

பார்த்துக்குறேன். இப்ப உன்னால முடியல. உனக்கு ஆருமில்ல. நானும் இல்லேன்னா நாதியத்துப் போயிருப்பேல்ல. உன்னத் தேடிட்டு அவன் வந்தான். எப்படியோ கண்டுபுடிச்சு வந்தான்ல. எத்தன வருஷம் ஒண்ணா இருந்திக்கீங்க. அவனுக்காக எத்தன வேல பார்த்திருப்ப. எத்தன நல்லது பண்ணியிருப்பே. அவன் இங்க வந்திருந்தப்போ தொட்டாப் பட்டா, சமைச்சு, துவைச்சுப் போட்டா எல்லாம் எய்ட்ஸு ஒட்டிக்காதுன்னு டாக்டர் மேடம் அவனுக்கு எல்லாத்தையும் தெளிவாப் புரிய வச்சாங்கள்ல. அதுக்கப்புறமும் ஒண்ணுக்குப் போறேன்னு போயி தப்பிச்சுக் காணாமப் போன பாவி. அவனை இன்னும் நெனச்சுட்டிருக்க. விட்டுட்டு வேலயப் பார்ப்பியா?!'

சந்திரா அப்படித்தான். படபடவென்று பேசி விடுவாள். உள்ளூர அன்பு இருக்கிறது. எதையும் வெளிக்காட்ட மாட்டாள். சந்திரா உண்மையைத் தான் சொல்கிறாள் என அவளுக்குப் புரிந்ததுதான். பாழாய்ப் போன மனதுதான் அவன் நினைப்பை விட மாட்டேனென்கிறது. அவனும் நல்லவன்தான். எந்தக் கணவனும் பார்க்கக் கூடாத கோலத்தில், வியாதியில் அவளைச் சந்திக்க நேர்ந்தால் விட்டுப் போகாமலிருந்தால் தானே ஆச்சரியமாக இருக்கும்? அம்மா இருந்திருந்தால் ஒருபோதும் கை விட்டிருக்க மாட்டாள். பின்னேரங்களில் எல்லோருக்கும் கொடுக்கப்பட்டு, அறை முழுவதும் நிரம்பும் சாயத் தேநீர் வாசனையில் அவளுக்கு தினந்தோறும் அம்மாவின் நினைப்பு வந்துவிடுகிறது. அது அம்மாவின் வாசனை. பிறந்ததுமே ஒரு குழந்தை உணரக் கூடிய முதல் வாசனை.

கொழுந்து பறிக்க தேயிலைத் தோட்டத்துக்குப் போன அதிகாலை வேளையொன்றில் விஷப் பாம்பு கொத்தி புதர்களுக்கிடையில் வாயில் நுரை தள்ள விழுந்து கிடந்த அம்மாவை அவளது லயக் காம்பிராவுக்குத்தான் தூக்கி வந்தார்கள். அம்மா, அம்மா என அரற்றிக் கிடந்தாள். அந்தத் தோட்டத்திலேயே அம்மாவைப் புதைத்தார்கள். அவளது உழைப்பை உறிஞ்சிய அதே தேயிலைத் தோட்டத்துக்கு உரமாகிப் போயிருந்தாள் அவள்.

அதே ஆண்டு வந்த இனக் கலவரத்தில்தான் அவளது அப்பா காணாமல் போனார். தேயிலைத் தோட்டத்திலிருந்து கொழும்புக்குச் சென்ற லொறியில் தேயிலைப் பெட்டிகளை இறக்கி வைக்கவென ஏனைய கூலிகளோடு சென்ற அவருக்கு என்னவானது எனத் தெரியவில்லை. அப்பொழுது அவள் இரண்டரை மாதக் கர்ப்பிணி. மாதாமாதம் இலவசமாகத் தரப்படும் போஷாக்குணவு பாக்கெட்டுக்காகவும், இலவச மருத்துவ பரிசோதனை, மாத்திரைகள், அறிவுறுத்தல்களுக்காகவும் வைத்தியர் அறைக்கு வெளியே இருந்த நீண்ட வாங்கில் அமர்ந்து கர்ப்பிணிப் பெண்களோடு சேர்ந்து காத்திருந்தபோதுதான் அது நிகழ்ந்தது. கையில் கத்தி, பெரிய தடிகள், அரிவாள் போன்ற ஆயுதங்களோடு வந்த காடையர் குழுவொன்று அவர்களது இனத்தைச் சேர்ந்த வைத்தியரையும், தாதியையும் அறைக்குள் வைத்து பாதுகாப்பாக வெளியில் பூட்டியது. என்ன நடக்கிறது எனப் புரிந்துகொள்ளும் முன்பே அவளையும், ஏனைய கர்ப்பிணித் தாய்மாரையும் இழுத்துக் கொண்டு சென்று, வந்திருந்த வேனுக்குள் போட்டு அடைத்தார்கள். பெண்கள் எல்லோரும் அழுது ஓலமிட்டனர். விட்டுவிடும்படி கெஞ்சினர். பாதிப்பேர் மயங்கினர். அதில் அவளும் ஒருத்தி.

விழித்துப் பார்க்கும்போது ஒரு அறைக்குள் அடைக்கப்பட்டிருந்தாள். கதவோடு ஒட்டியிருந்த ஜன்னல் வழியே மங்கிய மாலை வெளிச்சம் உள்ளே வந்துகொண்டிருந்தது. சுவரில் தொங்கவிடப்பட்டிருந்த 1983 ஆம் வருடத்து சுவர்க் காலண்டர்களில் நடிகைகள் சபீதாவும், மாலினியும் கை கூப்பி வணக்கம் சொன்னபடி புன்னகைத்துக் கொண்டிருந்தார்கள். கைவிரல்களில் ஏதோ நெருட என்னவென்று பார்த்தபோது தரை முழுவதும் சுற்றிவர வெட்டிப் போடப்பட்டிருந்த தலைமுடிக் கற்றைகள் பரந்திருந்தன. தான் ஒரு சலூனுக்குள் அடைபட்டிருக்கிறோம் எனப் புரிந்தது. பாடுபட்டு முயன்று எழுந்து பார்த்தபோது அவளது உடலில் சேலையில்லை. மேலாடையில்லை. கிழிந்த பாவாடை மட்டுமே உடலில் ஒட்டிக் கொண்டிருந்தது. உடல் படுமோசமாக வலித்தது. முதலில் அவளுக்கு எதுவும் விளங்கவில்லை. புரிந்தபோது பேரதிர்ச்சியாக

இருந்தது. அழுகை வரவில்லை. பாவாடையை இழுத்து மாரை மூடிக் கட்டிக் கொண்டாள். சுற்றிவரப் பார்த்தாள். அவளோடு சேர்த்து அம்மணமாக இன்னும் மூன்று பெண்கள். அவர்களுக்கு இன்னும் மயக்கம் தெளியவில்லையென நினைத்து தவழ்ந்தவாறே போய் உசுப்பிப் பார்த்தாள். அவர்கள் செத்துப் போயிருந்தார்கள்.

அவளும் செத்துவிட்டாளென நினைத்துத்தான் அங்கே விட்டுப் போயிருந்தார்கள் காடையர்கள். எங்கோ யாரோ அலறும் சத்தம் கேட்டது. மெதுவாக எழுந்து உடைந்திருந்த கண்ணாடி ஜன்னலின் துவாரத்தினூடாக வெளியே பார்த்தாள். தெருவெங்கும் எரிந்து கொண்டிருந்த டயர்களும், கடைகளும் கரும்புகையைக் கிளப்பிவிட்டிருந்தன. ஒரு கும்பலின் வெற்றிக் கூச்சலும் ஆரவாரங்களும் வெடியோசைகளும் அவளை அச்சுறுத்தின. சலூன் கண்ணாடியில் பக்கவாட்டு முகம் இலேசாகத் தெரிய முழுவதுமாகத் திரும்பி கண்ணாடியைப் பார்த்தாள். நீண்ட தலைமுடி கலைந்து போய், காதிலிருந்த மொட்டுக் காதுப்பூக்கள் காணாமல் போய், சிவந்து, கறுப்புத் தூசும் எண்ணையும் படிந்து வாடிக் களைத்துப் போன முகம். அவளல்ல அது. கழுத்தில் எரிவாக இருக்க தடவிப் பார்த்தாள். மஞ்சள் கிழங்கு வைத்துச் சுற்றிக் கட்டிய தாலியைக் காணவில்லை. பறித்து எறிந்திருக்கிறார்கள். கழுத்தின் தோல் உரிந்து, எரிவைத் தந்தது. தாலியில்லாத கழுத்தைப் பார்த்ததும்தான் அழுகை வந்தது. இரு கைகளாலும் வாயை மூடிக் கொண்டு விசித்து விசித்து அழத் தொடங்கினாள்.

இப்பொழுதும் கூட குளியலறையில் கண்ணாடி பார்க்க நேரும்போது அவளுக்குத் தென்படுவதெல்லாம் அந்தப் பதினெட்டு வயது முகம்தான். அவளது வாழ்வின் அனைத்தையும் இழந்து, உயிர் மட்டும் எஞ்சி நின்ற அந்த நாள் நினைவுக்கு வந்து தொலைக்கும். இலேசாக அழுகை வரும். இந்த நாற்பத்தெட்டு வயதுக்குள் எவ்வளவோ அழுதாயிற்று. எவ்வளவோ இழந்தாயிற்று. அவள் இருந்த அறைக்குள் எல்லோருக்குமே கிட்டத்தட்ட அவள் வயதுதான் இருக்கும், நந்தினியைத் தவிர. அவர்கள் எல்லோருமே சாவை எதிர்பார்த்தபடி காத்துக் கொண்டிருந்தார்கள்.

அனைவருக்குமே ஏதோவொரு உடல் வருத்தம் இருந்துகொண்டிருந்தது. எதிலும் பிடிப்பற்ற பார்வை. பயம், யோசனை, விரக்தி எல்லாமும் கலந்த உரையாடல்கள். அவளையும், நந்தினியையும் தவிர ஏனைய அனைவருமே விலைமாதுக்களாக இருந்தவர்கள். நந்தினிக்கு இன்னும் கல்யாணம் கூட ஆகவில்லை. ஒரு விபத்தில் சிக்கி ஆஸ்பத்திரியில் சேர்க்கப்பட்டவளுக்கு, அவசரத்தில் ஏற்றப்பட்ட குருதியில் எய்ட்ஸ் கிருமி இருந்தது யாருக்குமே தெரியவில்லை. குணமாகி வீட்டுக்குப் போய், கல்லூரிக்குப் போய்ப் படித்து காய்ச்சல் வந்து பரிசோதித்துப் பார்த்தபோதுதான் எய்ட்ஸ் எனத் தெரிய வந்தது. ஊர் சேர்ந்து அவளது வீட்டை எரித்தது. வீட்டில் இருந்தால் வீட்டாருக்கு ஆபத்தும், அவமானமும்தான் என்பதை உணர்ந்தவள் இங்கு வந்து சேர்ந்திருந்தாள்.

பாதிக்கப்பட்ட மகளிருக்கான நலன்புரி நிலையமொன்று அவர்களை வாழ வைத்துக் கொண்டிருந்தது. அறையோடு படுக்கை, உணவு, மருந்து, மாத்திரைகள், உடைகள் என எல்லாமே இலவசமாக அவர்களுக்கு அங்கு கிடைத்தது. எழுந்து நடமாட முடியுமான நோயாளிகள் செய்து தரும் கைவினைப் பொருட்களை விற்பனை செய்யும் கடையொன்றும் அந்த நலன்புரி நிலையத்துக்குச் சொந்தமாக நகரத்திலிருந்தது. அவள் அதற்கு இதுவரை போனதில்லை. ஆனால் அவள் செய்துதரும் கால்மிதிகள்தான் அதிகம் விற்பனையாகின்றன என காரியதரிசி சொன்னதைக் கேட்டபோது அவளுக்குள் மகிழ்வாக உணர்ந்தாள். அருகிலிருந்த ஆடை தயாரிப்பு நிலையத்திலிருந்து மாதத்துக்கு நான்கைந்து மூடைகள் வெட்டிக் கழித்து ஓரமாக்கப்பட்ட துணித்துண்டுகள் வந்துசேரும். அவற்றிலிருந்து கால்மிதி தயாரிப்பதற்குத் தேவையான நீண்ட துணித் துண்டுகளைத் தேர்ந்தெடுப்பதுதான் அவளது முதல்வேலை. பிறகு ஒரேயளவாக மூன்றாகப் பிரித்து, நீளக் கூந்தலைப் பின்னுவதைப் போல நீண்ட வர்ணத் துணித் துண்டுகளைப் பின்னி, வட்டம் சதுரம் செவ்வகம் எனத் தெரிந்த வடிவங்களில் நேர்த்தியாகத் தைத்து கால்மிதிகளைத் தயாரித்து விடுவாள். அவை கடைக்கு விற்பனைக்கென கொண்டு செல்லப்படும்.

நாற்பத்தெட்டு வயதென்பது செத்துப் போகும் வயதா என்ன? ஆனாலும் ஒவ்வொரு நாள் உறங்கச் செல்லும்போதும் அடுத்த நாள் எழுந்துகொள்ள உயிரிருக்காது என்ற நினைப்பு வருவதைத் தவிர்க்க முடியவில்லை. எய்ட்ஸ் எனத் தெரிந்து இங்கு வந்து சேரும்வரை 'ஆரோக்கியமாகத்தான் இருக்கிறோம்' எனத்தான் எண்ணிக் கொண்டிருந்தாள். 1983 ஆம் ஆண்டிலிருந்து அவளது உடலுக்குள் உறங்கிக் கொண்டிருந்த அதை, ஐந்து வருடங்களுக்கு முன்னர் ஒரு பங்களாவில் சமையல்வேலை பார்த்துக் கொண்டிருந்தபோது மயங்கி விழுந்து, வைத்தியசாலையில் வைத்துக் கண்டுபிடித்தார்கள். அதற்குப் பிறகு அவளை அத்தனை வருடங்களாக வேலைக்கமர்த்தியிருந்த அந்த வீட்டார் எவரும் எட்டிக் கூடப் பார்க்கவில்லை. சக வேலைக்காரி சந்திராதான் அங்கு அடிக்கடி யாருக்கும் தெரியாமல் வந்து வந்து பார்த்தாள். அங்கிருந்து இங்கு அனுப்பப்பட்ட பின்னர் அவளால் அடிக்கடி வர முடியவில்லை. தூரம் அதிகம். பேரூந்துக்கே அவளது நான்கைந்து நாள் உழைப்பு செலவாகி விடும்.

நந்தினி எழுந்து சென்று குளியலறையில் எழுப்பும் தண்ணீரின் ஓசை அவளுக்கு கடலை நினைவுபடுத்தியது. 'எனக்கு மரணமில்லை. ஆதி தொடங்கி உலகின் முடிவுவரைக்கும் நான் இருப்பேன்' என ஓயாது கத்திச் சொல்லிக் கொண்டேயிருக்கும் அலை நீரின் ஓசையது. சலூனுக்குள் அவளது அசைவு கண்டு, குதூகலித்து, அங்கிருந்தும் ஒரு கும்பல் அவளை வண்டியிலேற்றி தூரக் கடற்கரைப் பிரதேசமொன்றுக்குக் கொண்டுவந்து வன்முறைக்காளாக்கியது. கரு கலைந்து போயிற்று. அதற்குப் பிறகும் அவள் பிழைத்துக் கிடந்ததே அபூர்வம்தான். யாராலோ காப்பாற்றப்பட்டு ஒரு மாதத்துக்கும் மேலே அலையோசை கேட்கும் மருத்துவமனையொன்றில் படுத்துக் கிடந்தாள். குணமாகி வெளியேறச் சொன்ன நாளில், தனது ஊருக்குச் செல்லத் தோன்றவில்லை. இனிமேலும் இழக்க என்ன இருக்கிறது? பத்திரமாக ஊருக்கு எடுத்துச் செல்ல இனிமேலும் என்ன இருக்கிறது? ஒரு பங்களாவில் சமையல் வேலை கிடைக்க, அங்கிருந்த குழந்தைகளைப் பார்த்துக் கொள்ள அவளோடு சிநேகமாயிருந்த ஒரு தாதி உதவினாள்.

தண்ணீரில் நனைந்துபோயிருந்த போர்வை உடல் சிலிர்க்க வைத்தது. உறக்கம் வரவில்லை. 'காலையில் இந்தக் கட்டிலிலேயே நான் செத்துப் போயிருந்தால்?' நினைத்துப் பார்க்கும்போதே திக்கென்றது. அந்த அறையில் ஒளிர்ந்த இரவு விளக்கு வெளிச்சத்தில் போர்வையை விலக்கி விட்டு மெதுவாக எழுந்து கீழே விழுந்து கிடந்த தண்ணீர்ப் போத்தலை எடுத்து ஒதுக்குப்புறமாக வைத்தாள். சுவரைத் தடவிப் பிடித்துக் கொண்டு குளியலறைக்குப் போனாள். மூடியிருந்த கழிப்பறை திறந்து நந்தினி வெளியே வரும்வரை காத்திருந்தாள். அவள் செத்துப் போய் விட்டால், நந்தினியிடம் தினமும் சிட்டுக்குருவிகளுக்கு தீனி வைக்கச் சொல்ல வேண்டும்.

அப்பாச்சி

தொலைபேசியை வைத்தவளுக்குப் பதற்றமாகிவிட்டது. அடுத்தகிழமை அவளை நிச்சயிக்க திலகன் வீட்டிலிருந்து வர இருக்கிறார்கள். இப்போதைய பதற்றத்துக்குக் காரணம் அதுவல்ல. வீட்டுவாசலில் போய் நின்றாள். நண்பகலுக்கு முன்னதான வெளிச்சத்தோடு வெப்பத்தையும் சுமந்திருந்த வெயில் அகன்ற முற்றத்தில் அகலப் படுத்திருந்தது. வீதியில் மீன்காரன் போவது தெரிந்தது. வெயிலை எதிர்க்கத் தலையிலொரு தொப்பி. சைக்கிளின் பின்பகுதியில் தராசால் மூடியபடி மீன் பெட்டி. மீன்காரனைக் கண்டால் நிறுத்தும்படி அம்மா சொல்லியிருந்தாள்.

அவளது வீட்டுக்கும் வீதியோரத்தோடு ஒட்டியிருந்த கேட்டுக்கும் இடையில் பாய் போட்டு ஒரு ஊருக்குச் சாப்பாடு போடலாம். அவ்வளவு பெரிது. இவள் கூப்பிடுவாளென எதிர்பார்த்தோ என்னவோ, அவன் வேக வேகமாகத் தன் சைக்கிளை மிதித்து அடுத்த தெருவுக்குப் போய்விட்டிருந்தான். யாருக்கும் இவளோடு பேரம் பேசி முடிக்கமுடியாது. அதுவும் மீன்காரனோடு பேரம் பேசப்போனால் மீனைத் துப்புரவாக்கும் போது ஒதுக்கப்படும் பகுதிகளுக்காகக் காத்திருக்கும் பூனை கூட 'மீனும் வேண்டாம், அதன் வாலும் வேண்டாம்' என ஓடிப்போகும்.

'தப்பிவிட்டான்' என மனதிற்குள் கறுவிக்கொண்டவள் சமையலறைக்குள் போனாள். அம்மா அரிசி கழுவிக் கொண்டிருந்தாள்.

'அந்தப் பழைய தட்டைக் கொண்டு போ '

' எதுக்கு? எங்க? '

' உன்ர மாமியார் வீட்டுக்கே கொண்டு போகச் சொன்னனான் ? மீன் துண்டுகளைப் போடத்தான். இல்லையெண்டால் புதுத்தட்டெல்லாம் மீன் வாசமடிக்கும் '

' அவன் நிக்காமப் போயிட்டான். நீங்கள் மீன் துண்டு கேக்குறீங்கள். இண்டைக்கு வேற ஏதாவது செய்யுங்கோ.'

' வேற ஏதாவது செய்யுறதோ..? உன்ர அப்பாக்கிட்ட மீன் சமைச்சு வைக்குறன். பகலைக்கு வாங்கோ எண்டு சொல்லியிருக்கிறன். அந்த மனுஷன் விழுந்தடிச்சுக் கொண்டு ஓடி வரும்.புளியைக் கூடக் கரைச்சு வச்சிட்டன். மீனெண்டால் அவருக்கு உசிரெண்டு உனக்குத் தெரியும் தானே ?'

'அப்ப பேசாம கடலுக்குள்ள போய் இருக்கச் சொல்லுங்கோ. மீன்காரன் நிக்காமப் போயிட்டான். நானே இங்க உடம்பு பதறிக் கொண்டு நிக்குறன் '

சொல்லிவிட்டு ஃபிரிட்ஜிலிருந்து ஒரு போத்தல் குளிர்ந்த நீரை எடுத்துக் கொண்டு சாப்பாட்டு மேசை மேல் உட்கார்ந்துகொண்டாள்.

' ஏண்டியம்மா? அவன் நிக்காமப் போயிட்டான் எண்டால் நீ எதுக்குப் பதற வேணும் ? '

' பதறுறதே ? எதுக்குப் பதறுறேன் எண்டு தெரிஞ்சுக் கொண்டால் நீங்களும் ஆடிப் போவியள் '

அம்மா அரிசியை அப்படியே வைத்துவிட்டு சங்கீதாவின் அருகில் வந்தாள். சங்கீதாவின் அம்மா ஒரு வாயில்லா ஜீவன். அப்பாவி.

அடுத்தவீட்டுக் குழந்தைக்கு அம்மை ஊசி போட்டார்கள் என்றால் கூடக் கேட்டுக் கண்கலங்குகிற மனசு.

' என்னடி ?அடுத்த கிழமை நிச்சயத்தை வச்சுக் கொண்டு என்னைப் பதற விடுறாய்? அப்பாவுக்கு விஷயந்தெரிஞ்சால் என்னாகும்?'

' அப்பாவுக்கு எப்படியும் தெரியத்தானே வேணும்...இண்டைக்குப் பகல் சாப்பாட்டுக்கு வர்றப்ப நானே அவரிட்டச் சொல்லப் போறன்..கேட்டு ஆடிப்போகப் போறார் பாருங்கோ. '

அம்மாவின் கண்கள் அதற்குள் கலங்கத் தொடங்கிவிட்டது. இடுப்பில் சொருகியிருந்த புடைவை முந்தானையெடுத்து மூக்கை உறிஞ்சிக் கொண்டாள்.

'அம்மா, நீங்கள் எதுக்கு இப்ப அழுறீங்கள் ?'

'நீதான்..அடுத்த கிழமை நிச்சயத்தை வச்சுக் கொண்டு இப்ப உனக்கும் மீன்காரனுக்கும் ஏதோ...'

'அடச்சீ..அம்மா..வாயை மூடுங்கோ முதல்ல..நான் சொல்லவந்தது அதில்ல... சித்தப்பா கோல் பண்ணியிருந்தவர் '

அம்மாவிற்கு தனது கணிப்பு தப்பாகிப் போனதில் வெட்கமாகப் போய்விட்டது சங்கீதாவின் தோளில் செல்லமாகத் தட்டி 'என்ன சொன்னவர்? ' எனக் கேட்டாள்.

' அப்பாச்சி என்னோட நிச்சயத்துக்கு இங்க இருக்கவேணுமெண்டு விரும்புறாவாம். சித்தப்பாவுக்குக் கால்ல ஏதோ வருத்தமாம். நடக்க ஏலாதாம். முடிஞ்சால் அப்பாவுக்கு இன்னும் ரெண்டு நாள்ல வந்து அப்பாச்சியக் கூட்டிக் கொண்டு போகச் சொன்னார் '

சங்கீதாவைப் பீடித்திருந்த பதற்றம் இப்பொழுது அம்மாவையும் பிடித்துக் கொண்டது. சட்டென்று அருகிலிருந்த நாற்காலியில் உட்கார்ந்து கொண்டாள். அப்பாச்சி என அழைக்கப்படுபவர் சங்கீதாவுடைய அப்பாவின் அம்மா. அவளது அதிரடி மாமியார். 'சூட்டுக் கிழவி' என

அவள் மனதிற்குள் மட்டும் அடிக்கடி திட்டிக் கொள்வாள். அந்தளவுக்கு அவரது சொல்லும் செயலும் பெரும் புயலைக் கிளப்பும். அப்பாச்சி ஐந்து வருடத்திற்கு முன்னால் வந்து ஒரு கிழமை இருந்துவிட்டுப் போனபோது நடந்த கூத்துக்கள் சொல்லிமாளாது.

போனமுறை சித்தப்பாவே அவரைக் கூட்டிவந்தார். இரயில் நிலையத்திலிருந்து ஒரு ஆட்டோ பிடித்து நேராக வீட்டு கேட்டருகில் வந்து இறங்கினர். சங்கீதாவுக்கு அப்பொழுது பத்தொன்பது வயது. அழகுக்கலை பற்றி படித்துக் கொண்டிருந்தாள். படித்ததைச் செய்துபார்க்கத் தங்கையோடு சேர்ந்து தன் நீளத் தலைமுடியை நேர்படுத்தி, அயர்ன் பண்ணிக் கொஞ்சம் செம்பட்டை நிறத்தில் சாயமும் அடித்திருந்தாள். அன்றைக்கு அவளுக்குச் சனி உச்சத்தில் இருந்திருக்கவேண்டும். வீட்டு கேட்டருகில் வந்துநின்ற ஆட்டோவை அவள்தான் முதலில் கவனித்தாள்.

வாசலிலிருந்து ஒரே ஓட்டமாக ஓடி வந்து கேட்டைத் திறந்துவிட்டாள். எண்பது வயதில் சாதாரண தோற்றத்திலிருந்த ஆச்சி முகத்தில் எள்ளும்கொள்ளும் வெடித்தது. அந்த வயதான ரௌத்ரத்தைக் கவனிக்காத இவள் ‘ வாங்கோ ஆச்சி, வாங்கோ சித்தப்பா’ என்று ஆச்சி கையைப் பிடித்துக் கொண்டாள்.

‘ஆச்சி வாறது இருக்கட்டும்..குமருப்பிள்ள தானே நீ..? இப்படி ஓடி வாறாய்? இப்படியே உன்னை உன்ர அம்மா வளர்த்திருக்குது ? என்ர காலத்துலயும் இருந்தோமே. முத்தத்துல ஒரு ஈ,காக்கை அசைஞ்சாக் கூட வெட்டைக்கு இறங்கேலாது. அவ்வளவு ஒழுக்கமா வளர்ந்தோம். உன்னையும் வளர்த்திருக்குது பார் உன்ர அம்மா ’

சங்கீதாவுக்குத் திகைப்பாகிப் போய்விட்டது. சித்தப்பாவைப் பார்த்தாள். ‘இது எதையும் கண்டுகொள்ளாதே’ என்பது போலக் கண்களால் சாடை செய்தார். பின்னர் அவள் கையில் ஆச்சியின் பயணப்பையைக் கொடுத்துவிட்டு முன் கடையில் வாழைப்பழம் வாங்கிவருவதாகச் சொல்லி ஆச்சிக்குக் களவாக சிகரெட் குடிக்கப்

போனார். வாய் சவ சவ எனச் சிகரெட் கேட்டுக் கொண்டிருந்தது அவருக்கு. ஆச்சி முன்னால் அதெல்லாம்... ம்ஹூம்..மூச்.

' என்ன நீ ? சாமத்துல ஊர் சுத்துற மோகினிப் பேயாட்டம் தலையை இப்படி விரிச்சுப் போட்டுக் கொண்டு இருக்கிறாய் ? ஒரு நூல்துண்டாவது கிடைக்கேல்லியே நல்லாச் சடை பின்னிக் கட்டுறதுக்கு ? '

' ஆச்சி முதல்ல உள்ளே வாங்கோவன், கதைப்பம் '

' ஓம் கதைப்பம் கதைப்பம்.' என்ற ஆச்சி அவள் தலைமுடியைப் பிடித்து உற்றுப் பார்த்து,

'அடக் கடவுளே..இங்கே பாரடி..உன்ர தலைமயிரெல்லாம் வெள்ளக்காரச்சியாட்டம் செம்பட்டைக் கலராகிப் போய்க்கிடக்கு. எங்கேடி உன்ரை அம்மா? நல்லா எண்ணைய் வச்சு, வழிச்சுக் கோதிக் கட்டிவிடாம உன்னை இப்படித் திரியவிட்டிருக்கிறாள். அப்படியென்ன செய்து கிழிக்கிறாள் வீட்ட? நீ இப்படித் திரிஞ்சியெண்டால் உன்னை ஆரு கட்டுவினம் ?' என்றவாறு வாசல்வரை வந்த அப்பாச்சி, முற்றத்தைத் திரும்பவும் பார்த்து வீட்டின் திண்ணையிலிறங்கி வலது கோடிக்குப் போனார். பின்னாலேயே சங்கீதாவும் அவரைத் தொடர்ந்தாள்.

' எங்கேயடி இங்க இருந்த பெரிய மாங்காய் மரம் ? ' ஆச்சியின் கண்களில் சினம் தெறித்தது.

' காய் நிறைஞ்சு கூரை மேல விழுந்து ஓடெல்லாம் உடையுதெண்டு அப்பாதான் வெட்டினவர் ' என்று குரல் நடுங்கச் சொன்னாள்.

'உன்ர அப்பாவின்ர கல்யாணத்தப்ப என்ர கையால நாட்டிக் கொடுத்த மரம். அதப் போய் வெட்டியிருக்கானே. உன்ர அம்மாதான் வெட்டச் சொல்லியிருப்பாள். எனக்குத் தெரியாதெண்டு நெனச்சியே ? '

ஆச்சிக்குக் கோபத்தில் உடல் நடுங்கியது. சங்கீதா அவர் தோளைப் பிடித்து அணைத்து மெதுவாகச் சொன்னாள்.

‘ ஆச்சி, இப்ப நீங்கள் களைச்சுப்போய் வந்திருக்கிறியள். முதல்ல உள்ள வாங்கோ. ஒரு தேத்தண்ணியக் குடிச்சுப் போட்டு தோட்டத்துக்குப் போகலாம். ஏழெட்டு மணித்தியாலப்பயணமெண்டால் லேசே ? ’

இப்பொழுது ஆச்சி கொஞ்சம் சமாதானமானார். அவளது கையை விட்டுவிட்டு விடுவிடுவென்று வீட்டுத் தலைவாசல் வரை வந்தார். ஆனால் உள்ளே போகவில்லை. வைராக்கியம். மருமகள் வந்து தன் வாயால் கூப்பிடும் வரை உள்ளே செல்வதில்லையென்ற வைராக்கியம். சங்கீதாவுக்குப் புரிந்தது.

‘அம்மா..அம்மோவ்’

‘ ஏணடியம்மா இப்படித் தலவாசல்ல நின்றுகொண்டு கூப்பாடு போடுறாய்? நான் உன்ர சாமத்தியச் சடங்குக்கு வந்தப்ப மூங்கில் கேட்டல்லோ இருந்தது. இப்ப என்ன இரும்புக்கு மாறியிருக்குது ? ’

‘ ஓம் ஆச்சி..அது பழசாகிப் போச்சுதெண்டு அப்பாதான் இதைச் செஞ்சு போட்டவர். ’

‘ என்னது பழசாகிப் போச்சுதே ? அதை ஆறுமாசத்துக்கொருதரம் புதுப்பிச்சுக் கட்ட வேணும். அதைக் கூடச் செய்ய ஏலாமல் உன்ர அப்பா சோம்பேறியாகிப் போய்ட்டாரே? உன்ர அம்மாவுக்குச் சொல்றதுக்கென்ன ? இது ஆஸ்பத்திரி கேட் மாதிரியல்லோ கிடக்கு ? ’

‘ வாங்கோ மாமி..வாசல்லையே நிண்டு கொண்டிருக்கிறியள் ? பின்கட்டுல உடுப்புக் காயப்போட்டுக் கொண்டிருந்தனான். அதுதான் நீங்கள் வந்த சத்தமே கேக்கல்ல..உள்ளுக்கு வாங்கோ ’ என்றவாறு உள்ளிருந்து அம்மா வந்தாள்.

‘ வாறன் வாறன்.என்ன இந்த அந்தி பட்ட நேரத்துல உடுப்புக் கழுவுற பழக்கம்? காலையிலேயே கழுவிப் போட ஏலாதே ?..என்ன எல்லாமே மாறிக்கிடக்கு ? நீ இதையெல்லாம் கவனிக்கிறதில்லையோ? இவளிண்ட கொண்டையைப் பார். சேவல் கருமலாட்டம் ஒவ்வொரு முடியும் ஒவ்வொரு நிறத்துல கிடக்கு. அடி ..முந்தானையை ஒழுங்காப் போடடி’

எனச் சங்கீதாவின் தோளில் நொடித்தார். அவள் சிணுங்கியவாறு அம்மாவை முறைத்தாள்.

'நானெல்லாம் இவளிண்ட வயசுல கையில ரெண்டு, இடுப்பில ரெண்டெண்டு நாலு புள்ளயச் சொமந்தவள். இவளுக்கு இன்னும் மாப்பிளை பார்க்கலையோ?'

'பார்த்துக் கொண்டிருக்கிறம் மாமி.. முதல்ல இந்த ரூமுல போய் உடுப்பை மாற்றிக் கொள்ளுங்கோவன். உவர் சித்தப்பா வந்தவரல்லோ? எங்கே காணோம்?'

அம்மா சித்தப்பாவைத் தேடி முற்றத்துக்குப் போனார். சங்கீதா ஆச்சியின் பின்னால் அவர் பயணப்பையை எடுத்துக் கொண்டு அவள் அறைக்குப் போனாள். ஆச்சி அறைக்குள் நுழைந்த அடுத்தகணம் அலறியடித்து, சங்கீதாவையும் தள்ளிக்கொண்டு வீட்டு வாசலுக்கு ஓடி வந்து மூச்சிரைத்தார்.

'என்னாச்சுது மாமி என்னாச்சுது?' எனக் கத்திக் கொண்டு முற்றத்திலிருந்த அம்மா உள்ளே ஓடிவந்தார். சித்தப்பா பின்னால் ஓடி வந்து ஆச்சியைத் தாங்கிக் கூடத்திலிருந்த கதிரையில் உட்காரவைத்தார்.

'மகள்..ஒரு கிளாஸ் தண்ணி கொண்டுவாங்கோ' என்றார்.

சங்கீதா ஓடிப்போய்த் தண்ணீர் எடுத்துவந்து கொடுத்தாள். ஆச்சி அதை வாங்கி ஒரே மூச்சில் அவ்வளவையும் குடித்தார். பொக்கை வாயில் வழிந்த தண்ணீர் அவர் நெஞ்சையும் நனைத்தது.

'என்ன அம்மா என்ன ஆச்சுது?'

'உவள் காமாட்சி இருந்தாளே...எங்கட ஊர்க் கோயில் புளியமரத்துல தூக்குப் போட்டுச் செத்தவள்.'

ஆச்சி இளைத்து இளைத்துச் சொல்லத்தொடங்கினார். சித்தப்பாவும், அம்மாவும், சங்கீதாவும் எதுவும் புரியாமல் ஒருவரை ஒருவர் பார்த்துக் கொண்டனர்.

‘ ஓம் அம்மா. அவளுக்கென்ன இப்ப. அவள் செத்து இப்ப கன நாளாச்சுல்லே..? ஆறுமாசத்துக்கும் மேல ஆகியிருக்கும் ’

‘ உவள் சாகுறதுக்கு கொஞ்சநாள் முன்னாடி எங்கட தோட்டத்துல தென்னமோலை பொறுக்க வந்தாள். அப்ப நான் நல்லா ஏசி அனுப்பிட்டன். இப்ப ... இப்ப.. ’

‘ இப்ப என்ன மாமி ? ’

‘ உவள் பேயாகி நான் போற இடமெல்லாம் வந்து பழி வாங்கக் காத்துக்கொண்டிருக்கிறாள்.’

இப்பொழுது சங்கீதாவின் அம்மா நன்றாகப் பயந்துபோனாள். சங்கீதாவின் தோள்களைப் பற்றிக் கொண்டாள்.

‘ என்ன மாமி சொல்றியள்? ’

சித்தப்பா எதுவும் பேசாமல் ஆச்சி போய்ப்பார்த்துப் பயந்து ஓடி வந்த அறைக்குள் போனார். இருட்டுக்குள் இருந்த ஏதோ ஒன்றைப் பார்த்துப் பயந்தவராக அவரும் விரைந்து திரும்பி வந்தார்.

‘மகள்..எனக்கு ஒரு கிளாஸ் தண்ணி கொண்டு வாங்கோ ’ என்றார்.

சித்தப்பாவுக்குத் தண்ணீர் எடுக்கச் சமையலறைக்குள் வந்த சங்கீதாவுக்கு அப்பொழுதுதான் அந்த ஞாபகம் வந்தது. அவசரமாகத் தண்ணீரைக் கொண்டுபோய்ச் சித்தப்பாவிடம் கொடுத்துவிட்டு அவர்கள் இருவரும் பார்த்துப்பயந்த அந்த அறைக்குள் போனாள். வெள்ளைப் புடைவையில் போர்த்தப்பட்ட உருவம் அசைவுகளேதுமின்றி முகம் முழுதும் சுண்ணாம்படித்த வெள்ளையோடு , வட்ட வட்டமான கண்களை மூடிப் படுத்திருந்தது. அவள் சிறிதும் அஞ்சவில்லை.

அவள் எப்படிப்பயப்படுவாள்? எல்லாம் அவளது கைங்கர்யம் தானே? நேற்று அழகுக் கலை வகுப்பில் படித்த ஃபேஷியல் முறையைப் பரீட்சித்துப் பார்க்க தங்கையின் முகத்திலும், கழுத்திலும் ஏதோ ஒரு வெள்ளைக் கலவையைப் பூசிப் படுக்கவைத்திருந்தாள். வீட்டுச்

சமையலுக்குக் கொண்டுவந்திருந்த வெள்ளரிக்காயை வெட்டிக் கண்களை மூடிவிட்டிருந்தாள். தங்கையும் நடந்துகொண்டிருக்கும் அமளி துமளி எதுவும் தெரியாமல் 'கிடைத்ததடா ஓய்வு' என வெள்ளைப் போர்வையால் உடலைப்போர்த்தி நன்றாகத் தூங்கிவிட்டிருந்தாள்.

சங்கீதா அரை இருட்டுக்குள் தூங்கிக் கொண்டிருந்த தங்கையின் தோளில் தட்டி எழுப்பினாள். கண்களை மூடியிருந்த வெள்ளரிக்காய்த் துண்டுகளை எடுத்து அறையின் மூலைக்கு வீசியெறிந்தாள். ஆங்கிலப் பேய்ப்படங்களில் வரும் பிசாசினைப் போல இருந்த சவீதா கண்விழித்து நேரம் காலம் தெரியாமல் சோம்பல் முறித்து 'விடிஞ்சுட்டுதே அக்கா?' என்றாள்.

'ஓம். உனக்கிப்போ நல்லா விடியும் அப்பாச்சிக்கிட்ட இருந்து. முதல்ல எழும்பிப் போய் முகம் கழுவு'

'இவ்வளவு நேரம் வச்சிருந்தது போதுமோ அக்கா? நான் வடிவாகியிருப்பேனே?' என்றவாறு கட்டிலிலிருந்து எழும்பி நின்றாள்.

சங்கீதா பதில் சொல்லாமல் போர்வையைச் சுருட்டி அவள் முதுகில் அடித்து அவளை குளியலறைக்கு விரட்டிவிட்டாள். பெரியாச்சியின் ஓயாத வாய்க்குப் பூட்டுப் போட்டாயிற்று. அவர் கண்களை மூடி ஏதோ மந்திரங்களை ஓதித் தன் நெஞ்சுக்குள் ஊதிக் கொண்டார். சங்கீதா கூடத்துக்கு வந்து சித்தப்பாவை மட்டும் சாடை செய்து கூப்பிட்டாள். பலி கொடுக்க அழைத்துச் செல்லப்படும் ஆட்டைப் போல மருண்ட பார்வையோடு அவர் அவளை நோக்கி வந்தார். சமையலறைப் பக்கமாகக் கூட்டிப் போய் விஷயத்தைச் சொன்னாள்.

அவருக்குச் சிரிப்புத் தாளவில்லை. அப்பாச்சியிடம் சொன்னால் நன்றாக எல்லோரும் வாங்கிக் கட்டிக்கொள்ள வேண்டி வருமெனச் சொல்லி விஷயம் அவர்களுக்குள்ளேயே மூடி மறைக்கப்பட்டது. அம்மாவையும் அழைத்து விஷயத்தைச் சொல்லியாயிற்று. அவள் பயத்தில் தான் கோயிலுக்குக் கோழி கொடுப்பதாக நேர்ச்சை வைத்ததைச்

சொன்ன போது சிரிப்புப் பலமடங்காகியது. எல்லோரும் சத்தம் வெளியே கேட்காமல் வாயைப் பொத்திச் சிரித்தனர். அப்பொழுதுதான் முகம் கழுவிவந்த சவீதா தன்னைத் தான் பார்த்துச் சிரிக்கிறார்கள் என நினைத்து ஓடிப் போய்க் கண்ணாடியில் முகம் பார்த்தாள்.

எல்லோரும் கூடத்துக்கு வந்தனர். அப்பாச்சி இன்னும் கண்ணை மூடி மந்திரங்களை உச்சரித்துக் கொண்டிருந்தார். சித்தப்பா 'அம்மா' என்றார்.

'ஓமடா... ஒரு தென்னமோலைக்காக ஊர் விட்டு ஊர் வந்து இப்படிப் பேயாய் அலைவாளெண்டு நான் இண்டைக்குத் தான் தெரிஞ்சு கொண்டன்.இனியெண்டால் நான் எல்லோருக்கும் தென்னமோலை சும்மா கொடுப்பன். அவளுக்குச் சொல்லடா..இனியும் என்ர பின்னால பேயாய் வந்து துரத்தாதையெண்டு' என்றார்.

பின்னர் சித்தப்பாவும் மற்றவர்களும் எவ்வளவு சொல்லியும் அந்த அறைக்குப் போகவே மாட்டேன் என்றார். சரியெனச் சொல்லி அம்மாவின் அறைக்குக் கூட்டிக் கொண்டுபோய் ஆடை மாற்றச் சொன்னார்கள். அவர் கையோடு கொண்டுவந்திருந்த பழைய ஆடைக்குத் தன்னை மாற்றிக் கொள்ளும் வரையில் அம்மாவும் அவருடனே இருக்க வேண்டியதாயிற்று. ஆனால் அதற்குப்பின்னர் ஆரம்பித்தது வம்பு. அப்பாச்சி எங்கே போனாலும் அவரது கைத்தடி போல யாராவது துணைக்குப் போகவேண்டியிருந்தது. அம்மா, சங்கீதாவிடம் அப்பாச்சியைப்பார்த்துக் கொள்ளச் சொல்லிவிட்டு எல்லோருக்கும் இஞ்சி தட்டிப் போட்டுத் தேநீர் ஊற்றிக்கொடுத்தாள்.

அப்பா வந்ததும் இந்த வீட்டில் பேயிருக்கிறதெனச் சொல்லி அப்பாச்சி அப்பாவையும், அம்மாவையும் ஒரு பிடிபிடித்தார். அப்பா ஒன்றும் புரியாமல் அம்மாவைப் பார்த்து விழித்தார். அம்மா வாய்க்குள் சிரிப்பதைப் பார்த்து முறைத்தார். சித்தப்பா வெளியே கூட்டிக் கொண்டு போய் விடயத்தை விபரித்தபின்னர் அப்பாவும் இரண்டு குரும்பட்டிகளை வாய்க்குள் போட்டு அதக்கியதைப் போலக் கன்னங்கள் விரிய

வெகுநேரம் சிரித்தார்.வீடு முழுக்க எல்லோரும் வந்து சேர்ந்ததும் அப்பாச்சியின் அதிகாரம் திரும்பவும் ஆரம்பித்தது.

எவ்வளவு சாப்பிட்டாலும் சதை ஒட்டாத உடம்பு சவீதாவிற்கு. பதினாலு வயது நடந்துகொண்டிருந்தது. ஒட்டடைக் குச்சிக்கு உடுப்புப் போட்டு விட்டது போல வீடு, பள்ளிக்கூடமென வளைய வந்துகொண்டிருந்தாள். அவளுக்குச் சதை பிடிக்க வேண்டுமென அம்மா ஒரு நேர்ச்சையும் வைத்திருந்தாள். ஆச்சியின் பார்வை இப்பொழுது அவள் மேல் படிந்தது. கூப்பிட்டு அருகில் அமர்த்திக் கொண்டாள்.

' ஏண்டியம்மா? இவளுக்கு நீ சாப்பாடு கொடுக்குறியோ இல்லையோ ? இவளைப்பார்த்தால் இவளுக்குக் கொடுக்காமல் எல்லாத்தையும் நீயே விழுங்குற மாதிரியல்லோ கிடக்குது ' என்று அம்மாவைச் சாடத் தொடங்கினார்.

' இந்த வீட்டுல இல்லாத சாப்பாடோ மாமி? அதெல்லாம் நல்லாத்தான் கொடுக்கிறன். இவள் தான் ஒழுங்காச் சாப்பிட மாட்டாள் '

' உன்ர சமையலின்ர தரம் எனக்குத் தெரியாதே..பச்சத் தண்ணிக்கு உப்புப் போட்டு அதை ரசம் எண்டு சொல்லுவாய் நீ '

அப்பாச்சி சொன்னதும் அம்மாவின் முகம் வாடிப்போனது. மனதுக்குள் 'சூட்டுக் கிழவி, சூட்டுக் கிழவி' எனத் திட்டிக் கொண்டாள். உண்மையிலேயே அம்மாவின் சமையல் வெகுசுவையாக இருக்கும். புளியெல்லாம் கரைத்துப் போட்டு , மசாலா எல்லாம் அரைத்துப் போட்டு அவள் மீன்கறி செய்தாளானால் அந்த வாசனை எட்டி அப்பா ஆபிஸிலிருந்தே மோப்பம் பிடித்து வீட்டுக்கு வந்துவிடுவார். அம்மா எதுவும் பேசாமல் சமையலறைக்குள் போய் இரவுச் சாப்பாட்டைத் தயார் பண்ண ஆரம்பித்தாள்.

அப்பாச்சி, சவீதாவைக் கூட்டிக்கொண்டு அங்கேயும் வந்துவிட்டார். ஆச்சியின் கண்கள் விறகடுப்பைத் தேடியது. சமையலறையின் மூலையிலிருந்த விறகடுப்பை எப்போதோ அகற்றி கேஸ் அடுப்பில்தான்

சமைத்துக்கொண்டிருந்தனர். விறகடுப்பு சம்பந்தமான ஆச்சியின் கேள்விகளுக்கு அம்மாவால் விளக்கம் கொடுக்கமுடியாமல் அப்பாதான் வந்து விளக்கவேண்டியிருந்தது. திடீரென 'என்ர அம்மியையும், குளவியையும் எங்கேயடி காணோம்?' என்றார்.

'அதை வெளியில போட்டிருக்கிறம் அப்பாச்சி.' என்றாள் சவீதா.

'வெளியிலயோ..? என்ர அம்மா, எனக்குச் சீதனமாத் தந்தது. அதை உனக்குத் தந்தால் நீ வெளியில வீசுடுவியே..? ' என்று காட்டமாக அப்பாவை முறைத்து ' இவள் தான். எல்லாம் இவளோட வேலைதான். நினைச்சுக் கொண்டிருப்பாள். ஒருநாளைக்கு என்னையும் இப்படி வெளியில தூக்கிப் போட ' என்று அம்மாவையும் சாடி ' எனக்கிப்பவே என்ர அம்மியைப் பார்க்கவேணும் ' என்று அடம்பிடித்தார்.

'அம்மா, இப்ப இருட்டாகிப் போச்சுது. விடியற்காலையில பார்ப்போம்..வெளியிலயெண்டால் ஸ்டோர் ரூமில வச்சிருக்கிறோம்' என்று பேயை நினைவுறுத்திப் பயமுறுத்தி,ஒருவாறு சமாதானப்படுத்தி விட்டார் அப்பா. ஆச்சி அவரது ஒல்லிக் குச்சிக் கைத்தடி போல சவீதாவைக் கையில் பிடித்துக்கொண்டு அந்தப் பேய் அறையைத் தவிர்த்து வீடு முழுக்க வலம் வந்தார்.

சித்தப்பா டீவியின் முன் தேமே என்று உட்கார்ந்துவிட்டார். அவரது கிராமத்துவீட்டுக்கு இன்னும் டீவி வந்திருக்கவில்லை. டீவியை விட்டு மின்சாரமே இல்லை. தன்வீட்டில் வழமையாக இரவு எட்டு மணிக்கே கும்பகர்ணனுக்குத் தம்பி போலக் குறட்டை விட்டுத் தூங்கி விடுபவர் அன்று டீவியின் முன் உட்கார்ந்துவிட்டார். அசைவதாக இல்லை. கண்ணைக் கூடச் சிமிட்டுவதாக இல்லை.

வீட்டுக்குள் சுற்றி வந்த அப்பாச்சி டீவியைப் பார்த்துவிட்டாள். இருபத்தொன்பது இஞ்ச் கலர் டீவி. சவீதாவின் அடம்பிடித்தலுக்கு அப்பா வாங்கிக் கொடுத்தது. டீவியில் ஓடும் அன்றைய நிகழ்ச்சி நிரலை அறிவிப்பாளருக்கு அடுத்து சவீதா மனப்பாடமாக ஒப்பிப்பாள்.

அந்தளவுக்கு அவளுக்கும் டீவிக்கும் நெருக்கம். அப்பொழுது இரவுச் செய்தி போய்க்கொண்டிருந்தது.

‘ உவள் எப்படியடி உந்தப் பெட்டிக்குள்ள போய்க் கதைக்குறாள்? மூச்சு முட்டாதே’ என்றார் அப்பாச்சி செய்தி வாசிக்கும் பெண் அறிவிப்பாளரைப் பார்த்து. சவீதாவும், சங்கீதாவும், சித்தப்பாவும் வாயிலும் வயிற்றிலும் அடித்துக் கொண்டு சிரிக்கத் தொடங்கினர். அப்பாவுக்கும் சிரிப்புச் சத்தம் கேட்டு எட்டிப்பார்த்து விஷயம் தெரிந்து திரும்பவும் அவர் வாயில் குரும்பட்டி.

இரவுச் சாப்பாடு முடிந்த கொஞ்சநேரத்தில் அப்பாச்சிக்குத் தூக்கம் வந்துவிட்டது. அறைக்குள் தனியாகப் போய்த் தூங்கப்பயம். யாரிடமும் சொல்லவும் வெட்கம். ‘ இனி எல்லோரும் தூங்குவம். என்ன? ’ என்றார்.

‘ மாமிக்கு நித்திரை வருதே ? மாமி போய்த் தூங்குங்கோ’ என்ற அம்மா அப்பாச்சியிடம் நன்றாக வாங்கிக் கட்டிக் கொண்டாள். கடைசியில் அப்பாச்சியை மேலும் உசுப்ப விரும்பாமல் எல்லோரும் நேர காலத்துடன் தூங்கவேண்டியதாகிவிட்டது. இதில் இரண்டு சகோதரிகளுக்கும்தான் கடும் மன வருத்தம். அன்றைக்குப் பார்த்துப் புதிய தமிழ்ப்படமொன்று டீவியில் போட இருந்தார்கள். நாளைக்கு வகுப்பிலும், பள்ளிக்கூடத்திலும் சினேகிதங்களுக்கிடையில் நடக்க இருக்கும் இப்படம் சம்பந்தமான திரை விமர்சனத்தில் இவர்களால் கலந்துகொள்ள முடியாது.

அப்பாச்சி தூங்கும்வரை சுலோகங்களைச் சொல்லியபடி இருந்தார். கனவில் காமாட்சியும், புளியமரமும், தென்னஞ்சூளையும் வந்துவிடக்கூடாதென்பது அவரது வேண்டுதலாக இருந்தது. அதிகாலையில் இல்லாத சேவல் கூவி நாலு மணிக்கே எழும்பிவிட்டார். அம்மாவையும் எழுப்பி முகம் கழுவிக் கொண்டு மகள்களை எழுப்பச் சொன்னார்.

இரண்டு அருமைச் சகோதரிகளும் பிறந்த காலம் தொட்டு ‘சூரியன் கிழக்குத் திசையில் உதிக்கும்‘ எனப் பாடத்தில் மட்டுமே படித்துவளர்ந்தவர்கள். அவர்கள் சூரியோதயத்துக்கு முன்னர்

எழும்பியதாகச் சரித்திரம், விஞ்ஞானம் எதுவுமே இல்லை. அப்படிப்பட்டவர்கள் ஆச்சியின் சத்தத்துக்குச் சலிப்போடு எழும்பி குட்மோர்னிங் சொல்லிக் கொண்டார்கள்.

அப்பாச்சிக்குத் தேநீர் ஊற்றித்தர அம்மா ஹீட்டரைப் போட்டாள். ஆச்சி அருகில் வந்து ஹீட்டரைப் பார்த்து ‘ என்ன இது? ’ என்று கேட்டார். ஆச்சிக்கு அம்மா மின்சாரம் கண்டுபிடித்த எடிசனின் கதையிலிருந்து ஆரம்பித்து ஹீட்டரின் உருவாக்கமும் பயன்பாடுகளும் வரை விபரிக்கவேண்டியிருந்தது. எல்லாவற்றையும் பல குறுக்குக் கேள்விகளோடு காதில் வாங்கிக் கொண்ட ஆச்சி ‘ இரும்பைச் சூடாக்கித் தண்ணியில கலந்து, அதுல தேத்தண்ணி ஊற்றி என்னைக் கொல்லப்பார்க்குறியோ? ’ என அம்மாவைக் கடுப்பாக்கினார்.

பிறகு அம்மா அவருக்காகக் கேத்தலில் தண்ணீர் சுட வைத்துத் தேநீர் ஊற்றிக் கொடுத்தார். அதிலும் ஆயிரம் குறைகள் சொல்லிக் குடித்தவருக்கு நேற்றைய இரவின் அம்மி நினைவுக்கு வந்துவிட்டது. உடனே ஸ்டோர் ரூமுக்குப் போகவேண்டுமெனச் சொன்னார். இன்னும் முற்றாக இருள் கூட விலகியிருக்கவில்லை. அம்மாவுக்கு என்ன செய்வது என்று புரியவில்லை. அம்மி இருப்பது ஸ்டோர் ரூமின் உள்ளே ஒரு மூலையில். அதனைத் தேடிப் போவதென்பது ஆபிரிக்காவின் தங்கச் சுரங்கத்துக்குள் போவது போல மிகக் கடினமான வேலை. இடையிடையே தேள், பல்லி, கரப்பான் பூச்சி,எலி எனக் காவல்காரர்களும் எதிர்ப்பட்டு பயமுறுத்துவார்கள். அவைகள் கூடப் பரவாயில்லை. அப்பாச்சியுடன் ஒப்பிடும்போது அவை சாதுக்கள். அப்பாச்சியுடன் ஸ்டோர் ரூமில் மல்லுக்கட்டுவதை மூன்றாம் உலகப்போரை எதிர்கொள்வது போல எண்ணிப்பயந்தாள் அம்மா.

அப்பாவுக்கு அன்று ஆபிஸ் லீவு. அப்பாச்சிக்கு அம்மிக்குளவியைக் கண்டுபிடிக்க அப்பாதான் சரியான ஆள். அவருக்குத் தேநீர் கொடுத்துவிட்டு வருவதாக ஆச்சியிடம் சொல்லிவிட்டு தேநீரோடு விஷயத்தை அவரிடம் சொல்லிவிட்டாள். அப்பாவுக்கு ‘இன்றைக்கும் ஆபிஸ் இருந்திருக்கலாமே’ எனத் தோன்றியது. துணைக்குச்

சித்தப்பாவையும் கூட்டிக் கொண்டு வீட்டின் பின்முற்றத்தின் ஒரு மூலையிலிருந்த ஸ்டோர் ரூமுக்கு அப்பாச்சியுடன் வந்துவிட்டார்.

' எங்கேயடா இங்க வச்சிருந்த கோழிக் கூடு? '

' அது பராமரிக்க ஏலா எண்டு வித்துப்போட்டம் அம்மா. ஏழெட்டு வருஷத்துக்கு முன்னம் இருந்தது. உங்களுக்கு இன்னும் நினைவிருக்கே?'

'ஏன் நினைவில்லாமல்? நான் முட்டை வச்சுக் குஞ்சாக்கிக் கொடுத்தவை. நீயெல்லாத்தையும் வித்துப் போட்டனியோ? நீ எதுமறியாப் பிள்ளை. எல்லாம் உவளின்ர வேலைதான் '

விற்கும் போது அம்மா வேண்டாமெனத் தடுத்தவர். அப்பாதான் கோழி நாற்றம் வீடுமுழுக்க வீசுகிறதெனச் சொல்லி எல்லாக் கோழியையும் கோழிக் கடைச் சந்திரனுக்கு விற்றார். அப்பா எதுவும் பேசவில்லை.

ஸ்டோர் ரூமுக்குள் அம்மி தேடிய பொழுது அப்பாச்சி அப்பாவுக்குக் கொடுத்திருந்த பல பொக்கிஷங்கள் 'இவ்வளவு நாளும் இதற்குள்ளேதான் அடைபட்டுக் கிடந்தோம்' என அப்பாச்சியின் முன்னால் தலை நீட்டின. அப்பாவுக்கான அர்ச்சனைகள் அப்பாச்சியிடமிருந்து வரத்தொடங்கின. அந்த அர்ச்சனைகளில் அம்மாவையும் அவரது ஜாதகத்தோடு சேர்த்துவிட அப்பாச்சி தவறவில்லை.

ஸ்டோர் ரூமினைப் பார்த்துவிட்டு வந்த அப்பாச்சியிடமிருந்து ஒரு மணித்தியாலத்துக்கும் மேலாகப் புலம்பல்களும் , வசவுகளும் ஓயாமல் வந்துகொண்டே இருந்தன. அம்மா, அவித்துக்கொண்டிருந்த இடியப்பத்தின் துளைகளில் அப்பாச்சியின் வசவுகளை நழுவவிட்டாள்.

வாசலில் 'சங்கீ, சங்கீ' என யாரோ அழைக்கும் குரல் கேட்டது.

தனது அழகுக்கலை வகுப்புக்குப் போவதற்கான அலங்காரத்தில் ஈடுபட்டுக் கொண்டிருந்த சங்கீதாவுக்கு உடனே எழுந்துபோய் வரவேற்க முடியாமல் போனது அழைத்தவளின் துரதிஷ்டம். அழைத்தவள் அன்று யார் முகத்தில் விழித்தாளோ, அப்பாச்சிதான் முதலில் போய் யாரென்று பார்த்தார்.

‘ ஆரடா நீ? ஆர் வேணும் உனக்கு? ’ என்றார் அப்பாச்சி அவளைப் பார்த்து. அவள் ஜீன்ஸும், டீசேர்ட்டும் அணிந்து தலைமுடியை பாப் கட் வெட்டியிருந்த பக்கத்துவீட்டுப் பெண். சங்கீதாவுடன்தான் அழகுக்கலை படிக்கிறாள். அவளை வகுப்புக்கு அழைத்துப்போக வந்திருந்தாள். அப்பாச்சியின் கண்களுக்குப் பையனாகத் தெரிந்ததில் ஆச்சரியமேதுமில்லை.

‘ சங்கி இருக்கிறாளோ ஆண்ட்டி ?’

‘ அப்படி ஆரும் இங்க இல்லை’

இப்பொழுதுதான் சங்கீதா முன்னால் வந்தாள்.

‘உள்ளே வா..இதுதான் என்ர பாட்டி’ வந்தவளுக்கு அறிமுகப்படுத்தினாள்.

‘ நில்லு. ஆரிந்தப் பையன்? அதுவும் பொம்பிளைக் குரலில பேசுறான்?’

‘ ஐயோ பாட்டி. இது பையனில்லை. பொண்ணு. ’

‘ இந்த மாதிரி உடுப்பெல்லாம் உடுத்துக்கொண்டிருக்குது ? உன்ர பழைய உடுப்புக்கள் இருந்தாக் கொடு இவளுக்கு..என்ன பேர் சொல்லிக் கூப்பிட்டனீ என்ர பேத்தியை? சங்கீதா எண்டு இவளோட அப்பாம்மா வடிவா வச்சிருக்காங்கள். முழுப்பேரைச் சொல்லிக் கூப்பிடு...என்ன ? ’

வந்தவளுக்குப் பேயறைந்தால் போல் ஆகிவிட்டது. இது போல ஒன்றை அவள் தன் வாழ்நாளில் அனுபவித்ததில்லை. அவள் கராத்தே எல்லாம் கூடக் கற்றறிந்திருக்கிறாள். ஆனால் அப்பாச்சியின் வாய் பற்றி அந்தக் கலையில் சொல்லித்தரவில்லை. தப்பித்தால் போதுமென சங்கீதா அம்மா,அப்பாவிடமும், அப்பாச்சியிடமும் சொல்லிவிட்டு அவளுடன் வகுப்புக்குக் கிளம்பிவிட்டாள். அப்பாச்சி சவீதாவைக் கூட்டிக் கொண்டு முற்றம் முழுதும் ஒவ்வொரு சாணுக்கும் ஒவ்வொரு குறைகள் சொல்லியபடி உலாத்தித் திரிந்தார்.

ஏறத்தாழ ஐந்துநாட்கள் அப்பாச்சியின் அதிகாரம் அந்த வீட்டில் மேலோங்கியிருந்தது. அவர் அந்த வீட்டிலிருந்த நாட்களில் ஒவ்வொருவரும் அப்பாச்சிக்கு எதிர்த்திசையிலேயேதான் மூச்சுக் கூட விட்டார்கள். அம்மாவின் பாடுதான் பாவம். எல்லாவசவுகளின் இறுதியிலும் அம்மாவைச் சாடாமல் அப்பாச்சிக்குச் செமிக்கவில்லை.

அப்படியாகப்பட்ட, அதிகாரமிக்க அப்பாச்சி தன் மகன் வீட்டுக்கான அடுத்த விஜயத்தை இன்னும் இரண்டுநாட்களில் மேற்கொள்ளவிருக்கிறார் என்ற செய்தி ஒரு பேரிடியாக இப்பொழுது அம்மாவையும், சங்கீதாவையும் தாக்கியிருந்தது. அப்பா வந்தபிறகு அவரையும் தாக்கும்.

இப்பொழுது சித்தப்பாவின் கிராமத்துக்கு மின்சாரம், டீவி எல்லாம் வந்துவிட்டது. கேஸ் அடுப்பும் வந்திருக்கும். ஊருக்குத் தொலைபேசியும் வந்திருந்தது. அப்பாச்சி இருக்கும் வீட்டுக்குள் போனிருந்தால் ஒரு மாத போன் பில் கட்ட அவரது முழுச்சொத்தையும் விற்க வேண்டி வருமென நினைத்தோ என்னவோ அவர் வீட்டுக்குத் தொலைபேசி இணைப்பை எடுக்கவில்லை.அப்பா வந்ததும் அவருக்குத் தகவல் சொல்லப்பட்டது. அவருக்கிருந்த பதற்றத்தில் நல்லவேளை மீன்கறி நினைவில் வரவில்லை. ஒல்லிப்பெண் சவீதாவுக்கும் கூடப் பதற்றமாக இருந்தது. இரண்டாவது நாள் அப்பா ஆபிஸுக்கு லீவு போட்டுவிட்டுத் தன் அம்மாவைக் கூட்டிவர கிராமத்துக்குப் போனார்.

வீட்டின் கேட் அருகில் ஆட்டோ வந்துநின்றது. இந்த முறை முதலில் அதைக் கவனித்தவள் சவீதா. அப்பாச்சியின் முன்னால் எப்படி நடந்துகொள்ளவேண்டுமெனத் தன் அனுபவங்கள் மூலம் தங்கைக்குப் பாடம் எடுத்திருந்தாள் சங்கீதா. அதன்படி மெதுவாக, நிலத்துக்கும் வலிக்குமோ என்பது போல ஆறுதலாக நடந்துசென்று கேட்டைத் திறந்தாள். தனது நடையைப் பார்த்து அப்பாச்சி பூரித்துப் போயிருக்குமென நினைத்து ஆச்சியின் முகத்தைப் பார்த்தவளுக்கு ஆயிரம் கருந்தேள்கள் ஒன்றாகக் கொட்டிய அதிர்ச்சி. அப்பாச்சியின் முகத்தில் அன்று போல் இன்றும் எள்ளும் கொள்ளும் வெடித்தது.

‘ என்னடி நீ? சித்திரைத் தேர் போல மெதுவாக வர்றாய்? அங்க சாரதா பிள்ளைத்தாச்சியாயிருக்கிறாள். நேற்று வலியெடுக்க ஆரம்பிச்சிட்டுது. அவளிண்ட வீட்டுக்காரன் கூடப் பக்கத்துல இல்ல.என்ன ஆச்சோ? ஏதாச்சோ? நீ என்னடாவென்றால் இவ்வளவு மெதுவா வாறாய்..’

அப்பாவுக்கும், சவீதாவுக்கும் ஆச்சரியமாகப் போய்விட்டது. யார் இந்த சாரதா ? அவளுக்குப் பிரசவ வலியெடுத்தால் அப்பாச்சி எதற்குப் பதற வேண்டும் ? ஒருவேளை வயசான காலத்தில் ஆச்சிக்கு மூளை பிசகிவிட்டதோ ? ஆச்சியின் கையைப் பிடித்த சவீதாவின் கையை உதறிவிட்டு, சாரதா ஏதோ அவர்கள் வீட்டுக்குள்தான் இருந்து துடிப்பதைப் போல அப்பாச்சி விறுவிறுவென வேகமாக வீடு நோக்கி நடக்க ஆரம்பித்தார்.

சுற்றுமுற்றும் எதையும் பார்க்கவில்லை. வாசலில் அம்மாவின் வரவேற்பிற்காகக் காத்திருக்கவில்லை. நேராக டீவி இருந்த அறைக்குள் போய் ‘ போடடி டீவிய’ என்று சங்கீதாவிடம் சொல்லிவிட்டு அருகில் இருந்த கதிரையில் அமர்ந்துகொண்டார் தொலைக்காட்சித் தொடர்களுக்குள் தன்னைத் தொலைத்திருந்த அப்பாச்சி !

வேலையற்றவனின் பகல்

'புலியொன்றைக் கொண்டு வந்து, அதோட கடவாய்ப்பல்லுல என்னோட பொண்ணைக் கட்டினாலும் கட்டுவேனே தவிர, இவனுக்கு மட்டும் அவளைக் கொடுப்பேனெண்டு கனவுலையும் நினைக்காதே அக்கா'

பழைய சோற்றினை அம்மா அவனுக்குப் போட்டுக் கொண்டிருந்தபோது குசினியில் உட்கார்ந்திருந்த மாமா இப்படிச் சொன்னார். அம்மா ஒன்றும் கண்டுகொள்ளவில்லை. சோற்றினைப் போட்டுவிட்டு, மாமாவின் பக்கம் திரும்பாமல் அப்படியே மூலையில் போய் ஒரு பலகைக் குத்தியில் அமர்ந்துகொண்டாள். சேலை முந்தானையால் முகத்தை அழுந்தத் துடைத்துக் கொண்டாள். அவளுக்குக் கோபமா, ஆற்றாமையா, அழுகையா என்று தெரியவில்லை. எதுவோ ஒன்று.

அவனைப் பற்றிச் சொல்கிறார். அவனை நிந்திக்கிறார். அவனைக் கேவலமாகக் கதைக்கிறார். அவனுக்குக் கோபம் வர வேண்டாமோ? திரைப்படங்களில் வருவதுபோல சோற்றுத் தட்டை அப்படியே தூக்கி நிலத்திலடித்து, கோபத்தோடு அவரது பெண்ணைத் திருமணம் முடித்துக் காட்டுவதாகச் சவால் விட்டு, வீட்டை விட்டு வெளியே போகவேண்டாமோ? ஆனால் அப்படி எதுவும் செய்யத் தோன்றாமல், அவர்கள் முன்னாலேயே சோற்றினை அள்ளி அள்ளி வாயில் போட்டுக் கொண்டிருந்தான். காரணம் இருபத்தைந்து வயதாகியும் அவனுக்கு

எம்.ரிஷான் ஷெரீப்

வேலையில்லை. வெட்டியாக ஊர் சுற்றிக் கொண்டிருந்தான். இந்த நிலையில் கோபமாவது, ரோஷமாவது, கிடைக்கிற சோற்றினைக் கொட்டிக் கொண்டு, கிடைக்கிற மூலையில் கட்டையைக் கிடத்துவியா என்றது மனது.

அம்மாவைச் சொல்லவேண்டும். அவள்தான் இந்தக் கதையை இப்பொழுது ஆரம்பித்தாள். மாமாவுக்கு நல்ல வசதி. மூன்று வீடு தள்ளி அவரது வீடு. இது அவரது தாய்வீடு. தினமும் அடிக்கடி வந்துபோவார். அவனும், அம்மாவும் மட்டும் புழங்கும் இந்த வீட்டின் மூன்று அறைகளிலொன்றை இன்னும் அவர்தான் பாவிக்கிறார். அந்தக் காலம் தொட்டு அவரது புத்தகங்களெல்லாம் அதில்தான் நிறைந்திருக்கும். அரச கூட்டுறவு நிலையத்தில் வேலை. சனி, ஞாயிறு அவரது அறைக்குள் போய் மூடிக் கொண்டால், பல மணித்தியாலங்கள் வெளியே வரமாட்டார். வாசிப்பில் மூழ்கிப் போய்விடுவார். புலி வாயில் கட்டப்படப்போகும் அவரது மகள், தனது அம்மா சாப்பிடக் கூப்பிட்டாளெனத் தேடி வருவாள். மூன்று வீடுகள் தாண்டி வந்ததில் அந்தப் பருத்த பெண், முதலில் வாசலில் நின்று பெரிதாக மூச்சு வாங்குவாள். அவளது பெரிய நாசி விடைத்து விடைத்து அடங்கும். அவனை விடவும் நான்கு வருடங்கள் இளையவள், குள்ளமாகவும் கறுப்பாகவும் இருப்பாள். அவனுக்கு மட்டும் வேலையென்ற ஒன்று கிடைத்தாலும் இல்லாவிட்டாலும் எதற்கு இவளைக் கட்டப் போகிறான்.

அம்மாவுக்கும் இவளை மருமகளாக்கிப் பார்க்கும் ஆசை இருந்திருக்காது. இன்னும் வேலை கிடைக்கவில்லையா என்ற மாமாவின் கேள்விக்கு, சீக்கிரம் ஒரு கல்யாணத்தைப் பண்ணி வைத்தால் வேலை கிடைக்குமென்று ஜோஸியக்காரன் சொன்னதை அப்படியே சொல்லி வைத்தாள். வேலையற்றவனுக்கு எவன் பெண் கொடுப்பானென்ற கேள்வியோடு ஆரம்பித்த மாமாவின் கோபம், புலிக் கடைவாய்ப்பல் வரை பேச்சைத் தொடரவைத்தது. வேலைகள் கிடைத்தனதான். எல்லாமே சின்னச் சின்ன வேலைகள். சாப்பாட்டுக் கடைகளில் கணக்கெழுதுவதும், புடைவைக் கடைகளில் துணி மடிப்பதுவும், வீடு வீடாகச் சாமான்கள்

எடுத்துப் போய் விற்பதுவும் அவனால் முடியவில்லை. தான் உயர்தரம் வரை படித்திருக்கிறேனென்ற கர்வம் சிறிது எட்டிப்பார்க்கும். ஆனால் இக்காலத்தில் இந்த வேலைகளுக்கு உயர்தரத்தை விடவும் அதிக தகுதியைத்தான் எதிர்பார்க்கிறார்கள். மாமாவின் சிபாரிசில் அவனுக்குக் கிடைத்த வேலைகளில் ஒழுங்காக நிலைபெறத் தெரியவில்லை என்ற கோபம் அவன் மேல் மாமாவுக்கு உள்ளூர உண்டு.

மாமா எழுந்து தன்னுடைய அறைக்குப் போனார். அம்மாவிடம் இன்னுமொரு சின்ன வெங்காயம் கேட்டு வாங்கிக் கொண்டான். அம்மா வெங்காயத்தைத் தட்டில் வைத்துவிட்டு வாஞ்சையோடு தலை தடவி விட்டுப் போனாள். காக்கைக்கும் தன் குஞ்சு... அப்பா இருந்தவரைக்கும் கூட இப்படித்தான். ஒரே பிள்ளையென்ற மொத்தமான அன்பையும் அவன் மேல் திணிப்பார். மகனை நன்றாகப் படிக்க வைத்து, நல்ல தொழில் கிடைத்து, அந்தப் பழைய வீட்டை உடைத்துக் கட்டிப் பெரிதாக்கி, மகனோடு சேர்ந்து கடைசி வரை வாழும் எண்ணம் அவருக்கிருந்ததாக அம்மா சொல்லியிருக்கிறாள். அந்த ஆசையெல்லாம் அவர் மூழ்கிச் செத்த தாமரைக் குளத்தோடு மூழ்கிப் போயிற்று. தண்ணீரில் ஊறிப் பருத்த உடலைத்தான் வீட்டுக்குத் தூக்கி வந்தார்கள். வீடு முழுதும் ஊர் சனக் கூட்டம். ஏதேதோ பேசிக் கொண்டார்கள். அம்மா ஒப்பாரி வைத்து அழுதாள். அவனுக்கு அழுகை வரவில்லை. அழடா அழடா என்று சாவுக்கு வந்திருந்தவர்கள் தோளில் தட்டிச் சொல்லிக் கொண்டிருந்தார்கள். எல்லாச் சடங்குகளும் முடிந்து, சில நாட்களில் அப்பா பணம் வாங்கியிருந்தாரெனச் சொல்லிக் கொண்டு வெளியூர்களிலிருந்து ஆட்கள் வரத் தொடங்கிவிட்டார்கள். அம்மாவின் நகைகளெல்லாம் விற்கப்பட்டன. மாமாவே வாங்கிக் கொண்டு பணம் கொடுத்தார். கடன்களைச் சமாளித்தாயிற்று. அப்பாவின் பென்ஷன் பணத்தோடு மாதாமாதம் உணவுக்குக் கஷ்டமின்றி எப்படியோ காலம் கழியத் தொடங்கியது. எப்போதாவது ஏதாவது விஷேசங்களுக்குப் போகும்போது மட்டும் அம்மா, அத்தையிடம் போய் கழுத்துச் சங்கிலி, தோடு போன்றவற்றை இரவலாக வாங்கி அணிந்து போவாள். விஷேச

வீடுகளின் மகிழ்ச்சியையும் மீறி, சொந்த நகைகளையே இரவலாகக் கேட்டு வாங்கி அணிய நேர்ந்த அவலம் தந்த துயரம் அவள் முகத்தில் இழையோடும்.

இப்பொழுது அதுவல்ல பிரச்சினை. முக்கிய பிரச்சினை வேலை. அடுத்த பிரச்சினை கல்யாணம். இரண்டுக்கும் ஜோஸியக்காரன் ஒரு முடிச்சிட்டுவிட்டான். இனி தனித்து வெட்டியாக இருந்தது போதும். சோடி சேர்த்துக்கொண்டு வெட்டியாக இரு என்று சொல்லிவிட்டான். அம்மாவுக்கு அது வேத வாக்கியம். 'அந்த குண்டச்சி இல்லையென்றால் என்ன? அவளுக்குக் கொடுத்துவைத்தது அவ்வளவுதான். நான் பார்க்கிறேண்டா உனக்கு ஒரு அழகான ராசகுமாரியை' என்றாள் அம்மா ரகசியமாக. அவன் மௌனமாக இருந்தான். அவனது மௌனத்தை, வருத்தமாக எடுத்துக்கொண்டாளோ என்னமோ... நீ கவலப்படாதே ராசா..அவளொண்ணும் அடக்கமானவள் இல்லை.. ராங்கிக்காரி.. பேய்க்குப் பேன் பார்ப்பவள்..நான் உனக்கு சொக்கத்தங்கம் போல ஒரு பெண்ணைப் பார்த்துக் கட்டிவைக்கிறேன்' என்றாள் மீண்டும். அம்மாவின் பேச்சில் எப்பொழுதுமே ராசாக்களும், ராசகுமாரிகளும், பேய்களும் வருவார்கள். சிறு வயதில் அவனுக்குச் சொன்ன கதைகளிலும்தான். சின்ன வயதிலெல்லாம் முன்னிரவுகளில் அப்பா வரும் வரையில், வாசல் திண்ணையில் அம்மா கால்நீட்டி அமர்ந்திருக்க, அவன் அம்மா மடியில் தலை வைத்துப் படுத்துக் கொண்டு கதை கேட்டுக்கொண்டிருப்பான். அந்தக் கதைகளில் இப்படித்தான். ஒரு ராசகுமாரன் காட்டுக்குப் போனானாம்..அங்கொரு ராசகுமாரி சிலையாக்கப்பட்டிருப்பதைப் பார்த்தானாம்..என்று கதைகள் தொடரும். இவன் பாதியில் தூங்கிவிடுவான். மறுநாள் வேறொரு கதை. முந்தைய நாள் கதையை எதிலிருந்து கேட்க மறந்தோமென அவனுக்கு நினைவிருக்காது.

அவனுக்கு இப்பொழுதெல்லாம் அடிக்கடி ஞாபகமறதி வந்துவிடுகிறது. இரண்டு நாட்களுக்கு முன்னர் இப்படித்தான். யாரோ ஒரு மந்திரி, நகர சபைக் கட்டிடத்துக்கு வந்திருப்பதாகவும், அவரைப் போய் இந்த நேரத்துக்கு சந்திக்கும்படியும் மாமா கூறியிருந்ததை

மறந்துவிட்டான். அன்று இரவு மாமா வீட்டுக்கு வந்து சத்தம் போட்டார். இவன் 'போயிருந்தேனே !' என்றான். 'பொய் சொல்ல வேற ஆரம்பிச்சிட்டியா? நான் முழு நாளும் அங்கதான இருந்தேன்' என்று இன்னும் உறுமத் தொடங்கினார். அவனுக்குப் பொய் சொல்லிப் பழக்கமில்லை. இப்படித்தான் எப்பொழுதாவது ஒன்றிரண்டு சொல்லி மாட்டிக் கொள்வான். இப்படி பொய் சொல்லத் தெரியாததால்தான் வீட்டுக்கு வீடு பொருட்கள் விற்கப் போய் பாதியில் நிறுத்த வேண்டியதாயிற்று. அப்பா இருந்தவரைக்கும் இப்படியில்லை. அப்பாவுக்கும் பொய் சொல்லத் தெரியாது. அவர் மாமாவைப் போல இப்படி உறுமுபவரல்ல. மிக அமைதியானவர். எப்பொழுதாவது அரிதாக வீட்டிலிருப்பார். அப்பொழுதெல்லாம் அவனோடு விளையாடுவதில் தான் அப்பாவின் பொழுது கழியும். அம்மாவும் சிரித்தபடியே விளையாட்டில் சேர்ந்துகொள்வாள். அம்மாவின் அந்தச் சிரிப்பெல்லாம் அப்பாவின் இறப்போடு போயிற்று.

அப்பா செத்ததும் அப்பாவின் சைக்கிளை அவன் எடுத்துக் கொண்டான். அந்தச் சைக்கிளுக்கு ஆயுள் அதிகம். பல வருடங்களாக அப்பாவுக்காக உழைத்தது. இப்பொழுது மகனுக்கு உழைத்துக் கொண்டிருக்கிறது. அதில்தான் அவன் வேலை தேடிப் போவான். வெயிலில் அலைவான். முன்பு அவனது சிறுவயதில் அப்பா அவனை சைக்கிளின் முன் கம்பியில் அமர்த்தி, ஊர் சுற்றிக் காட்டியதெல்லாம் அவனுக்கு நினைவிருக்கிறது. அவனது ஊருக்கு ரயில் வரவில்லை. எப்பொழுதோ தான் ரயிலில் பயணித்த கதையொன்றை அம்மா சொல்ல, அவன் அதைப் பிடித்துக் கொண்டான். ரயில் பற்றி அப்பாவிடம் தோண்டித்துருவிக் கேட்கத் தொடங்கினான். இவனுக்குச் சொல்லி மாளாது என்று, அப்பா அவனை சைக்கிள் முன் கம்பியில் தலையணை வைத்து, உட்காரவைத்து எத்தனையோ கிலோமீற்றர்கள் மிதித்துக் கூட்டிப் போய் ஏதோ ஒரு ஊரில் ஒரு முறை ரயில் காட்டினார். நீளமான ரயில். வீட்டுக்கு வந்ததும் அம்மாவிடமும், ஆச்சியிடமும் கதை கதையாக ரயில் பற்றிச் சொல்லிக் கொண்டிருந்தான்.

ஆச்சிக்கும் அவன் மேல் அன்பு அதிகம். ஆச்சி என்றால் அம்மாவின் அம்மா. தலைமுடியெல்லாம் நரைத்துப் போய் பஞ்சுப் பொதியை தலையில் ஒட்ட வைத்ததுபோல் வெள்ளை வெள்ளையாக இருக்கும். ஆச்சிக்கு அவனைப் போலவே நல்ல சிவப்பு நிறம். நன்றாக வயதாகிப் போனபிறகு தலை தன்னிச்சையாக இடமும் வலமுமாக ஆடிக்கொண்டே இருக்கும். எப்பொழுதாவது அம்மா அவனை அடிக்கத் துரத்தினால் அவன் ஓடி வந்து ஆச்சியின் கழுத்தினைக் கட்டிக் கொள்வான். அம்மா கடிந்துகொண்டு விலகிப் போவாள். இத்தனைக்கும் ஆச்சிக்குக் கண் பார்வை குறைவு. அந்த வீட்டில் முதல் சாவாக ஆச்சியைத்தான் அவன் பார்த்தான். அப்பாவின் இறப்பிற்கு சில மாதங்களுக்கு முன்னர் ஆச்சி தவறிப்போனாள். நித்திரைப் பாயிலேயே செத்துப் போயிருந்தாள். அவனுக்கு அப்போது ஏழு வயது. என்ன நடக்கிறதெனத் தெரியாமல் அம்மாவின் முந்தானையைப் பிடித்தபடியும், அப்பாவின் பின்னால் ஓடியபடியும் இருந்தான். அந்த ஓட்டம் இன்று வரை ஓயவில்லை. ஊரில் ஒரு வார்த்தை சொல்வார்கள். நாய்க்கு உண்டான வேலையும் இல்லை, ஓடாத நேரமும் இல்லையென்று. அதுபோலத்தான் அவன் ஓட்டமும்.

எங்காவது வேலையொன்று கிடைக்காதா என்றுதான் அவனும் ஓடிக் கொண்டிருந்தான். கூடப் படித்தவர்கள், அப்பாவுக்குத் தெரிந்தவர்களெனப் பலரைத் தேடிப் போய் சலிக்காது வேலை தேடிக் கொண்டிருந்தான். அவனுடன் கூடப் படித்தவனொருவனுக்கு வாய்த்த அதிர்ஷ்டம் பற்றி ஒரு நாள் அவன் கேள்விப்பட்டான். பொது வாசகசாலையிலிருந்து அந்த நண்பன் எடுத்துவந்த ஒரு பழைய புத்தகமொன்றுக்குள் ஒரு பழங்கால வெளிநாட்டுக் காசுத்தாளொன்று இருந்ததாம். அதனை எடுத்துக் கொண்டுபோய் யாருக்கோ விற்றதில் கட்டுக் கட்டாகக் காசு கிடைத்ததாம். உண்மையோ, பொய்யோ தெரியவில்லை. ஆனால், அதைக் கேள்விப்பட்ட கணத்திலிருந்து அவனுக்கு அது பற்றியே நினைவெல்லாம் ஓடியது. வீட்டுக்கு வந்து மாமாவின் அறைக்குள் நுழைந்து பழைய புத்தகங்களையெல்லாம் புரட்டிப் புரட்டித் தேடத் தொடங்கினான். ஒரு பருமனான

புத்தகமொன்றுக்குள்ளிருந்து மாமாவினதும் ஒரு பெண்ணினதும் கறுப்பு வெள்ளைப் புகைப்படமொன்று கீழே விழுந்தது. அந்தப் பெண், அவனது அத்தையல்ல. தலையை வகிடெடுத்து, இரு புறமும் வழிக்கச் சீவி, பூ வைத்து, பொட்டு வைத்து, மாமாவின் அருகிலிருந்து அழகாகப் புன்னகைத்துக் கொண்டிருந்தாள். மாமா அந்தப் பெண்ணின் தோள் மேல் கைபோட்டுக் கொண்டு சிரித்தபடி இளமையாகவும் அழகாகவும் இருந்தார். ஏதோ ஒரு ஸ்டூடியோவுக்குப் போய் எடுத்திருக்க வேண்டும். தொடர்ந்து அதே புத்தகத்துக்குள் சில காதல் கடிதங்களும், ஒரு கல்யாணப் பத்திரிகையும் செருகப்பட்டிருந்ததைக் கண்டு எடுத்துப் பார்த்தான். பிறகு அவற்றை மீண்டும் புத்தகத்துக்குள் வைத்து, அப் புத்தகத்தை எடுத்த இடத்திலேயே வைத்தான். அவனுக்கு மாமாவை நினைக்க பாவமாக இருந்தது. அன்றிலிருந்து மாமா திட்டும்போதெல்லாம் ஏனோ அவனுக்குக் கோபம் வருவதில்லை.

வெளியே மழை தூறத் தொடங்கி விட்டிருந்தது. திண்ணையில் அமர்ந்துகொண்டு மழை பார்க்கத் தொடங்கினான். பனித்தூவல் போன்ற மழை. கொஞ்சம் கொஞ்சமாக நிலம் ஈரலித்து, மண் வாசம் கிளப்பத்தொடங்கியது. அம்மாவும் உள்ளிருந்து வந்து, வாசல் தூணில் சாய்ந்துகொண்டு மழையைப் பார்த்துக் கொண்டிருந்தாள். அப்பாவின் பிணத்தை எரிக்கக் கொண்டுபோன போதும் இப்படித்தான் மழை பெய்துகொண்டிருந்தது. அவன் முற்றத்தில் இறங்கி சேற்றில் விளையாடிக் கொண்டிருந்தான். அம்மா அழுதழுது சடலம் கொண்டு செல்லப்படுவதைப் பார்த்துக்கொண்டே இருந்தாளே ஒழிய, முன்பு போல 'மழையில் நனையாதே' எனச் சொல்லி அவனை அதட்டவில்லை. அவனும் அந் நாளுக்குப் பிறகு மழையில் விளையாட இறங்கவில்லை. ஏனோ தடுக்க யாருமற்ற விளையாட்டு அவனைச் சலிக்கச் செய்திருக்க வேண்டும்.

அம்மா திடீரென்று 'மாஸ்டரைப் போய்ப் பார்த்தியா?' என்றாள். அவர், அப்பாவின் நண்பர். நகரத்தில் நல்ல நிலையிலிருக்கிறார். போய்ப் பார்த்து விசாரித்தால் அவனுக்கு வேலை ஏதும் கிடைக்காதா என்ற ஏக்கம்

அவளுக்கு. அவன் 'பார்த்தேன்' என்றான். பிறகு கொஞ்ச நேரம் அப்படியே மழை பார்த்தான். அம்மா உள்ளே போகத் திரும்பிய கணத்தில், அவர் வேலை செய்யும் துறைமுகத்தில் ஒரு வேலை காலியாக இருப்பதாக அவர் சொன்னதைச் சொன்னான். அம்மா உள்ளூர மகிழ்ந்தாள். புன்னகைத்தாள். திண்ணையின் ஒரு மூலையில் வந்து அமர்ந்துகொண்டாள். அவர் அந்த வேலையை அவனுக்கு வாங்கித் தருவதற்கு ஒரு தொகைப் பணம் கேட்டதையும் அவன் அம்மாவிடம் சொன்னான். அம்மா யோசனையுடன் மழையைப் பார்த்துக் கொண்டே 'தம்பியிடம்தான் கேட்டுப் பார்க்கணும்' என்றாள். பிறகு அவனைத் திரும்பிப் பார்த்து 'அவனிடம் இருக்கும். தருவானோ தெரியாது. மகளுக்குச் சேர்த்து வருகிறான். அவளுக்கு இந்த வருஷத்துக்குள் ஒரு கல்யாணம், காட்சியை நடத்திப் பார்க்கணும்னு சொல்லிக் கொண்டிருந்தான்' என்றாள். அவனுக்குள் ஏதோ ஒரு ஆசுவாசம், ஏதோ ஒரு இனம் புரியாத நிம்மதி உள்ளுக்குள் பரவத் தொடங்கியது. வெளியே மழை வலுக்கத்தொடங்கி விட்டிருந்தது.

திண்ணை

மழை பெய்துகொண்டிருந்த பிற்பகலொன்றில் மழைக்காகத் திண்ணையில் ஒதுங்கியிருந்த என்னிடம் பெரியாச்சிதான் அவ்விடயத்தைச் சொன்னார். தூறல் வலுக்கிறதாவெனப் புறங்கையை நீட்டிப் பார்த்துக் கொண்டிருந்தபோது வெற்றிலை, பாக்கு இடித்துக் கொண்டிருந்த பெரியாச்சி சொன்ன விடயம் இலேசான அதிர்வை உண்டாக்கியது என்னில்.

ஊருக்கு வந்தவுடனேயே டீச்சரைப் பற்றி நீண்ட நாட்களுக்குப் பின்னர் கேள்விப்படும் முதற்செய்தியை நல்ல செய்தியில் சேர்த்துக்கொள்வதா, கெட்ட செய்தியில் சேர்த்துக்கொள்வதா எனப்புரியவில்லை. சொன்ன பெரியாச்சியின் முகத்தை நம்பமுடியாமல் ஏறிட்டுப் பார்த்தேன். இறந்த காலங்களனைத்தையும் சுருட்டியெடுத்துச் சுருக்கங்கள் நிறைந்த முகத்தில் எந்த சலனமுமின்றி வெற்றிலை மென்று கொண்டிருந்தார்.

சடசடவென்று மழை திரும்பவும் வலுத்துப் பெய்யலாயிற்று. மழைச் சாறல் திண்ணையின் ஓரங்களில் சேற்றோவியம் வரையலாயிற்று. மழையின் எந்தப் பிரக்ஞையும் அற்று வாலறுந்த நாயொன்று ஓடிக்கொண்டிருந்தது. மாமாவின் வீடு இன்னும் புராணகாலத்து வீடாக, நாட்டு ஓடுகளைச் சுமந்துகொண்டிருந்தது. ஊருக்கே பழம்வீடாக இருப்பதில் மாமா சற்றுப்பெருமையும் கொண்டிருந்தார்.

சிவப்பு, கருப்புப் பூ அலங்காரங்களைக் கொண்ட வெண்சீமெந்துத்

தரை எப்பொழுதும் ஒரு குளிர்ச்சியைக் கொண்டிருக்கும். அந்தக் குளிர்மை, மாமாவின் வீடுமுழுக்க, அனல்பறக்கும் கோடை காலத்திலும் ஒரு புகையைப் போலப் படர்ந்திருக்கும். வெளித்திண்ணை மிக அகலமாகவும் நான்கு தூண்களுடனும் இரண்டு அடிக்கும் சிறிது அதிகமான உயரத்துடனுமிருக்கும். அதில்தான் நின்றுகொண்டிருந்தேன்.

இந்த வீட்டைப்பற்றி பெரியாச்சி என் சிறுவயதில் கதை, கதையாகச் சொல்லியிருக்கிறார். முன்னர் பாய் பின்னுவதற்கும், அவித்த நெல் காயப்போடுவதற்கும் பயன்பட்ட திண்ணை இப்பொழுது பெரியாச்சியின் வெற்றிலை இடித்தலையும், மாமாவினுடைய பேரப்பிள்ளைகளின் விளையாட்டுக்களையும் அமைதியாகப் பார்த்தபடியிருக்கிறது.

பெரியாச்சியின் கணவர் கட்டிய வீடு இது. முற்காலங்களில் பக்கத்து ஊர்களிலிருந்து எங்களூர் பெரியாஸ்பத்திரிக்கு மருத்துவத்திற்காக வரும் ஜனங்கள் இரவுப்பொழுதைத் தங்கிச் செல்வதற்காகப் பொதுநோக்கில் இத்திண்ணை கட்டப்பட்டிருந்தது. திண்ணையிலிருந்து பார்த்தால் வீதியைத் தாண்டிப் பரந்த, எப்பொழுதும் வயல்காற்றைச் சுமந்தவண்ணமிருக்கும் வயலும் அதற்கப்பாலுள்ள ஆற்றங்கரை மூங்கில்களும் தெளிவாகத் தெரியும். நான் முன்னர் அதில் பட்டம் விட்டிருக்கிறேன்.

பட்டம் நூலறுந்து போய் வயல்வெளிக்கடுத்து இருந்த பாடசாலைக் கூரையில் சிக்கும், அந்தப் பாடசாலையில்தான் டீச்சர் அந்த நாட்களில் படித்துக் கொடுத்துக் கொண்டிருந்தார். டீச்சர் வீட்டுக்கு வயல்வெளியினூடாக நடந்துபோக வேண்டும். ஐந்தாம் வகுப்புப் பரீட்சை சமயம் பாடத்தில் ஏதோ சந்தேகம் கேட்க, வயல்வரப்பின் ஊடாக மழைக்கால இரவொன்றில் தவளைகள் கத்தக் கத்த, வெளிச்சத்திற்காக காய்ந்த தென்னஞ்சூளை எரித்து அவர் வீட்டுக்கு நான் சென்ற இரவு இன்னும் நினைவில் இடறுகிறது.

டீச்சர் வீடுதான் ஊரிலேயே மிகப்பெரிய தோப்பில் அமைந்த வளவு வீடு. வீட்டைச் சுற்றிலும் அழகிய சமதரைப்புல்வெளி. அழகழகான

ரோஜாக்களும், ஓர்க்கிட்களும் பூத்துக்குலுங்கும். தெளிந்த நீரைக் கொண்ட பெருங்கிணறு ஒன்று அவர் வீட்டின் முன்னால் இருந்தமை ஊர் மக்களுக்கும், அவருக்குமிடையிலான நெருக்கத்தை அதிகப்படுத்தியிருந்தது.

ஐந்தாம் வகுப்பின் அரசாங்கப் பரீட்சையில் அவரது வகுப்புப் பிள்ளைகளான நாங்கள் எல்லோரும் சிறப்பாகச் சித்தியெய்தியமை அவரை மிகவும் மகிழ்ச்சிக்குள்ளாக்கியிருந்தது. மாணவர்க ளெல்லோரையும் வீட்டுக்கு வரவழைத்து முற்றத்தில் பாய் விரித்து கேக், பிஸ்கட், இனிப்பு தந்து உபசரித்து மகிழ்ந்தார்.

டீச்சரின் கணவரை நான் பார்த்திருக்கிறேன். டீச்சருக்கு நேர்மாறு அவர். டீச்சரின் புன்னகை முகம் அவருக்கு எள்ளளவும் வாய்க்கவில்லை. எப்பொழுதும் ஏதோ கடுப்பானதொன்றை விழுங்கிவிட்ட மாதிரியொரு பார்வை, பிதுங்கிய விழிகளில் மிச்சமிருக்கும். அவர் வாய்விட்டுச் சிரித்து யாராவது பார்த்திருந்தால் உலகின் எட்டாவது அதிசயம் அதுவெனச் சொல்லலாம்.

மழையின் துளியொன்று ஓட்டிலிருந்த ஓட்டையொன்றிலிருந்து தவறி என் மேல் விழுந்து தற்கொலை செய்துகொண்டது. எதற்கோ வெளியே வந்த மாமா என்னைக் கண்டுவிட்டார்.

‘ஐயோ..உள்ளே வாங்க மகன்..தெரியாத ஊடு மாதிரி வெளியே நின்னுக்கிட்டு..மழையில நல்லா நனஞ்சுட்டீங்களா? மருமகன் வந்திருக்கிற விஷயத்தை நீங்களாவது சொல்ல வாணாமா?‘

பெரியாச்சியை லேசாகக் கடிந்துகொண்டார் மாமா.

நான் சப்பாத்தைக் கழற்றிவிட்டு உள்ளே போக முற்பட்டேன்.அந்தத் தரையின் குளிர்ச்சி எனக்கு வேண்டும். நீண்ட பிரயாணக் களைப்பினைக் கொண்ட கால்கள் அந்தக் குளிர்ச்சிக்கு ஏங்கின.

‘பரவாயில்ல மகன்.அப்படியே வாங்க..மழை வரணும் போல இருக்கு..உங்கள இங்கே கூட்டி வர’

மாமியின் குரலில் ஒளிந்திருந்த கிண்டலோடு நானும் அப்படியே உள்நுழைந்தேன்.

பெரியாச்சி இன்னும் திண்ணையிலேயே அமர்ந்திருந்தார். மழையும், திண்ணைகளும் அவருக்குத் தோழிகள் போலும். அவரது பொக்கை வாய், வெற்றிலையை மெல்லுவதைத் தூரத்திலிருந்து பார்க்கையில் மழையோடும், திண்ணையோடும் அவர் கதைத்துக் கொண்டிருப்பது போலவே இருந்தது. இடைக்கிடையே சிவந்த வெற்றிலைச் சாற்றினை தெருவில் வழிந்தோடும் மழை நீரில் துப்புவதானது மழைத் தோழி மீதான செல்லக் கோபத்தை வெளிப்படுத்துவதாகப்பட்டது எனக்கு.

ஆனால் மழை மீது அவருக்கென்ன கோபமிருக்கமுடியும்? இந்தத் தொண்ணூறு வருட கால வாழ்க்கையில் எத்தனை மழையைப் பார்த்திருப்பார்? அன்றைய காலம் முதல் அவர் பார்த்த ஒவ்வொரு துளிக்கும் ஒவ்வொரு பெயரிட்டிருந்தாலும் கூட எத்தனை சினேகிதங்கள் அவருக்கிப்போதிருந்திருக்கும்?

மாமா சாய்மனைக் கதிரையில் உட்கார்ந்திருந்தார். பழங்காலத்தை மரச்சட்டங்களில் பிணைத்துக் கொண்டுவந்ததைப் போல வீட்டுக்கூடத்தின் வலது மூலையில் அது அன்றையகாலம் தொட்டு இருந்து வருகிறது. புதிதாகத் திரும்பவும் பின்னியிருந்தார்கள். மதிய சாப்பாட்டிற்குப்பின்னரான பகல்தூக்கம் மாமாவுக்கு அதில்தான் என்பது ஞாபகமிருக்கிறது. சிறுவயதில் பார்த்திருக்கிறேன். எந்தவொரு அசைவுமற்று, சாய்த்து உட்காரவைக்கப்பட்ட சிலை மாதிரி தூங்கிக் கொண்டிருப்பார்.

அப்பொழுதுகளில் நானும், என் வயதொத்த சிறுவர்களும் தூங்கும் இவர் மூக்குக்கருகில் மிளகாய்த் தூளை விசிறிவிட்டு ஒளிவோம். பெரும் தும்மல்களோடு எழுந்து ஒன்றும் புரியாமல் மிக நீண்ட நேரம் விழிகளைச் சிமிட்டிச் சிமிட்டி விழிப்பார். மாட்டிக் கொண்ட ஒரு நாளில் இடது காதைச் செமத்தியாகத் திருகிவிட்டார்.

இப்பொழுது தூங்கவில்லை அவர். நான் வரமுன்பே தூங்கியெழுந்திருந்திருக்க வேண்டும். இல்லாவிடில் இருபது வருடத்திற்கு

முன்னைய மிளகாய்த் தூள் இப்பொழுது அவர் மூளையில் உறைத்திருக்கவேண்டும். மழைக்கு இதமானதாக மாமி கோப்பி தந்தார்.

'மகன் எங்கட ஊட்டுக்கெல்லாம் வரணுமெண்டா இப்படித்தான் மழை பெய்யணும் போல'

'அப்படியில்ல மாமி. சரியான வேலை. சனி, ஞாயிறு லீவு எண்டாலும் சனிக்கெழம விடிய முந்தி ஊருக்கு வர பஸ் எடுத்தா, பாருங்க எத்தனை மணிக்கு வந்து சேர்றதுன்னு'

கொழும்பிலிருந்து பஸ் ஏறும்போது மழையிருக்கவில்லை. இடையில் தாண்டி வந்த எந்தெந்த ஊர்களில் மழை பெய்துகொண்டிருந்தது எனவும் தெரியாதவாறு பஸ் இருக்கையில் அமர்ந்து டிக்கட் எடுத்ததுமே தூங்கிவிட்டிருந்தவனை பழகிய கண்டக்டர்தான் எழுப்பி, இறக்கி விட்டிருந்தார். பஸ் செல்லும் தெருவோரத்து வீடென்பதனால் மழை தொப்பலாக நனைத்துவிடும் முன்பு மாமா வீட்டுத் திண்ணையில் ஒதுங்கி விட்டிருந்தேன்.

பெரியாச்சிக்கு இந்த விடயம் எப்படித்தெரிந்திருக்கும்? யார் சொல்லியிருப்பார்கள்? உலகத்தின் ஓசைகளெல்லாம் கேட்டு ஓய்ந்த பெரியாச்சியின் செவிகள் இப்பொழுது வேறு ஓசைகளுக்கு ஒத்துழைப்பதில்லை. காலம் அவரது காதுகளுக்குப் பூட்டு மாட்டி சாவியைத் தொலைத்திருந்தது. ஏதாவது அவருக்கு விளக்கிச் சொல்லவேண்டுமென்றால் கூட செய்கை மொழி மட்டுமே உதவும் நிலையில் அவரது காதுகள் இருந்தன.

இந்நிலையில் டீச்சர் பற்றிய விபரம் எப்படித் தெரிந்திருக்கக் கூடும்? ஒருவேளை பொய்யாக இருக்குமோ? யாராவது வெற்றிலை ஒரு வாய்க்கு வாங்கவந்தவர்கள் சொன்னதை பெரியாச்சி தப்பாகப் புரிந்துகொண்டிருப்பாரோ? டீச்சரின் ஐம்பது வயதுகளைத் தாண்டி, இருபத்தாறு வருடத்திருமண வாழ்விற்குப் பிறகு அவர் எதிர்பார்த்திருந்த விவாகரத்துக் கிடைப்பது என்பது கிராமங்களில் இன்னும் அதிர்ச்சிக்கும், சலனத்துக்கும் உரிய விடயமாகவேயிருந்தது.

எம்.ரிஷான் ஷெரீ்ப்

டீச்சர் எனக்கு எனது இரண்டாம் வகுப்பிலேயே அறிமுகமானார். மடக்கக் கூடியதான சிறு குடையும், கைப்பையும் எப்பொழுதும் அவர் கூடவே வரும். காலைவேளைகளில் எப்பொழுதும் சிவந்திருக்கும் விழிகளிரண்டும் அவருக்குச் சொந்தமானவையாக இருந்தன. இரண்டாம் பாடவேளையின் போது தினமும் ஒரு இளமஞ்சள் நிற மாத்திரையை கைப்பையில் இருக்கும் சிறுபோத்தலிலுள்ள நீரைக் கொண்டு குடித்துக் கொள்வார்.

அன்றொருநாள் அப்படித்தான். மாத்திரையை வாயில் போட்டுக்கொண்டவர் தண்ணீர் கொண்டு வர மறந்திருந்தார். ஒரு மாணவனை அனுப்பி வெந்நீர் கொண்டுவரச் சொன்னார். அவனோ ஏதுமறியாதவனாக ஒரு பிளாஸ்டிக் கோப்பையில் கொதிக்கக் கொதிக்க வெந்நீர் கொண்டுவந்து கொடுக்க, அப்படியே வாயிலூற்றிக் கொண்ட டீச்சருக்கு புரையேறி, வாயெல்லாம் வெந்துவிட்டது. டீச்சர் கைக்குட்டையால் வாய்பொத்திக் கொண்டு மௌனமாக அழுததை அன்றுதான் கண்டோம். நாங்களெல்லோரும் பதறிவிட்டோம். அந்த மாணவனும் பயத்தில் அழுததைக் கண்டவர் 'எனக்காக வருத்தப்பட நீங்களாவது இருக்கீங்களே' எனச் சொல்லி அணைத்துக் கொண்டார்.

'மாமி,பெரியாச்சி சொல்வது உண்மையா?'

'என்ன மகன்?'

'இல்ல! டீச்சர்...?'

'ஓ மகன்..அவங்க விரும்பின விடுதலை கிடைச்சிட்டுது. எவ்ளோ காலத்துக்குத் தான் தன்ட புருஷன் இன்னொருத்தியோட குடும்பம் நடத்துறதப் பொறுத்துக்கொண்டிருக்குறது? அவ இருபது வருஷத்துக்கும் மேல பொறுத்துப் பார்த்தாச்சுதானே...?'

'இனி எதுக்கு 20 வருஷம் காத்திருக்கணும்? இந்த விஷயம் தெரிய வந்த உடனே டிவோர்ஸ் கேட்டிருக்கலாமே? சும்மா அவங்க வாழ்க்கையையும் வீணாக்கிக் கொண்டு...'

‘அப்டியில்ல மகன். நாலு பொம்புளப் புள்ளைகள வச்சிக்கொண்டு, இதுல தகப்பனும் இல்லையெண்டா அதுகளிண்ட எதிர்காலத்துல எவ்வளவு சிக்கல் வருமெண்டு டீச்சர் யோசிச்சிருப்பாங்க. இப்ப எல்லோரையும் நல்லபடியாக் கரை சேர்த்திட்ட பிறகு அவங்க தன்னோட விருப்பத்தை நிறைவேத்திட்டிருக்காங்க. இனி யாரையும் அவ எதிர்பார்த்துட்டிருக்கத் தேவையில்ல. பென்ஷன் காசு வருது. புள்ளைகளுக்கு ட்யூஷன் எடுக்குறதாலக் காசு வருது. பின்னக் காலத்துக்கு அது போதும்தானே’

மாமா சொன்னதற்கு எந்தவொரு பதிலும் சொல்லத் தோன்றவில்லை.

டீச்சரின் இருபது வருடப் பொறுமையின் பலனாக அவர் எதிர்பார்த்திருந்த விடுதலை கிடைத்திருக்கிறது. டீச்சரைப் பார்க்கவேண்டும் போலிருந்தது. அன்றைய காலத்தில் அத்தனை கவலைகளையும் நெஞ்சுக்குள் புதைத்துக் கலங்கிய செவ்விழிகளோடு உலவும் டீச்சரின் விழிகள் இப்பொழுது பிரகாசமாக மின்னிக்கொண்டிருக்கக் கூடும்.

மழை விட்டிருந்தது. மாமா, மாமியிடம் சொல்லிக்கொண்டு வெளியில் வந்தேன். திண்ணையின் மூலையில் துளித்துளியாய் வாளியில் சேர்ந்திருந்த மழைநீரைக் கொண்டு, பெரியாச்சி திண்ணையை முழுமையாகக் கழுவி விட்டிருந்தார். மாமாவின் இளவயதில் காணாமல் போன தன் கணவரை எதிர்பார்த்து, நாளையும் பெரியாச்சி இதில் உட்கார்ந்து காத்திருக்கக் கூடும்.

தாய்மை

அருள்ஜோதி தனது வலக்கை விரல்நுனிகளைக் கன்னத்தில் வைத்து அழுத்திக் கொண்டாள். அந்தக் கன்னம் வீங்கிப் போயுமிருந்தது. பல் வலி மூன்று நாட்களாகத் தாங்கமுடியவில்லை. முன்பைப் போல ஏதாவது வருத்தமென்றால் விழுந்து படுத்துக் கிடக்கவாவது முடிகிறதா என்ன? விடிகாலையில்தான் எத்தனை வேலைகள். கிணற்றிலிருந்து தண்ணீர் கொண்டு வரவேண்டும். வீட்டை, முற்றத்தைக் கூட்டித் துப்புரவாக வைத்துக் கொள்ளவேண்டும். மூத்தவளை பள்ளிக்கூடத்துக்கு அனுப்பத் தயார் செய்யவேண்டும். அதிலும் அந்தப் பிள்ளை சோம்பேறிப் பிள்ளை. மெதுவாக எழுப்பி எழுப்பிப் பார்த்தும் எழும்பாவிட்டால் கொஞ்சம் சத்தம் போட்டுத்தான் எழுப்பவேண்டியிருக்கும். விடுமுறை நாளென்றால் ஜோதி அவளைக் கொஞ்சம் அவள் பாட்டிலே தூங்கவிடுவாள். அவள் எழும்பித்தான் என்ன செய்ய? வளர்ந்த பிறகு இப்படித் தூங்கமுடியுமா? அதற்கு இளையவள்.. ஜோதி எழும்பும்போதே எழும்பிவிடுவாள். இப்பொழுதுதான் நடக்கத் தொடங்கியிருக்கும் வயது. அவளை இடுப்பில் வைத்துக் கொண்டு வீட்டு வேலைகளைச் செய்யமுடியுமா? பாலைக் கொடுத்து, கொஞ்சம் இறக்கிவிட்டால் அது ஓடிப் போய் எதையாவது இழுக்கத் தொடங்கும். ஒரு முறை இப்படித்தான். குழந்தையின் சத்தமே இல்லையே என்று தேடிப் பார்த்தால் அது வாசலுக்கருகில் படுத்திருந்த பூனையினருகில் உட்கார்ந்து அதன் வாலை வாயில் போட்டுச் சப்பிக் கொண்டிருந்தது. ஜோதி சத்தம் போட்டு ஓடி வந்து பூனையைத் துரத்திவிட்டு குழந்தையைத் தூக்கி இடுப்பில் வைத்துக் கொண்டாள்.

பயந்துபோனது சத்தமாக அழத் துவங்கியது. பூனையின் மென்மையான மயிர்களெல்லாம் அதன் வாய்க்குள் இருந்தது. அவள் பூனையைத் திட்டித் திட்டி, அவளது சுட்டுவிரலை அதன் வாய்க்குள் போட்டுத் தோண்டித் தோண்டி பூனையின் முடிகளை எடுத்துப் போட்டாள். அது இன்னும் கத்திக் கத்தி அழத் தொடங்கியது. முருகேசு இருந்திருந்தால் அவள்தான் நன்றாக ஏச்சு வாங்கிக் கட்டிக் கொண்டிருப்பாள்.

குழந்தை சிணுங்கினாலே அவனுக்குப் பிடிக்காது. அவளிடம் வள்ளென்று எரிந்துவிழுவான். அவள் அவனுடன் ஒன்றுக்கொன்று பேசிக் கொண்டோ, சண்டைக்கோ போக மாட்டாள். பொறுத்துக் கொண்டு போய்விடுவாள். என்ன இருந்தாலும் குழந்தைகள் மேலுள்ள பாசத்தால்தானே இந்த மாதிரி நடந்துகொள்கிறான். அந்த மீனாளுடைய கணவன் போல குடித்துவிட்டு வந்து சண்டை பிடிக்கிறவனென்றால் கூடப் பரவாயில்லை. பதிலுக்குச் சண்டை போடலாம். இவன் தன் பாட்டில் காலையில் எழும்பி, சாயம் குடித்துவிட்டு, அவள் அவித்துக் கொடுப்பதைச் சுற்றி எடுத்துக் கொண்டு தோட்டத்துக்கு வேலைக்குப் போனால் பொழுது சாயும்போது வந்துவிடுவான். அதன்பிறகு குழந்தைகளோடு வயல் கிணற்றுக்குப் போய் குளித்துக் கொண்டு வந்தானானால், அவள் இரவைக்குச் சமைத்து முடிக்கும் வரை, விளக்கைப் பற்ற வைத்துக் கொண்டு பிள்ளைகளுடன் கதைத்துக் கொண்டிருப்பான். மகன் பாலன் அப்பாவிடம் ஏதாவது கதை சொல்லச் சொல்லிக் கேட்டுக் கொண்டிருப்பான். அவனையும் அடுத்தவருடம் பள்ளிக் கூடத்தில் சேர்க்க வேண்டும். மூத்தவளையும், இளையவளையும் போல இல்லை அவன். சரியான சாதுவான பையன். ஒரு தொந்தரவில்லை. வேலைகளும் சுத்தபத்தமாக இருக்கும். ஜோதியும் எப்பொழுதாவது பகல்வேளைகளில் அரிசி, பருப்பு, வெங்காயமென்று வாங்க சந்திக் கடைக்குப் போவதென்றால் தொட்டிலில் சின்னவளைக் கிடத்திவிட்டு மூத்தவளிடம் குழந்தையைப் பார்த்துக் கொள்ளச் சொல்லிவிட்டு அவனைத்தான் கூட்டிப் போவாள். அவனும் ஒரு தொந்தரவும் தராமல் அவளோடு கடைக்கு வந்து அவள் சாமான்கள் வாங்கிமுடியும்வரை பார்த்திருப்பான். அங்கு கண்ணாடிப் போத்தல்களில் விதவிதமாக இனிப்புப் பொருட்கள்

நிறைந்திருக்கும். அதையே பார்த்துக் கொண்டிருப்பான். அவளுக்குப் பாவமாக இருக்கும். அவனுக்கும் மற்றப் பிள்ளைகளுக்கும் சேர்த்து அதில் வாங்கிக் கொள்வாள். அவனது பங்கை அவனிடம் உடனே கொடுத்துவிடுவாள். எனினும் அவன் உடனே சாப்பிட்டு விடுவானா என்ன? அப்படியே எடுத்துக் கொண்டு வந்து அக்கா, தங்கையுடன் உட்கார்ந்து யார் கூட நேரம் சாப்பிடுகிறார்களெனப் போட்டிபோட்டுக் கொண்டு ஒன்றாய்ச் சாப்பிடுவதில்தான் அவனுக்குத் திருப்தி.

வர வர பல்வலி கூடிக் கொண்டே வருவது போல இருந்தது. 'பெரியாஸ்பத்திரியில் மருந்தெல்லாம் சும்மா கொடுக்கிறார்கள்... போய் மருந்து வாங்கு...ஒரே மருந்தில் வலி போய்விடும்' என்று பீலியில் தண்ணீர் எடுக்கப் போனபோது சுமனாதான் சொன்னாள். அவள் சொன்னால் சரியாகத்தானிருக்கும். அவள் பொய் சொல்லமாட்டாளென்று ஜோதிக்குத் தெரியும். அடுத்தது இந்த மாதிரி விஷயத்தில் பொய் சொல்லி அவளுக்கென்ன இலாபமா கிடைக்கப் போகிறது? அவள்தானே அயலில் இருக்கிறவள். அவசரத்துக்கு உடம்புக்கு முடியாமல் போனால், சின்னவளைத் தூக்கிக் கொண்டு பீலியடிக்குப் போயிருந்தால் அவள்தானே தண்ணீர் நிரம்பிய குடத்தை வீட்டுக்குக் கொண்டு வந்து தருகிறவள். பீலித் தண்ணீர் எப்பொழுதும் குளிர்ந்திருக்கும். அதனால் வாய் கொப்பளித்தபோதுதான் முதன்முதலாகக் கன்னத்தில் கையை வைத்துக் கொண்டு பல் வலிக்கிறதென்று முகத்தைச் சுழித்துக்கொண்டு அப்படியே குந்திவிட்டாள். அயலில் முளைத்திருந்த வல்லாரை இலைகளைக் கிள்ளிக் கொண்டிருந்த சுமனாதான் அருகில் வந்துபார்த்தாள். வாயைத் திறக்கச் சொல்லிப் பார்த்தாள். கடைவாய்ப்பல்லில் ஒரு ஓட்டை. 'அடியே ஜோதி..எவ்ளோ பெரிய ஓட்டை..வலிக்காம என்ன செய்யும்? இப்பவே போய் மருந்தெடடி' என்றாள். உடனே போய் மருந்தெடுக்க காசா, பணமா சேர்த்துவைத்திருக்கிறாள் ஜோதி? அடுத்து இந்தக் காட்டு ஊருக்குள் இருக்கும் நாட்டுவைத்தியர் கிழமைக்கு நான்கு நாட்கள்தான் கசாயம், குளிகை, எண்ணெய்யென்று கொடுப்பார். எல்லா வியாதிகளுக்கும் ஒரே மருந்து. அதற்கும் வெற்றிலையில் சுற்றி எவ்வளவாவது

வைக்கவேண்டும். கோயிலிலென்றால் ஒரு சாமியார் இருக்கிறார். ஏதாவது தீன்பண்டம் செய்து எடுத்துக் கொண்டு, ஒரு கொத்துவேப்பிலையும் கொண்டுபோனால் தீன்பண்டத்தை வாங்கிக் கொண்டு அந்த வேப்பிலைக் கொத்தால் வலிக்கிற இடத்தில் தடவிக் கொடுப்பார். வலி குறைந்தது மாதிரி இருக்கும்.

சுமனா நகரத்துக்குப் போகச் சொல்கிறாள். எம்மாம் பெரிய தூரம். அந்தக் கிராமத்திலிருந்து யாரும் முக்கிய தேவையில்லாமல் நகரத்துக்குப் போக மாட்டார்கள். நகரத்துக்குப் போவது அவ்வளவு லேசுப்பட்ட காரியமா? எவ்வளவு தூரம் நடக்க வேண்டியிருக்கிறது? போகும்போதென்றால் பரவாயில்லை. பள்ளமிறங்கும் வீதி. பத்துக் கிலோமீற்றரென்றாலும் நடந்துகொண்டே போகலாம். வரும்போதுதான் மேடு ஏறவேண்டும். அதுவும் தேயிலைத்தோட்டத்து வீதியில் நடக்கும்போது நிழலெங்கே இருக்கிறது? வெயிலில் காய்ந்து காய்ந்து மேலே ஏறி வீட்டுக்கு வந்துசேரும்போது உயிரே போய்விடுகிறது. நகரத்தில் காசு நிறையக் கொடுத்தால், குணமாக்கியனுப்பும் ஆஸ்பத்திரி கூட இருப்பதாகக் கேள்விப்பட்டிருக்கிறாள். ஒரு முறை கங்காணியையா வீட்டு ஆச்சி, தோட்டத்தில் செருப்பில்லாமல் நடக்கும்போது கண்ணாடியோட்டுத் துண்டொன்றுக்கு காலைக் கிழித்துக்கொண்டு, இரத்தம் கொஞ்சம்நஞ்சமா போனது? தோட்டமே பதறிப் போனது கிழவி மயக்கம் போட்டதும். துரைதான் தனது காரில் ஏற்றி நகரத்துக்கு அனுப்பிவைத்தார். உயிரில்லாமல்தான் வீட்டுக்கு வரும் என்று தானே தோட்டமே பேசிக் கொண்டது? காயத்தில் பால் போல வெள்ளைப் பிடவையைச் சுற்றிக்கொண்டு ஆச்சி வந்து சேர்ந்தது. கங்காணி வீடு வரை கார் வந்து நின்றதும் ஆச்சி எதுவும் நடக்காத மாதிரி தானாகவே நொண்டி நொண்டி நடந்து வீட்டுக்குள் போனதுதானே அதிசயம். அதற்குப் பிறகும் ஆச்சி செருப்புப் போட்டுக் கொள்ளவில்லை எப்பொழுதும். அவர் மட்டுமல்ல தோட்டத்தில் யாருமே செருப்புப் போட்டுக் கொண்டு நடந்தால்தானே. அடுத்தது இந்தக் காடு மேடு பள்ளமெல்லாம் இந்தச் செருப்புப் போட்டுக் கொண்டு இலகுவாக நடக்க இயலுமா என்ன?

இரவெல்லாம் பல்வலியில் முனகினாள். கராம்பு, பெருங்காயம் எதையெதையோ எடுத்து வலிக்கும் இடத்தில் வைத்து கடித்துக்கொண்டு தூங்க முயற்சித்தாள். நித்திரை வந்தால்தானே? காலை எழும்பிப் பார்க்கும்போது கன்னத்தில் ஒரு பக்கம் வீங்கியுமிருந்தது. சுமனா சொன்ன மாதிரி உடனேயே ஆஸ்பத்திரிக்குப் போய்விட முடியுமா என்ன? எவ்வளவு வேலை இருக்கிறது? குழந்தைகள் பிறக்கும் முன்பென்றால் அவளும் தோட்டத்துக்கு கொழுந்து பறிக்கப் போய்க் கொண்டிருந்தாள். குழந்தை பிறந்த பிறகு பிள்ளையைப் பார்த்துக் கொள்ள ஒருவருமில்லையென்று அவளை வேலைக்குப் போகவேண்டாமென்று சொல்லிவிட்டான் முருகேசு. தோட்டத்துக்குப் போகாவிட்டால் என்ன? வீட்டில் எவ்வளவு வேலையிருக்கிறது? அவளது வீடு இருப்பது வீதியோடு காட்டுக்குப் போகும் மலையுச்சியில். கடைச் சந்திக்கு, கிணற்றுக்கு, பீலிக்கென்று கீழே இறங்கினால் திரும்ப வீட்டுக்கு வர ஒரு பாட்டம் மூச்சிழுத்து இழுத்து மேலே ஏறிவர வேண்டும். தினமும் தண்ணீருக்காக மட்டும் எத்தனை முறை இறங்கி ஏற வேண்டியிருக்கிறது? குடிசை வீடென்றாலும், சாணி பூசிய தரையென்றாலும் கூட்டித் துப்புரவாக வைத்துக் கொண்டால்தானே மனிதன் சீவிக்கலாம்? அத்தோடு தினமும் குழந்தை அடிக்கடி நனைத்துக் கொள்ளும் துணிகளையெல்லாம் துவைத்துக் காய்த்து எடுக்கவேண்டும். அந்தக் குளிரில் வெந்நீர் காயவைத்து குழந்தையைக் குளிப்பாட்டும் நாளைக்கு இன்னும் வேலை கூடிப் போகும். உடம்பில் தண்ணீர் பட்டதும் விளையாடும் குழந்தை, தண்ணீரிலிருந்து எடுத்ததும் ஒரு பாட்டம் அழும். மூத்தவள் இருக்கும் போதெனில், தங்கையைத் தூக்கிவைத்துக் கொள்வாள்தான். ஆனாலும் ஏழுவயதுப் பிள்ளையிடம் குழந்தையைக் கொடுத்துவிட்டு அவளுக்கு ஒரு திருப்தியோடு வேலை செய்யமுடியாது.

முருகேசு காலையில் கொல்லைக்குப் போய் கை, கால் கழுவிக் கொண்டு வந்ததுமே சுடச் சுடச் சாயமும், உள்ளங் கையில் சீனியும் கொடுத்துவிட வேண்டும். அவன் குடித்து முடிப்பதற்கிடையில் அடுப்பில் வெந்திருப்பதை அது கிழங்கோ, ரொட்டியோ எடுத்து, ஒரு சம்பல் அரைத்துச் சுற்றிக் கொடுத்துவிடுவாள். ஒன்றும் கொடுக்காவிட்டாலும்

அவன் ஒன்றும் சொல்லமாட்டான். ஆனால் வேலைக்குப் போகும் கணவனுக்கு ஒன்றும் சமைத்துச் சுற்றிக் கொடுக்காமல் அனுப்புவது எப்படி? பட்டினியோடு வேலை செய்யமுடியுமா? வீட்டில் சமைக்க ஒன்றுமில்லாவிட்டால் பரவாயில்லை. அவன்தான் வாரக் கூலி கிடைத்ததுமே ஒரு பை நிறைய சமையலுக்குத் தேவையான எல்லாமும் வாங்கிவந்து விடுகிறானே. குறை சொல்ல முடியாது. கொஞ்சம் கூடப் பணம் கிடைத்தால், பிள்ளைகளுக்கு பிஸ்கட்டுக்களும் கொண்டுவந்து கொடுப்பான். காலையில் அவன் கிளம்பிப் போனதற்குப் பிறகுதான் அவள் சாயம் குடிப்பாள். அதையும் முழுதாகக் குடித்து முடிப்பதற்கிடையில் குழந்தை அழத் தொடங்கும். ஓடிப் போய் அதைத் தூக்கிக்கொண்டு பாயில் படுத்திருக்கும் மூத்தவளைத் தட்டித் தட்டி எழுப்புவாள். பிறகு அவளை கிணற்றடிக்கு அனுப்பிவிட்டு, குழந்தைக்குப் பால் கொடுப்பாள். ஒரு வழியாக அதைத் தூங்க வைத்துவிட்டு, மூத்தவளுக்கு உணவைக் கட்டிக் கொடுப்பாள். இரவில் தண்ணீரூற்றி வைத்த எஞ்சிய சோற்றை, வெங்காயம், மிளகாய், ஊறுகாய் சேர்த்துப் பிசைந்து அவளுக்கு ஊட்டிவிடுவாள். பிள்ளையைப் பசியில் அனுப்ப முடியுமா? எவ்வளவு தூரம் நடக்கவேண்டும்? அவள் நன்றாகப் படிப்பதாக ஒரு முறை அவளது ஆசிரியையும் சொல்லியிருக்கிறார். அப்படியிருக்க தூரத்தைக் காரணம் காட்டி அவளைப் பள்ளிக்கூடத்துக்கு அனுப்பாமல் இருக்கமுடியுமா? பிள்ளைகளை எப்படியாவது படிப்பிக்க வைத்து உயர்ந்த ஒரு நிலைக்குக் கொண்டு வரவேண்டுமென்றுதான் முருகேசுவும் அடிக்கடி சொல்வான். படிக்காவிட்டாலும் இந்தத் தோட்டத்தில் வேலை கிடைப்பது பிரச்சினையில்லைத்தான். ஆனாலும் படிப்பால் கிடைக்கும் மதிப்பும் மரியாதையும் ஆயுள் முழுதும் தோட்டத்தில் கூலி வேலை செய்தாலும், கொழுந்து பறித்தாலும் கிடைத்துவிடுமா? அருள்ஜோதியின் சிறிய வயதில் இந்தத் தோட்டத்திலெங்கே பள்ளிக்கூடமொன்று இருந்தது? அதனால் ஒரு எழுத்துக் கூட அவளுக்குத் தெரியாது. முருகேசு பிறந்த தோட்டத்திலென்றால் ஐந்தாம் வகுப்பு வரை படிப்பிக்கக் கூடிய வைக்கோல் வேய்ந்த ஒரு சிறிய பள்ளிக் கூடம் இருந்தது. அதில் அவன்

மூன்றாம் வகுப்பு வரை படித்திருக்கிறான். பிறகு அவனது அப்பா பாம்பு கொத்திச் செத்துப் போனதால், மாடு மேய்க்கவும், பால் கறந்து விற்கவுமே நேரம் சரியாக இருந்தது. அவனது அப்பாவைப் பாம்பு கொத்தியது கண்ணில். எவ்வளவு நாட்டுவைத்தியம் செய்தும் குணமாகவில்லை. பச்சிலை தேடி எத்தனை ஊருக்கு அலைந்திருப்பான் அந்தச் சிறுவயதில். கடைசியில் எதுவும் உதவவில்லை.

அருள்ஜோதி தினமும் இரவைக்குத்தான் சோறு சமைப்பாள். இரவில் எஞ்சியதையோ, காலையில் அவித்ததையோ அவளும் பிள்ளைகளும் பகலைக்கும் வைத்துச் சாப்பிடுவார்கள். அவளென்றால் பசியிலும் இருந்துவிடுவாள். பிள்ளைகளைப் பட்டினி போடுவதெப்படி? அவள் வளர்ந்த காலத்தில்தான் உண்ண இல்லாமல், உடுக்க இல்லாமல் கஷ்டத்தோடு வளர்ந்தாள். பிள்ளைகளையும் அப்படி வளர்ப்பது எவ்வாறு? ஆனாலும் பகலைக்குச் சோறு சமைப்பதைக் காட்டிலும் இரவில் சமைத்தால்தானே கணவன் சூட்டோடு சூட்டாக ருசித்துச் சாப்பிடுவான்? உழைத்துக் களைத்து வரும் கணவனுக்கு ஆறிய சோற்றைக் கொடுப்பது எப்படி? ஆசையோடு அவன் வாங்கிவரும் கருவாடோ, நெத்தலியோ, ஆற்றுமீனோ உடனே சமைத்துக் கொடுத்தால்தானே அவளுக்கும் திருப்தி? இரவைக்குப் பாரமாக ஏதாவது வயிற்றில் விழுந்தால்தான் நன்றாக நித்திரை வரும்..உடலும் ஆரோக்கியமாக வளருமென்று அவளது அம்மா இருக்கும்வரை சொல்வாள். மூத்தவள் இவள் வயிற்றிலிருக்கும் போதல்லவா அம்மா கிணற்றுக்குப் போகக் கீழே இறங்கும்போது வழுக்கிவிழுந்து மண்டையை உடைத்துக் கொண்டாள்? உரல் மாதிரி இருந்த மனுஷி. குடம் உருண்டு போய் வீதியில் விழுந்து, ஆட்கள் கண்டு அவளை வீட்டுக்குத் தூக்கிவரும்போதே உயிர் போய்விட்டிருந்தது. இப்படி நடக்குமென்று யார் கண்டது? விஷயம் கேள்விப்பட்டு தோட்டத்தில் வேலையிலிருந்த இவளும், முருகேசுவும் குழந்தை வயிற்றிலிருக்கிறதென்றும் பாராமல் ஓட்டமாய் ஓடி வந்தார்கள். குழந்தை பிறந்ததுமே அம்மாவின் பெயரைத்தான் அவர்கள் அதற்கு வைத்தார்கள். ஆனாலும் அப் பிள்ளையின் மீது கோபம் வரும்போதெல்லாம் அம்மாவின் பெயரைச் சொல்லித் திட்டுவது எவ்வாறு? அதனால் அதை

ராணி என்று செல்லப் பெயர் வைத்தும் கூப்பிடத் தொடங்கினார்கள். அருள்ஜோதிக்கு அடிக்கடி அம்மாவின் நினைவு வரும். உடலில் ஏதாவது வருத்தம் வரும்போது, சுவையாக ஏதாவது சாப்பிடும்போது, அம்மா நட்டு வளர்த்த முற்றத்துத் தென்னை மரத்தில் தேங்காய் பறிக்கும்போது, அம்மா விழுந்த இடத்தைக் காணும்போது என்றெல்லாம் ஒரு நாளைக்குப் பல தடவைகள் அம்மாவை நினைத்துப் பெருமூச்சு விட்டுக் கொள்வாள். கொல்லைப் புறத் தோட்டத்தில் கத்தரி, வெண்டி ,பாகலென்று அவள் நட்டிருக்கும் மரக்கறிச் செடிகளுக்குத் தண்ணீர் கொண்டு வந்து ஊற்றுவதிலும், களை பிடுங்குவதிலும், உரம் போடுவதிலுமே பின்னேரம் கழிந்துவிடும். இரண்டு மூன்று கிழமைக்கொரு முறை காய்களை ஆய்ந்து சந்திக் கடைக்குக் கொடுத்து செலவுப் புத்தகத்திலிருக்கும் கணக்கைக் குறைத்துக் கொள்வாள். வீட்டிலிருப்பதென்று சொல்லி சும்மா இருப்பதெப்படி?

சுமனா சொன்னபடியே அருள்ஜோதி பெரியாஸ்பத்திரிக்கு வந்திருந்தாள். தனியாகத்தான் வந்தாள். சுமனாவையும் கூட்டி வந்திருக்கலாம். கூப்பிட்டால் வந்திருப்பாள்தான். ஆனால், அவளும் வந்தால் இளையவை இரண்டையும் யாரிடம் விட்டு வருவது? கீழ் வீட்டு சுமனாவிடம் இரண்டு குழந்தைகளையும் ஒப்படைத்துவிட்டு பள்ளிக்கூடம் செல்லும் மூத்தவளோடு வீட்டைப் பூட்டிக் கொண்டு பாதைக்கு வரும்போதே நன்றாக விடிந்திருந்தது. அவள் இதற்குமுன்பும் ஓரிரு முறை பெரியாஸ்பத்திரிக்குப் போயிருக்கிறாள்தான். ஆனால் அது நோயாளி பார்க்கத்தான். இப்படி மருந்தெடுத்து வரப் போனதில்லை. அதிலும் ஒருமுறை முருகேசுவின் சித்தி மலேரியாக் காய்ச்சல் வந்து ஆஸ்பத்திரியில் அனுமதிக்கப்பட்ட செய்தி கேள்விப்பட்டதுமே, சுவையாக சோறு சமைத்து, பார்சல் கட்டி எடுத்துக் கொண்டு அவள்தான் முருகேசுவுடன் ஆஸ்பத்திரிக்கு வந்தாள். நோயாளிக்குச் சோறு கொடுக்கவேண்டாமென்று தாதி சொன்னதும் அங்கிருந்த வேறொரு நோயாளிக்கு அப் பார்சலைக் கொடுத்துவிட்டாள் ஜோதி. ஆஸ்பத்திரியென்றால் நோயாளியை அங்கேயே தங்க வைத்துக் கொள்வார்களென்றே அவள் எண்ணியிருந்தாள். அப்படியில்லை

யென்றும் மருந்து கொடுத்து உடனே அனுப்பிவிடுவார்களென்றும் சந்திக் கடை லலிதா சொன்னபிறகு தானே இன்று இங்கு வரவே அவளுக்கு தைரியம் வந்தது? அதன் நாற்றம்தான் அவளால் தாங்கிக் கொள்ளமுடியாதது. ஆஸ்பத்திரிக்குப் போய்வந்தால் சேலையெல்லாம் கூட அந்த வாசனைதான். அதற்காக பழையதைக் கட்டிக் கொண்டு போகமுடியுமா? இருப்பதிலேயே நல்லதைத்தான் உடுத்திக் கொண்டு போக வேண்டும். நகரத்துக்குப் போவதென்றால் சும்மாவா? சின்னவள்தான் கையை நீட்டி நீட்டி அழுதாள். சுமனா அவளைத் தூக்கிக் கொண்டு கொல்லையில் கூண்டுக்குள் இருந்த கிளியைக் காட்டப் போனதும்தான் அருள்ஜோதியால் வீதிக்கு வரமுடிந்தது.

பல் வலி தாங்கமுடியவில்லை. கைக்குட்டையைச் சுருட்டி கன்னத்தில் வைத்து அழுத்தியவாறுதான் ஆஸ்பத்திரிக்கு நடந்துவந்தாள். வந்து பார்த்தால் மருந்தெடுக்க கிட்ட நெருங்க முடியாதளவு சனம். விடிகாலையிலேயே வந்து நம்பர் எடுத்து எத்தனை பேர் காத்திருக்கிறார்கள்? அவளுக்குப் போன உடனேயே வைத்தியரை அணுக முடியுமா என்ன? வந்த உடனே அவளுக்கு நம்பர் எடுக்க வேண்டுமென்பது கூடத் தெரியாது. அருகிலிருந்த ஒரு பெண்தான் அவளை நம்பர் எடுக்கும்படி சொன்னாள். அவள் இரவே வந்து காத்திருந்து ஒருவாறு நம்பர் எடுத்துவிட்டாளாம். காலையில் ஒரு மணித்தியாலம் மட்டும்தான் நம்பர் வினியோகிப்பார்கள். யாருக்குத் தெரியும் இது? அருள்ஜோதி அந்த நேரத்தைத் தாண்டி வந்திருந்தாள். இப்பொழுது என்ன செய்வது? எல்லா நோயாளிகளுக்கும் மருந்து கொடுத்த பிறகு நேரமிருந்தால் வைத்தியர் நம்பர் இல்லாதவர்களையும் பார்ப்பாரென அதே பெண்தான் சொன்னாள். அவ்வளவு பாடுபட்டு வந்ததற்குக் கொஞ்சம் காத்திருந்தாவது பார்ப்போமென ஒரு மூலையில் நிலத்தில் குந்தினாள் அருள்ஜோதி. எத்தனை விதமான நோயாளிகள்? காயத்துக்கு மருந்து கட்டும் அறையிலிருந்து வரும் ஓலம் கேட்டுக் கொண்டிருக்க முடியாதது. அவளுக்கு அதையெல்லாம் கவனிக்க எங்கு நேரமிருக்கிறது. பல்லுக்குள் யாரோ ஊசியால் குத்திக் குத்தி எடுப்பது போல வலியெடுக்கும்போது, பக்கத்திலிருப்பவளுக்கு உயிரே

போனாலும் தன்னால் திரும்பிப் பார்க்கமுடியாதென அவள் நினைத்துக் கொண்டாள். அவளுக்கு முன்னிருந்த வாங்கில் அமர்ந்திருந்த ஒருத்தியின் ஏழெட்டு மாதக் குழந்தை அருள்ஜோதியைப் பார்த்துச் சிரித்தது. அவள் கன்னத்தில் அழுத்திப் பிடித்திருந்த கைக்குட்டையை எடுத்து விரித்து அக் குழந்தையை நோக்கி அசைத்தாள். அது இன்னும் சிரித்தது. அருள்ஜோதியால் சிரிக்க முடியவில்லை. திரும்ப கன்னத்தில் கையை வைத்து அழுத்திக் கொண்டாள்.

ஆஸ்பத்திரியின் வாடை இப்பொழுது பழகி விட்டிருந்தது. ஒவ்வொருவராக உள்ளே போய் வந்து கொண்டிருந்தாலும் சனம் குறைவதுபோல் தெரியவில்லை. ஒரு நாளைக்கு நூறு பேரைத்தான் வைத்தியர் பார்ப்பாரென அங்கு கதைத்துக் கொண்டார்கள். அவளைப் போல நம்பரில்லாமல் எத்தனை பேர் காத்துக் கொண்டிருக்கிறார்கள்? அதிலும் பக்கத்தில் நிலத்தில் அமர்ந்திருக்கும் இந்தக் கைப்பிள்ளைக்காரியை முதலில் உள்ளே அனுப்பாமல் அவள் உள்ளே போவதெப்படி? நூற்றியோராவது ஆளாக அவள் போனாலும் வீட்டுக்குப் போய்ச் சேர அந்தியாகிவிடுமென அவளுக்குத் தோன்றியது. ஆனால் இவ்வளவு தூரம் சிரமப்பட்டு வந்ததற்கு இருந்து மருந்தெடுத்துக் கொண்டே போக வேண்டுமென்ற வைராக்கியமும் உள்ளுக்குள் எழாமலில்லை. பல் வலிக்கு மருந்தெடுக்கப் போகவேண்டுமென்று முருகேசிடம் சொன்னதுமே, குறை சொல்லக் கூடாது, சட்டையை எடுத்து அதன் பைக்குள் கைவிட்டு கொஞ்சம் பணத்தை எடுத்து நீட்டினான். பெரியாஸ்பத்திரியில் போய் வரிசையில் காக்க வேண்டாம் என்றும் காசு கொடுத்து ஒரு மருத்துவரைப் பார்த்து மருந்து எடுத்துக் கொண்டு வரும்படியும் சொன்னான்தான். ஆனாலும் இலவசமாகக் கிடைக்கும் மருந்துக்கு எதற்குக் காசு கொடுக்கவேண்டுமென்றும் அவளுக்குத் தோன்றியது. அந்தக் காசை எடுத்துக் கொண்டு வந்ததும் நல்லதாகப் போயிற்று. இங்கு மருந்தெடுக்க முடியாமல் போனால் அந்தத் தனியார் க்ளினிக்குக்குப் போய் மருந்தெடுத்துக் கொண்டு போகலாம். அவள் கன்னத்தில் கைக்குட்டையை வைத்து அழுத்தி வேதனையில் முனகுவதைக் கண்ட ஒரு தாதி அருகில் வந்தாள். இவள்

பல்வலியென்றதும் பல் டாக்டர் புதன்கிழமை மட்டும்தான் வருவாரெனவும் புதன்கிழமை வந்து நம்பரெடுத்து அவரைப் பார்க்கும்படியும் சொல்லிவிட்டுச் சென்றாள். அதற்குப் பிறகும் அங்கு காத்துக் கொண்டிருப்பதில் அர்த்தமென்ன இருக்கிறது? அதிலும் கையில் காசிருக்கும்போது எதற்காக இங்கே காத்துக் கிடந்து நேரத்தை வீணாக்கவேண்டும்? அவள் எழும்பி வெளியே வந்தாள்.

வெயில் சுட்டது. பசித்தது. காலையில் எதுவும் சாப்பிடாமல் கிளம்பிவந்தது. அருகிலிருந்த குழாயருகில் போய் வயிறு நிறையத் தண்ணீர் குடித்தாள். தண்ணீர் பட்டதும் வலி சற்றுக் குறைந்தது போலவும் இருந்தது. தனியார் கிளினிக் இருக்குமிடத்தை விசாரித்துக் கொண்டு அங்கே நடக்கத் தொடங்கினாள். கடுமையான வெயிலல்லவா இது? மயக்கம் வருவதுபோலவும் உணர்ந்தாள். அந்தக் கிளினிக் அதிக தூரமில்லை. பணம் கட்டி மருந்து எடுப்பதற்கும் சனம் நிறைந்திருப்பதைக் கண்டுதான் அவளுக்கு ஆச்சரியமாக இருந்தது. அங்கிருந்த வாங்கில் போய் உட்கார்ந்துகொண்டாள். வரிசைப்படி இந்தச் சனம் மருந்து எடுத்து முடித்து, அதன் பிறகு தனது முறை வருவதற்கு வெகுநேரமெடுக்குமெனத் தோன்றியது. பிள்ளை பள்ளிக்கூடத்திலிருந்து வந்துவிடும். பசியிலிருப்பாள். ஏதோ தீர்மானித்தவள் எழுந்து வெளியேயிறங்கி வீதிக்கு வந்தாள். கையிலிருந்த காசுக்கு பிள்ளைகளுக்கு பிஸ்கட்டும், மூத்தவளுக்கு பள்ளிக் கூடத்துக்குக் கொண்டு போக ப்ளாஸ்டிக் தண்ணீர்ப் போத்தலொன்றும் வாங்கினாள். இங்கு வெறுமனே உட்கார்ந்திருந்தால் அங்கு பிள்ளைகளை யார் பார்த்துக் கொள்வது? சுமனாவும் வீட்டில் சும்மாவா இருக்கிறாள்? அவளுக்குத் தையல் வேலைகள் ஆயிரமிருக்கும். சின்னவள் அவளைப் போட்டுப் பாடாய்ப் படுத்திக் கொண்டிருப்பாள். இந்தப் பல்வலிக்கு கசாயம் குடித்தாலோ, கோயிலுக்குப் போய் வேப்பிலை அடித்தாலோ சரியாகப் போய்விடும். ஒன்றுமில்லாவிட்டால் பெருங்காயம், கராம்புத் துண்டு வைத்துப் பார்க்கலாம்.

நீ, நான், நேசம்

நிவேதாவிற்கு,

எப்படியிருக்கிறாய் போன்ற சம்பிரதாயமான வார்த்தைகள் கொண்டு இதனை ஆரம்பிக்கமுடியவில்லை. உனக்கென எழுதும் இக்கடிதம் உன்னைச் சேரும் வாய்ப்புக்களற்றது. எனினும் மிகுந்த பேராசையுடனும் ஏதோ ஒரு நம்பிக்கையுடனும் இதனை எழுத வேண்டியிருக்கிறது. இதை எழுதும் இக்கணத்தினாலான என் மனநிலையை என்னால் உனக்கான இவ்வெழுத்தில் வடிக்க முடியவில்லை. ஆனால் ஏதேனும் உனக்கு எழுதவேண்டும் என்ற ஆவல் மட்டும் உந்தித் தள்ளிக் கொண்டேயிருக்கிறது. எழுத்தின் முதுகினில் அத்தனை பாரங்களையும் இறக்கிவைக்க வேண்டுமெனவும் தோன்றுகிறது. எத்தனையோ எழுதுகிறேன்.ஆனால் உனக்கு எழுத முடியவில்லை. முடியவில்லை என்பதனை விடவும் இயலவில்லை என்ற சொல்லே சாலச் சிறந்தது.

பத்தொன்பது வருடங்களுக்கு முன்பு இதே நாளில்தான் நாம் பிரிந்தோம். இப்பொழுது நீ எங்கே, எப்படியிருக்கிறாயெனத் தெரியவில்லை. ஆனால் எப்பொழுதுமே என் மனதின் மையப்புள்ளியில் சிம்மாசனமிட்டு உட்காந்தவாறு என்னை ஆண்டுகொண்டே இருக்கிறாய் இன்னும்.

உனது இரட்டைச் சடையில் கோர்க்கப்பட்ட மல்லிகைப் பூச்சரங்கள் இன்றும் என் மூளையின் வாசனை அடுக்குகளில் இடறுகின்றன. எனக்குத்

எம்.ரிஷான் ஷெரீஃப்

தெரிந்த காலம்தொட்டு எப்பொழுதும் பூக்களை விரும்புபவளாகவே நீயிருந்து வந்திருக்கிறாய். எங்கே போனாலும் கை நிறையப் பூக்களை அள்ளிவரும் பழக்கம் உனக்கிருந்தது. பூக்கள், அதன் வாசனை உலகில் நீயொரு வண்ணத்துப்பூச்சியாக இருந்தாய். முடிந்தவரை பறந்து பறந்து விதவிதமான பூக்களைத் தேடியபடியிருந்தாய். மல்லிப்பூ, பிச்சிப் பூ, ரோசாப்பூ, சாமந்தி, செம்பருத்தி எனத் தொடர்ந்த உன் தேடுதலில் காட்டுப் பூக்களும் பேய்ப்பூக்களும் கூட விட்டு வைக்கப்படவில்லை.

அந்தப் பூக்களெல்லாம் உன்னைப் போலவே இன்றெங்கே போயின? நாம் பிரிந்த காலந்தொட்டு தேடிக்கொண்டேயிருக்கிறேன் பூக்களையும் பூக்களுடனிருந்த உன்னையும். என்னை நினைவிருக்கிறதா உனக்கு? நாம் பிரிந்த அன்று கறுப்புவெள்ளைச் சட்டமிட்ட மேற்சட்டையும் மை நீலத்தில் காற்சட்டையும் அணிந்திருந்தேன். கவலை படர்ந்த முகங்களுக்கு மத்தியில் அன்றெனக்கு அழத்தெரியவில்லை. ஆனால் நீயழுதாய்.

அழகிய கருவிழிகள் உனக்கு. அவையிரண்டிலும் விழிநீர் அப்பின. கீழிமைகள் கடந்து கன்னங்களிலிறங்கி வழிந்தன. நீ அழுவதற்கு வெட்கப்படவில்லை. கண்ணீரைத் துடைக்கக் கூட இல்லை. என்னைப் பார்த்தவாறே அழுதாய். கலங்கிய விழிகளினூடு மங்கலாக நான் தெரிந்திருப்பேன். நேர்த்தியாக அணியப்பட்ட பாவாடை தாவணி உன்னை தேவதையாகக் காட்டியது. ஆனாலென்ன ? அன்று நீ அழுகையின் தேவதை.

நீதிமன்ற வளாகத்தில் அன்று பூக்கள் சொரியும் பெருவிருட்சங்கள் இருந்தன. நிலம் முழுதும் அழகிய மஞ்சள் நிறப்பூக்கள் சிதறிக் கிடந்தன. நீ அவற்றில் கவனம் அழித்து, அம்மாவின் கையுதறி என்னருகில்தான் ஓடிவந்தாய். அம்மா உன் மேல் திடுக்கிட்ட பார்வையை ஓடவிட்டிருந்ததை நீ உன் முதுகில் உணர்ந்திருக்கமாட்டாய்.

ஓடிவந்த நீ, அனைவரும் பார்த்திருக்க என்னை இறுக அணைத்துக் கன்னத்திலும் நெற்றியிலும் மாறி மாறி அழுத்தமாக முத்தமிட்டாய். ஒரு பெண் ஒரு ஆணை அழுகையோடு கட்டிக்கொண்டு முத்தமிட்டதானது

பார்த்தவர்களுக்கு விசித்திரமானதாக இருந்திருக்க வேண்டும். அந்த முத்தங்கள்தான் உன் அன்பைச் சொல்லிச் சென்ற இறுதி முத்தங்கள். அந்தத் தாய்மையும் ஈரமும் இன்னும் உலரவில்லை என்னில்.

'போயிட்டு வர்ரேன்டா செல்லமே' எனச் சொல்லிப்போன உனது இறுதி வார்த்தைகள் காற்றில் கரைந்த பின்னரும் எந்த விபரீதமும் எனக்கு உரைக்கவில்லை. நீ மாலையிலேயே திரும்பி என்னிடம் வந்துவிடுவாய் என நினைத்துக் காத்துக் கொண்டிருந்தேன். நேரங்கள் கடந்தன. நாட்கள் கடந்தன. மாதங்கள் கடந்தன. வருடங்கள் கடந்தன. நீ மட்டும் வரவேயில்லை.

அன்றுதான் நானுன்னைக் கடைசியாகப் பார்த்த நாள். ஒரு புகைப்படமேனும் பகிர்ந்து கொள்ளாமல் பிரிந்துபோன நாள். அன்று நீ சூடியிருந்த மல்லிகைப் பூக்கள் ஒவ்வொன்றாக வாடியுதிர்ந்ததைப் போல நானுமுன் ஞாபகங்களிலிருந்து உதிர்ந்து போயிருப்பேனா இத்தனை வருடங்களில்?

என்ன விசித்திரமானது இந்த வாழ்க்கை? உன் விரல்கள் தொட்டு விளையாடியிருக்கிறேன். நீ ஊட்டி, உண்டிருக்கிறேன். அழகாக எண்ணெய் வைத்துத் தலைசீவி விட்டிருக்கிறாய். தினம் தினம் குளிக்கவைத்துப் புதிது புதிதாக ஆடை அணிவித்துக் கன்னத்திலும், நெற்றியிலும் முத்தமிடுவாய். உன்னிடத்தில் எப்பொழுதும் சந்தனப்பவுடரின் வாசனை வீசிக்கொண்டேயிருக்கும். நீ முத்தமிட்ட பின்னர் என்னிடத்திலும்.

அந்தப் பரிவும் நேசமும் எங்கே போயிற்று? நான் தொட்டு விளையாடிய உன் விரல்களின் நகங்கள் வளர்ந்து வளர்ந்து நீ அவற்றை வெட்டிவிடுவதைப் போல எல்லாமே வெட்டிவிடப்பட்டனவா? நீ வைத்த எண்ணெய் காய்ந்து என்னால் கழுவிவிடப்பட்டதைப் போலக் கழுவிவிடப்பட்டனவா? முத்தத்தின் எச்சில், சந்தனப்பவுடரின் வாசனையோடு உலர்ந்துவிட்டதைப் போல உலர்ந்துவிட்டனவா?

நிலவற்ற நாட்களில் மொட்டைமாடியில் படுத்து நட்சத்திரங்களை எண்ணினோம். நட்சத்திரங்களை எண்ணி எண்ணிச் சோரும் தருணம் எனது கைகளை உன் கைகளுக்குள் அடக்கி நீ ஏதாவது கதை சொல்ல ஆரம்பிப்பாய். பெரும்பாலும் உன் கதைகளில் தேவதைகள் வருவர். அந்தத் தேவதைகளுக்குச் சிறகுகள் இருந்தனவா என்பது பற்றி நீ சொன்னதாக நினைவில்லை. இருந்திருக்க வேண்டாம். இருந்தால் உன்னைப்போல எங்கோ தொலைதூரங்களுக்குப் பறந்து மறைந்திருப்பர்.

உன் கதைகளில் அந்த தேவதைகள் அன்பைச் சுமந்தவண்ணம் அலைந்து கொண்டே இருப்பர். பரிவு, உதவி தேவைப்படுபவர் தலை தடவி அன்பை இறக்கிவைத்துப் பூச்சொறிவர். தேவைப்பட்டவர்கள் துயரமெல்லாம் தேவதை கை பட்டு மாயமாகிப் போன கதையைச் சொல்லி, முடிவில் 'அன்பினால் ஆகாதது எதுவுமில்லை' என்பாய். உன்மேலான அன்பு இன்றும் என்னில் அப்படியே இருக்கிறது. அது உன்னிடத்தில் என்னைச் சேர்த்துவிடுமா என்ன ?

அன்றைய தினத்தில் இக்காலத் திரைப்படக்காட்சிகளில் வருவதைப் போல நீயும் நானும் மட்டும் இயங்கி மற்றவர்கள் காலத்தோடு உறைந்து போகும் சாத்தியங்கள் இருந்திருப்பின் எவ்வளவு நன்றாக இருந்திருக்கும் ? நானும் நீயும் எமது நேசத்தை மறுத்த பெற்றோரை விட்டும் எங்காவது தப்பிச் சென்றிருக்கலாம்.

ஒரு பெருமழை பெய்து வெள்ளநீர் கொண்டு அழித்துவிட்டதைப் போலிருக்கிறது நம்மிருவரதும் இறந்தகாலங்கள். அதில் நாம் எல்லைகளேதுமற்று சுற்றித்திரிந்தோம். சிறுபிள்ளைகளின் மண் சோறும், பொம்மை விளையாட்டும் பாதியில் பறித்தெடுக்கப்பட்டது போலக் கழிவிரக்கத்தோடும் சுயபச்சாதாபத்தோடும் இன்றந்த நாட்களை நினைவுகூறுகிறேன்.

நாம் பிரிந்தபோது நான் நின்றிருந்த வயதினை ஒத்தவர்களை நீ காணும் பொழுதுகளிலாவது எனது நினைவுகள் உன்னில் எழுகிறதா? அன்பே உருவானவளே, எனக்கு வருகிறது. பாவாடை தாவணி,

மல்லிகைப்பூச் சூடிய பெண்களெல்லோரும் உன் நினைவுகளைக் காவிவருகின்றனர்.

இப்பொழுதெல்லாம் உன்னை நினைத்து நினைத்தே நினைவுகள் சோர்ந்துவிட்டன. எனது குடும்பம் தவிர்த்து எழுத்துக்கள் என்னைத் தாங்கி நிற்கின்றன. நீ இக்கணத்தில் எத்தேசத்தில் இருக்கிறாயோ? திருமணம் முடித்திருப்பாய். உனக்கன்பான கணவன் வாய்த்திருக்கப் பிரார்த்திக்கிறேன். உன் குழந்தைக்கு என் பெயர் வைத்திருக்கிறாயா நான் வைத்திருப்பதைப் போல ? எனக்கும் சுகிர்தாவுக்கும் பிறந்த குழந்தைக்கு உன் பெயரையே வைத்திருக்கிறேன். அவளுக்கும் அழகிய விழிகள் உன்னைப் போலவே. இப்பொழுதுதான் பேச ஆரம்பித்திருக்கிறாள். உன் பெயரையே முதலில் சொல்லப் பழக்கப்படுத்திக் கொண்டிருக்கிறேன். நீ சொல்லிச் சென்ற சாத்தான்களேதுமற்ற தேவதைக் கதைகளையெல்லாம் ஒவ்வொரு இரவிலும் என் மார்பில் படுக்கவைத்து குட்டிநிவேதாவிற்கும் சொல்லிக் கொண்டேயிருக்கிறேன்.

சுகிர்தாவின் மனதிற்குள் எனது இறந்தகாலம் குறித்தும், குழந்தைக்கு வற்புறுத்தி வைக்கப்பட்ட உனது பெயர் குறித்தும் பல கேள்விகள் முடிச்சிட்டுக் கொண்டுள்ளன. எனது வாழும் காலத்திற்குள் இது சம்பந்தமான எந்த முடிச்சுக்களையும் நான் அவிழ்ப்பதாக இல்லை. நீ, நான், நேசம் எல்லாம் என்னுடனே அழிந்து போகட்டும் எந்தத் தேடல்களுமற்று, எந்தத் தடயங்களுமற்று.

உனக்கு சுகிர்தாவை அறிமுகப்படுத்த வேண்டும். மிகவும் நல்லவள். கணவனுக்குப் பணி செய்து கிடப்பதே தன் பிறவிக்கடன் என்பதனைப் போல நடந்துகொள்கிறாள். எந்த ஆண்மகனும் தனது துணைவியைப் பற்றி எதிர்பார்க்கும் அத்தனை விஷயங்களையும் அன்போடு கொண்டவளாக இருக்கிறாள். உனக்கு நம்புவதற்குச் சிரமமாக இருக்கும். திருமணம் முடித்த இந்த ஐந்து வருட காலங்களிலும் எந்த விஷயத்திலும் எங்களுக்குள் சண்டையே வந்ததில்லை. கோபத்தில் அப்பா அடிப்பதையும், உதடு கிழிந்து இரத்தம் வழிய அம்மா உணவு பரிமாறுவதையும் பற்றி அவளிடம் சொன்னால் ஆச்சரியப்பட்டுப் புருவம்

உயர்த்துபவளாக இருப்பாள். எனவேதான் நான் எதுவும் சொல்லவில்லை.குட்டி நிவேதா அதிர்ஷ்டக்காரி.பெற்றோரின் சண்டையைப் பார்த்து வளராதவளாக இருக்கிறாள். இதுவரைக்கும் உன்னைப்பற்றியும் சுகிர்தாவிடம் சொல்லவில்லை. சொல்லத் தோன்றவுமில்லை நிவேதா.

உன்னைப்பிரிந்த அன்றைய பொழுதிலிருந்து என் வாழ்வில் நேர்ந்த அத்தனையையும் உன்னிடம் சொல்லிவிட வேண்டும் போலத்தான் இருக்கிறது. ஆனால் உன்னைத் தவிர்த்து மற்ற எல்லாமே கொஞ்சம் கொஞ்சமாக ஞாபகங்களிலிருந்து கசிந்து வெளியேறி உலர்ந்துவிட்டன. அன்று நாம் ஒன்றாய்ச் சுவாசித்த காற்றைப்போல கண்ணுக்குத் தெரியாமல் மறைந்துவிட்டன. அன்றியும் உன்னுடன் இருந்த காலங்கள் தவிர்த்து இதுவரையில் எனது வாழ்நாட்கள் எந்த விஷேசங்களுமற்றதாகவே விடிகின்றன.

அதே முரட்டு அப்பா. அன்பான அம்மாவை அதிகாரத்துடன் அடக்கியாண்டு உடல், உளம் வருத்திய அதே அப்பாவின் பிடியில் உன்னைப்பிரிந்த அன்றிலிருந்து வெளிநாட்டில் வளர்ந்தேன். எனது சுவாசங்களைக் கூட அதிகாரமிக்க கரங்கள் பொத்திக் கொடுக்க வேண்டியிருந்ததென்றால் பார்த்துக் கொள். என்னால் நேர்ந்த சிறு சிறு தவறுகளுக்குக் கூட வலி மிகுந்த தண்டனைகள் வழங்கப்படுமிடத்து இரவுகளில் உன்னை நினைத்து அழுவேன். முன்பு நான் வருந்தும்போது அரவணைத்துக் கொண்ட தோள்களோடு அக்கண்ணீர் மிகுந்த இரவுகளில் நீ வருவாய். பின்னர் மேற்படிப்புக்கென விடுதியில் தங்கிப்படிக்க வேண்டியதானது எனது விதியில் எழுதப்பட்டிருந்த அதிர்ஷ்டத்தினாலென எண்ணுகிறேன்.

விடுதி நாட்களில் கூட உன் நினைவுகளே கிளர்ந்தெழும். ஆனால் என் நெருங்கிய நண்பர்களிடம் கூட நம் விடயம் பகிர்ந்ததில்லை. உயர்கல்வி முடித்து நான் வேலைக்குச் சேர்ந்த சில மாதங்களில் அப்பா மாரடைப்பில் இறந்து போனார். இது உனக்குத் தெரியுமா நிவேதா ?

அதன்பின்னர்தான் யாருமற்று நின்ற நான் அலுவலக நண்பரின் தங்கை சுகிர்தாவைத் திருமணம் செய்துகொண்டேன். நீ எனக்குக் காட்டிய அன்பையெல்லாம் சேர்த்து மொத்தமாக அவளுக்குக் காட்டிக் கொண்டிருக்கிறேன். அவளும்தான். இதோ, இதனை எழுதிக் கொண்டிருக்கும் இந்த நள்ளிரவு வேளையிலும் எனக்கு எந்தவித இடையூறுகளுமின்றி நிச்சலனமான ஒரு புன்னகையோடு தேனீர்க் கோப்பையை என் முன்னால் வைத்துச் செல்கிறாள். ஆவியை வெளியேற்றியபடி கோப்பையின் விளிம்புகளில் அவள் அன்போடு உறைய ஆரம்பிக்கிறது தேனீர்.

அம்மா எப்படியிருக்கிறாள் நிவேதா? அன்றைய காலத்தில் காதலித்து, தாய்வீட்டை விட்டு ஓடிவந்து திருமணம் செய்து, பின்னாட்களில் அப்பாவின் நடவடிக்கைகளால் காதலையும் திருமணத்தையும் வெறுத்து நம்மையும் பிரித்த அம்மா எப்படியிருக்கிறாள் நிவேதா? என்னைப் பிரிந்ததன் பின்னரான உங்கள் வாழ்க்கை எப்படிப் போகிறது? நீங்கள் நலமாக இருக்கவேண்டுமென தினந்தோறும் பிரார்த்தித்துக் கொண்டே இருக்கிறேன்.

விவாகரத்தானவர்களின் வலிகள் எல்லோராலும் உணரப்படுவதில்லை. உணர்ந்து கொள்ளவும் முடியாது. அவர்கள் புன்னகையை ஏதோ ஓர் அணிகலன் போலக் கட்டாயத்தின் பேரில் அணிந்துகொண்டு வலம்வர வேண்டி விதிக்கப்பட்டிருக்கிறது. துணையைப் பிரிந்த பின்னர் அனேக ஆண்கள் மதுவை நாடுகின்றனர். பெண்கள் நள்ளிரவுகளில் தனிமையில் தலையணையோடு விசித்து விசித்தழுவதில் விருப்புக் கொள்கின்றனர்.

மதுபோதை ஒரு மாயக் கோலைப் போலக் கவலைகளை மறக்கச் செய்கிறது. அம் மாயக்கோலைத் தடவி விடும் போதெல்லாம் அதில் சிதறும் நட்சத்திரங்களைப் போலக் கவலைகளும் சிதறுவதாக எண்ணிக் கொள்கின்றனர். இன்னல்கள் தாங்கிச் சோர்வுறும் வேளைகளில் கண்ணீர் ஒரு வடிகால். இதயத்தின் துயர்களையெல்லாம் கழுவியெடுத்து விழி ஓட்டைவழியாக வெளிக்கொணர்ந்து சிந்துகின்றதாகக் கொள்ளலாம்.

எம்.ரிஷான் ஷெரீஃப்

அப்பாவும் முன்னதை விடவும் அதிகமாகக் குடிக்க ஆரம்பித்தார். குடித்துக் குடித்து தொப்பையும் கண் ரப்பையும் மேலும் பருக்க முடியாப்பொழுதொன்றில் தான் மாரடைப்பில் இறந்திருக்கிறார். அம்மா இன்னும் அழுகிறாளா நிவேதா? நம் அப்பாவும் அம்மாவும் விவாகரத்துப் பெற்று நான் அப்பாவிடமும் நீ அம்மாவிடமும் அடைக்கலம் புகுந்து நாம் நிரந்தரமாகப் பிரிந்த நாளில் உனக்குப் பதினாலும் எனக்கு ஒன்பது வயதுகளுமிருக்குமா நிவேதா?